പഴമയുടെ പുതുവായനകൾ

പഴമയുടെ പുതുവായനകൾ

Nadakkavu, Kozhikode, Kerala, 673011
www.insightpublica.com
e-mail: insightpublica@gmail.com
Pazhamayude Puthuvayana
Author: **Puthalath Dinesan**
(Malayalam)
First Edition: October 2024
This Edition February 2025
Copyright © Reserved
All rights reserved.
Printed and Published by
InsightinPublica Printers & Publishers Pvt. Ltd.
ISBN 978-93-5517-892-3
₹280

പഴമയുടെ പുതുവായനകൾ

പുത്തലത്ത് ദിനേശൻ

പഴമയുടെ പുതുവെളിച്ചം

അലസമായ നിരീക്ഷണങ്ങളുടെയും വ്യാജമായ വിശകലന രീതികളുടെയും അകമ്പടിയാൽ എത്തുന്ന സാംസ്കാരിക ബഹളങ്ങളാണ് നമുക്ക ചുറ്റും. ജനപ്രിയമായ ഭരണകൂട ആശയ ങ്ങളെയാണ് ലക്ഷണമൊത്ത സാംസ്കാരിക വിമർശനമായി ഇപ്പോൾ ആഘോഷിച്ച പോരുന്നത്. യഥാർത്ഥ സ്ഥിതിയെ മറച്ചവെക്കുന്ന കപടമായ വാഗ്ധോരണികളാൽ ചുഴ് നിൽക്കുന്ന മുഖ്യധാരാ സാംസ്കാരിക പ്രവർത്തനങ്ങൾ പെരുകിപ്പെരുകി വരുന്നു. ഇവിടെയാണ് ദിനേശൻ പുത്തലത്ത് എന്ന രാഷ്ട്രീയ നിരീക്ഷകന്റെ പഴമയുടെ പുതുവായനകൾ എന്ന പുസ്തകത്തിന്റെ പ്രസക്തി.

നമ്മുടെ ഭൂതകാലത്തിലേക്കുള്ള വെളിച്ചം വീഴ്ചലാണ് ഈ പുസ്തകം. മാർക്സിയൻ വിശകലന രീതിയുടെ ജീവസ്സുറ്റ സൈദ്ധാന്തിക ഉപകരണ ങ്ങൾ കൊണ്ടാണ് ദിനേശൻ പുത്തലത്ത് ഇത് നിർവഹിക്കുന്നത്. മാർ ക്സിസ്റ്റ് വിശകലന രീതിയുടെ ജാർഗണകളെ പിൻതുടരാതെ സത്യത്തെ ഖനനം ചെയ്യെടുക്കാനുള്ള ഒരു പ്രത്യേക വൈഭവം ദിനേശൻ പുത്തല ത്ത് ഈ ഗ്രന്ഥനിർമ്മിതിയിൽ പുലർത്തുന്നുണ്ട്.

നവോത്ഥാനത്തെ പ്രതിയുള്ള ആലോചനകളാണ് ഈ പുസ്തകത്തി ന്റെ പ്രധാന ഉള്ളടക്കം. മുഖ്യധാരാ കേരള ചരിത്രത്തിൽ തെളിയാത്ത ചില ചിത്രങ്ങളെ മുഴുവൻ അദ്ദേഹം അസാമാന്യമായ ധീരതയോടെ തെളിച്ചെടുക്കുന്നു. നവോത്ഥാനവും സ്ത്രീ ജീവിതത്തിലെ മാറ്റങ്ങളും, ചട്ടമ്പിസ്വാമികളും സ്ത്രീവിമോചനവും ഇത്തരത്തിൽ ശ്രദ്ധേയമായ നിരീക്ഷണങ്ങൾ ആണ്.

ആറാട്ടുപുഴ വേലായുധൻ, വാഗ്ഭടാനന്ദൻ, പൊയ്ക്കയിൽ അപ്പച്ചൻ തുടങ്ങിയ നവോത്ഥാനത്തിലെ സവിശേഷധാരയെ പരിചയപ്പെട ത്തുന്നു. കൂട്ടംകുളം - പാലിയം സമരങ്ങളെയും ശിവാനന്ദ പരമഹം സരുടെയും പ്രതിരോധ പ്രവർത്തനങ്ങളെയും പ്രത്യേകമായി തന്നെ കണ്ടെത്തുന്നത് ഈ പുസ്തകത്തെ ഏറെ ശ്രദ്ധേയമാക്കുന്നു. സാഹിത്യ ചിന്തകളിലെ നവോത്ഥാനം, ഇതിഹാസങ്ങളുടെ ആധുനിക വായന തുടങ്ങിയ മേഖലകൾ പൂർവകാല വായനകളിൽ നിന്നുള്ള മൗലികമായ കുതിപ്പുകളാണ്.

ചിന്താ ധീരതയുടെ ധൈഷണിക ദീപ്തി കൊണ്ട് ഈ ഗ്രന്ഥം സമകാലിക സാംസ്കാരിക സാഹിത്യവിമർശനത്തിൽ പ്രത്യേകം ഇടംനേടുന്നു.

സുമേഷ് ഇൻസൈറ്റ്

കോഴിക്കോട് ജില്ലയിലെ വടകര സ്വദേശി എസ്. എഫ്. ഐ യുടെ സംസ്ഥാന പ്രസിഡന്റും, അഖിലേന്ത്യാ വൈസ് പ്രസിഡന്റും ആയിരുന്നു. കാലിക്കറ്റ് യൂണിവേഴ്സിറ്റി യൂണിയൻ ജനറൽ സെക്രട്ടറിയും എസ് എഫ് ഐ യുടെ മുഖമാസികയുമായ സ്റ്റുഡന്റിന്റെ പത്രാധിപരും ആയിരുന്നു. മുഖ്യമന്ത്രിയുടെ പൊളിറ്റിക്കൽ സെക്രട്ടറിയായും പ്രവർത്തി ച്ചിട്ടുണ്ട്. നിലവിൽ സി പി ഐ (എം) ന്റെ സംസ്ഥാന സെക്രട്ടറിയേറ്റ് അംഗവും ദേശാഭിമാനിയുടെ ചീഫ് എഡിറ്ററും ഇ എം എസ് അക്കാദ മിയുടെ ഫാക്കൽറ്റിയും മാർക്സിസ്റ്റ് സംവാദത്തിന്റെ എഡിറ്ററും ആണ്.

വടക്കൻ പാട്ടിന്റെ കുലപതി എന്നറിയപ്പെടുന്ന ടി എച്ച് കുഞ്ഞി രാമൻ നമ്പ്യാരുടെയും, പി പി ദേവിയമ്മയുടെയും മകൻ. ജീവിതപങ്കാളി ഡോ: യമുന കീനേരി. മക്കൾ: റോസ, ആസാദ്.

പുത്തലത്ത് ദിനേശൻ

ഉള്ളടക്കം

നവോത്ഥാന മുന്നേറ്റത്തിലെ ചില സവിശേഷ ധാരകൾ

പ്രതിരോധ പ്രവർത്തനങ്ങൾ

സാഹിത്യചിന്തകളിലെ നവോത്ഥാനം

ഇതിഹാസങ്ങളുടെ ആധുനികവായനകൾ

അനുബന്ധം

പഴമയെ പുതുവായനയ്ക്ക് വിധേയമാക്കുമ്പോൾ
പിണറായി വിജയൻ

ആധുനിക കേരളത്തിന്റെ രൂപീകരണം നടന്നത് വ്യത്യസ്ത തലങ്ങളിലുള്ള സാമൂഹ്യ മുന്നേറ്റങ്ങളിലൂടെയാണ്. അത്തരം മുന്നേറ്റത്തിന് അടിത്തറയിട്ടത് കേരളീയരുടെ ജീവിതത്തെ ആധുനികവൽക്കരിക്കുകയെന്ന ലക്ഷ്യത്തോടെ പ്രവർത്തിച്ച നവോത്ഥാന പ്രസ്ഥാനങ്ങളാണ്. നവോത്ഥാന പ്രസ്ഥാനങ്ങളുടെ സവിശേഷമായ ധാരകളും അത്തരം ചിന്തകളിലൂടെ രൂപപ്പെട്ടുവന്ന സാഹിത്യ സമീപനങ്ങളുമെല്ലാം ഉൾക്കൊള്ളുന്നതാണ് *പഴമയുടെ പുതുവായനകൾ* എന്ന പുത്തലത്ത് ദിനേശന്റെ ഈ പുസ്തകം.

കേരളീയ നവോത്ഥാനം രൂപപ്പെട്ടുവന്ന വഴികളും, അതിനിടയാക്കിയ ഭൗതികമായ വികാസവും ഈ പുസ്തകത്തിന്റെ ഇടക്കത്തിൽ തന്നെ മുന്നോട്ടുവെക്കുന്നുണ്ട്. നവോത്ഥാന മുന്നേറ്റങ്ങളെന്നത് അടിസ്ഥാന ജനവിഭാഗത്തെ മാത്രമല്ല സമൂഹത്തിന്റെ അടിതൊട്ട് മുടിയോളം നടന്ന ആധുനികവൽക്കരണമാണെന്ന് നവോത്ഥാനം എല്ലാ വിഭാഗങ്ങളേയും മുന്നോട്ട് നയിച്ചുവെന്ന ലേഖനത്തിലൂടെ ശരിയായി നിരീക്ഷിക്കുന്നുണ്ട്.

നവോത്ഥാന ചിന്തകൾ സ്ത്രീ ജീവിതത്തിൽ ഉണ്ടാക്കിയ മാറ്റങ്ങളെ സവിശേഷമായി തന്നെ ഇതിൽ പരിശോധിക്കുന്നുണ്ട്. യാഥാസ്ഥിതികമായ ചിന്തകളെ സ്ത്രീകളിലേക്ക് കൊണ്ടുവരുന്നതിന് വലിയ

പരിശ്രമം നടക്കുന്ന വർത്തമാനകാലത്ത് ഇത്തരമൊരു തിരിച്ചറിവ് പ്രധാനമാണ്. ആ വഴികളിലൂടെയും ഈ പുസ്തകം സഞ്ചരിക്കുന്നുണ്ട്. നവോത്ഥാന നായകൻ എന്ന നിലയിൽ ചട്ടമ്പി സ്വാമികളെ നമുക്ക് പൊതുവിൽ അറിയാവുന്നതാണ്. എന്നാൽ സ്ത്രീ വിമോചന ആശയ ത്തിന്റെ വക്താവായ അദ്ദേഹത്തെ നമുക്ക് അത്ര പരിചിതമല്ല. ചട്ടമ്പി സ്വാമികളുടെ ഈ മുഖത്തെ അനാവരണം ചെയ്യുന്ന ചട്ടമ്പി സ്വാമികളും, സ്ത്രീ വിമോചനവും എന്ന ലേഖനവും ഇതിന്റെ സവിശേഷതയാണ്.

കേരളത്തിന്റെ നവോത്ഥാനത്തിന്റെ പതാകാവാഹകനായി അറിയപ്പെടുന്ന ശ്രീനാരായണ ഗുരുവിന്റെ മതങ്ങളോട്ടുള്ള സമീപനം രേഖപ്പെടുത്തുക വഴി ശ്രീനാരായണ ദർശനത്തെ മതരാഷ്ട്രവാദികളുടെ കീഴിൽ കൊണ്ടുവെക്കുന്ന രാഷ്ട്രീയത്തെ പ്രതിരോധിക്കുന്ന ഒന്നായി അത് മാറുന്നു. അവർണ്ണ വിഭാഗത്തിൽ നിന്ന് രൂപപ്പെട്ടുകയും പിന്നീട് മറ്റ് വിഭാഗങ്ങളിലേക്ക് വ്യാപിക്കുകയും ചെയ്ത നവോത്ഥാന മുന്നേറ്റത്തി ന്റെ സവിശേഷതകളെ ഈ പുസ്തകം പരിചയപ്പെടുത്തുന്നുണ്ട്.

നവോത്ഥാനത്തെ സാമ്പത്തികമായ സമരങ്ങളുമായി കണ്ണിചേ ർത്തുകൊണ്ട് മുന്നോട്ടുകൊണ്ടുപോയതാണ് അയ്യങ്കാളിയുടെ സവി ശേഷതയെന്ന് വ്യക്തമായും ദിനേശൻ ഈ പുസ്തകത്തിൽ നിരീക്ഷി ക്കുന്നുണ്ട്. സാമൂഹ്യ നീതിയേയും, വർഗ്ഗ രാഷ്ട്രീയത്തേയും യോജിപ്പിച്ച് മുന്നോട്ടുപോകേണ്ടതിന്റെ പ്രാധാന്യം ഓർമ്മപ്പെടുത്തുന്ന എന്നതും ഇതിന്റെ സവിശേഷതയാണ്.

ഹിന്ദു മതത്തിന്റെ സംരക്ഷകർ എന്ന പേരിൽ മതരാഷ്ട്ര വാദങ്ങൾ ഉയർന്നുവന്നു കൊണ്ടിരിക്കുന്ന വർത്തമാനകാലത്ത് ഹിന്ദുമതത്തിന്റെ സവിശേഷതകളെ സംബന്ധിച്ച് സ്വാമി വിവേകാനന്ദൻ മുന്നോട്ടുവെച്ച ആശയങ്ങളെ അറിയുകയെന്നത് പ്രധാനമാണ്. ഹിന്ദുവും,ഹിന്ദുത്വവും എങ്ങനെ വ്യത്യാസപ്പെട്ടിരിക്കുന്നുവെന്ന് ചിക്കാഗോ പ്രസംഗത്തെ അടിസ്ഥാനപ്പെടുത്തിക്കൊണ്ട് ദിനേശൻ ഇതിൽ വിശദീകരിക്കുന്നുണ്ട്. വർത്തമാനകാല രാഷ്ട്രീയ പ്രശ്നങ്ങളിലുള്ള ശരിയായ ഇടപെടലായി ഇത് മാറുന്നുണ്ട്.

ഇന്ത്യയിലെ ശാസ്ത്ര വികാസത്തെ തടസ്സപ്പെടുത്തിയത് മുസ്ലീം മതവിശ്വാസികളായ രാജാക്കന്മാരാണ് എന്ന പ്രചരണം നടന്നുകൊ ണ്ടിരിക്കുന്നുണ്ട്. അതേപോലെ തന്നെ പ്രാചീന ഇന്ത്യയിൽ ആധുനിക കാലത്തെ വെല്ലുന്ന ശാസ്ത്ര വികാസം ഉണ്ടായിരുന്നുവെന്ന തരത്തില ുള്ള പ്രബന്ധങ്ങൾ പോലും വന്നുകൊണ്ടിരിക്കുന്നുണ്ട്. ഈ കാലഘട്ട ത്തിൽ പ്രാചീന ഇന്ത്യയിലെ ശാസ്ത്ര വികാസം എന്തായിരുന്നുവെന്നും, അത് വികസിക്കാതെ പോയതിന്റെ കാരണങ്ങളും അക്കമിട്ടുകൊണ്ട്

തന്നെ ഈ പുസ്തകത്തിൽ രേഖപ്പെടുത്തുന്നുണ്ട്. ഇന്ത്യയുടെ ശാസ്ത്ര പാരമ്പര്യത്തിന്റെ ശക്തി ദൗർബല്യങ്ങളെ ശരിയായ രീതിയിൽ അത് വിശകലനം ചെയ്യുന്നു. നവോത്ഥാനത്തോട് വ്യത്യസ്ത രാഷ്ട്രീയ കാഴ്ചപ്പാടുകളുള്ളവർ വ്യത്യസ്ത രീതിയിലാണ് പ്രതികരിച്ചിട്ടുള്ളത്. കേര ളത്തിലെ നവോത്ഥാന പ്രസ്ഥാനങ്ങളോട് ഇടതുപക്ഷം സ്വീകരിച്ച സമീപനങ്ങളെ പരിചയപ്പെടുത്തുന്ന നവോത്ഥാനവും, ഇടതുപക്ഷ ധാരകളുമെന്ന ലേഖനം ഈ രംഗത്തെ ഇടതുപക്ഷത്തിന്റെ സംഭാവ നകളെ ശരിയായ രീതിയിൽ വിശകലനം ചെയ്യുന്നുണ്ട്. നവോത്ഥാന രംഗത്ത് വ്യത്യസ്തമായ നിരവധി ധാരകളും, അതിനെ പ്രതിനിധീകരിച്ച കൊണ്ട് അതിന്റെ നേതാക്കളും രംഗത്ത് വന്നിരുന്നു. അത്തരത്തിലുള്ള സവിശേഷ വ്യക്തിത്വങ്ങളെ ഈ പുസ്തകം പരിചയപ്പെടുത്തുന്നുണ്ട്. അവയുടെ സവിശേഷമായ രീതികളെ വിവരിക്കുകയും ചെയ്യുന്നു. ഇത്ത രത്തിൽ ആറാട്ടുപുഴ വേലായുധപ്പണിക്കർ നവോത്ഥാന ആശയങ്ങളെ ഉൾക്കൊള്ളുകയും, അതിന്റെ അടിസ്ഥാനത്തിൽ ശക്തമായ ചെറുത്ത് നിൽപ്പ് ഉയർത്തിക്കൊണ്ടുവരികയും ചെയ്യുന്ന രീതിയാണ് സ്വീകരിച്ചത്. അത് ഈ പുസ്തകത്തിൽ വിശദമായി പ്രതിപാദിക്കുന്നുണ്ട്.

വടക്കേ മലബാറിലെ നവോത്ഥാന പ്രസ്ഥാനത്തിന്റെ ഉത്തരവാ ദിത്വങ്ങൾ നിർവ്വഹിച്ചത് പൊതുവിൽ കർഷക-തൊഴിലാളി പ്രസ്ഥാന ങ്ങളാണ്. അത്തരം പ്രസ്ഥാനങ്ങളിലേക്ക് നിരവധി വ്യക്തിത്വങ്ങളെ കൊണ്ടുവരുന്നതിന് ഉതകുന്ന ആശയ അടിത്തറ അവിടെ ഉണ്ടായി രുന്നു. അത്തരത്തിലുള്ള നവോത്ഥാന നായകനായ വാഗ്ഭടാനന്ദന്റെ സവിശേഷതകളെ ഇതിൽ രേഖപ്പെടുത്തുന്നുണ്ട്. വാഗ്ഭടാനന്ദന്റെ ആശയങ്ങളെ രൂപപ്പെടുത്തുന്നതിൽ പ്രധാന പങ്കുവഹിച്ച ഒരാൾ ബ്ര ഫ്മാനന്ദ ശിവയോഗിയായിരുന്നു. യോഗയുടെ കാഴ്ചപ്പാടിലൂടെ അന്ധവി ശ്വാസങ്ങളേയും, അനാചാരങ്ങളേയും വെല്ലുവിളിക്കുന്ന അദ്ദേഹത്തിന്റെ രീതിയെക്കുറിച്ചും ഇതിലെ ലേഖനം ഓർമ്മപ്പെടുത്തുന്നുണ്ട്. സാമൂഹ്യ നീതി എല്ലാ വിശ്വാസികൾക്കും ഉറപ്പുവരുത്തുന്നതിനുവേണ്ടിയുള്ള ഇടപെടലാണ് പൊയ്കയിൽ അപ്പച്ചൻ മുന്നോട്ടുവെച്ചത്. ആ ധാരയേയും ഇത് ഓർമ്മപ്പെടുത്തുന്നു.

നവോത്ഥാനം മുസ്ലീം സമൂഹത്തിനകത്തും വലിയ ചലനം ഉണ്ടാക്കി യിട്ടുണ്ട്. അത്തരം ചലനങ്ങളെ ഈ പുസ്തകം ഓർമ്മപ്പെടുത്തുന്നുണ്ട്. കേരളത്തിലെ നവോത്ഥാന മുന്നേറ്റത്തിൽ പ്രധാന പങ്കുവഹിച്ച വൈക്കം, ഗുരുവായൂർ, പാലിയം സത്യാഗ്രഹങ്ങളുടെ സവിശേഷ തകൾ ഈ പുസ്തകത്തിൽ മുന്നോട്ടുവെക്കുന്നുണ്ട്. പ്രാദേശികമായി ഇത്തരത്തിലുള്ള വിവിധ ഇടപെടലുകൾ നടന്നിട്ടുണ്ട്. വടകരയിലെ

ശിവാനന്ദ പരമഹംസർ നടത്തിയ ഇടപെടലുകളേയും ഇതിൽ ഓർമ്മ പ്പെടുത്തുന്നുണ്ട്.

ഈ പുസ്തകത്തിന്റെ പ്രധാനപ്പെട്ട മറ്റൊരു സവിശേഷത മഹാ ഭാരതത്തിന്റെ വിവധ സന്ദർഭങ്ങളെ കേന്ദ്രീകരിച്ചുകൊണ്ട് പല എഴുത്തുകാരും എഴുതിയ നോവലുകളേയും, കവിതകളേയും ഇതിൽ പരിചയപ്പെടുത്തുന്നുണ്ട് എന്നതാണ്. നവോത്ഥാന കാഴ്ചപ്പാടുകളെ സ്വാംശീകരിച്ചുകൊണ്ട് എഴുതപ്പെട്ട ഈ കൃതികളെ പരിചയപ്പെ ട്ടുത്തുന്നതുവഴി ഭൂതകാലത്തെ തെറ്റായ രീതിയിൽ വിശകലനം ചെയ്യുന്നതിനെതിരേയുള്ള പ്രതിരോധമായി മാറുക കൂടിയാണ് ഇത്. ഓരോ കാലഘട്ടത്തിന്റെ സവിശേഷതകൾ എങ്ങനെയാണ് നമ്മുടെ വിശ്വാസങ്ങളേയും, കാഴ്ചപ്പാടുകളേയും മാറ്റി മറിക്കുന്നത് എന്ന് തെളി യിക്കുന്ന കാഴ്ചപ്പാടുകളും ഈ പുസ്തകത്തിന്റെ സവിശേഷതയായി നിലനിൽക്കുന്നു. വ്യാസഭാരതം തൊട്ട് പ്രഭാവർമ്മയുടെ ശ്യാമമാധവം വരെ ഇത്തരം വിശകലനത്തിന് ഇതിൽ വിധേയമാക്കുന്നുണ്ട്. ഭക്തിക്ക കത്തെ നവോത്ഥാനങ്ങളെ പരിചയപ്പെടുത്തുന്ന നിരവധി ലേഖനങ്ങൾ ഇതിൽ ഉൾക്കൊള്ളുന്നുണ്ട്. നവോത്ഥാനം മത നിഷേധമല്ലെന്നും, മത നവീകരണത്തിന്റെ വഴികളിലൂടെ യാത്ര ചെയ്ത് മനുഷ്യരെ ആധുനികവ ൽക്കരിക്കാൻ നടത്തിയ ഇടപെടലാണെന്നുള്ള ഓർമ്മപ്പെടുത്തലാണ് ഇതിൽ ഉടനീളം ദൃശ്യമാകുന്നത്. കേരളത്തിലെ നവോത്ഥാന മുന്നേറ്റ ങ്ങളുടെ ഭാഗമായി വന്ന മാറ്റങ്ങളെ ഓർമ്മപ്പെടുത്തുന്ന അനുബന്ധവും മനുഷ്യരുടെ കൂട്ടായ്മ എങ്ങനെയാണ് ചരിത്രത്തെ മുന്നോട്ടേക്ക് നയി ക്കുന്നതെന്ന ഓർമ്മപ്പെടുത്തൽ കൂടിയാണ്.

നവോത്ഥാന മുന്നേറ്റങ്ങളേയും, അതിന്റെ സവിശേഷതകളേയും പുതിയ കാലത്തിന്റെ കാഴ്ചകളിൽ നിന്നുകൊണ്ട് കാണുന്ന പുസ്തക മാണ് പഴമയുടെ പുതുവായനകൾ. തീർച്ചയായും നമ്മുടെ നാട്ടിൽ ഉയർന്നുവന്ന നവോത്ഥാന മുന്നേറ്റങ്ങളുടെ സവിശേഷതകളെ പൊതുവിൽ ഇതിൽ പരിചയപ്പെടുത്തുന്നുണ്ട്. നവോത്ഥാനവും, ബഹുസ്വരതയുമെല്ലാം നമ്മുടെ ജീവിതത്തിന്റെ മുന്നോട്ടുള്ള പോക്കിന് എന്തുകൊണ്ട് പ്രധാനമായിത്തിരുന്നുവെന്ന ഓർമ്മപ്പെടുത്തൽ കൂടിയാ കുന്നു ഇത്. കേരളം ആധുനികവൽക്കരിക്കുന്നതിന് ഇടയായിത്തീർന്ന നവോത്ഥാന മുന്നേറ്റങ്ങളെ കൃത്യമായും വിശകലനം ചെയ്യുന്നുവെന്ന താണ് ഇതിന്റെ സവിശേഷത. അതുകൊണ്ട് തന്നെ കേരളത്തിന്റെ നവോത്ഥാനത്തെക്കുറിച്ച് ചിന്തിക്കുന്ന ഒരാൾക്കും മാറ്റി നിർത്താൻ പറ്റുന്നതല്ല ഈ പുസ്തകമെന്ന് നിസംശയം പറയാം.

എഴുത്തുകാരന്റെ കുറിപ്പ്

പഴമയുടെ പുതുവായനകൾ എന്നത് ഭൂതകാലത്തെ പുതിയ കാലത്ത് നിന്നുകൊണ്ട് സമീപിക്കുന്ന രീതിയെ അടി സ്ഥാനപ്പെടുത്തിയുള്ളതാണ്. നവോത്ഥാനം എന്നുള്ളത് ആധുനിക ജീവിതരീതികൾക്കനുസരിച്ച് നമ്മുടെ ആചാരങ്ങളേയും, വിശ്വാസ ങ്ങളേയും, കാഴ്ചപ്പാടുകളേയും രൂപപ്പെടുത്തുകയെന്ന ലക്ഷ്യത്തോടെ രൂപപ്പെട്ടിട്ടുള്ളതാണ്. അതിന്റെ അടിസ്ഥാനത്തിൽ ഭൂതകാലത്തെ പുതിയ കാഴ്ചപ്പാടുകളുടെ വെളിച്ചത്തിൽ വായിച്ചെടുക്കുകയെന്ന രീതിയാണ് സ്വീകരിക്കുന്നത്.

കേരളീയ സമൂഹത്തിൽ നവോത്ഥാനം എങ്ങനെ പ്രവർത്തിച്ച വെന്നും, അതിന്റെ അടിസ്ഥാനത്തിൽ പുതിയ വായനകൾ എങ്ങനെ രൂപപ്പെട്ടുവെന്നും വിശദീകരിക്കുന്നതാണ്. ഇതിലെ ലേഖനങ്ങൾ. കേരളത്തിൽ നവോത്ഥാന മുന്നേറ്റത്തിനെതിരായുള്ള പുനരുദ്ധാരണ ശക്തികളുടെ ഇടപെടലുകളെ പ്രതിരോധിക്കുന്നതിനായി വിവിധ ഘട്ടങ്ങളിൽ എഴുതിയിട്ടുള്ളവയും ഇതിലുണ്ട്. പൊതുവേ പറയുകയാ ണെങ്കിൽ കേരളത്തിന്റെ നവോത്ഥാനം എങ്ങനെ പ്രവർത്തിച്ചുവെന്ന് വ്യക്തമാക്കാനുള്ള ശ്രമമാണ് ഈ പുസ്തകത്തിൽ നടത്തുന്നത്.

ഭൂതകാലത്തെ വായിച്ചെടുക്കേണ്ടതിന്റെ പ്രധാന്യത്തെ സംബ സ്ധിച്ച് പി ഗോവിന്ദപിള്ള മഹാഭാരതമെന്ന മഹാ പ്രസ്ഥാനത്തിൽ നിർദ്ദേശിച്ച കാര്യങ്ങളാണ് ചില ലേഖനങ്ങൾക്ക് പ്രചോദനമായത്. യൂറോപ്പിലെ ഇതിഹാസങ്ങളൊന്നും തന്നെ അവിടത്തെ രാഷ്ട്രീയ മാറ്റത്തിന് ഇന്ന് കാരണമായിത്തീരാറില്ല. എന്നാൽ ഇന്ത്യയിലെ ഇതിഹാസങ്ങൾ രാഷ്ട്രീയ മാറ്റത്തിന് കാരണമായിത്തീർന്നിട്ടുണ്ട്. അതുകൊണ്ട് തന്നെ ഇവയെ സംബന്ധിച്ച് പഠിക്കുകയും, പുതിയ കാല ത്തിന്റെ കാഴ്ചകളിൽ നിന്നുകൊണ്ട് അവയെ വായിക്കുകയുമെന്നത്

പ്രധാനമായിത്തീരുകയാണ്. അതിന്റെ അടിസ്ഥാനത്തിൽ മഹാഭാര തത്തെ വ്യത്യസ്ത രീതികളിൽ വായിച്ചവയെ പരിചയപ്പെടുത്തുകയാണ് ചെയ്തിട്ടുള്ളത്. കാലത്തിന്റെ മാറ്റങ്ങൾക്കനുസരിച്ച് ആചാരങ്ങളിലും, വിശ്വാസങ്ങളിലും മാത്രമല്ല ദേവതാ സങ്കൽപങ്ങളിൽ തന്നെ മാറ്റങ്ങൾ വരുന്നുണ്ട്. കൃഷ്ണൻ സങ്കൽപം ഓരോ കാലഘട്ടത്തിലൂടെ കടന്നുപോ കുമ്പോഴും വരുന്ന മാറ്റങ്ങളെ സംബന്ധിച്ച് പരിശോധിക്കുകയെന്നത് ആവശ്യമാണെന്ന് തോന്നി. അതിന്റെ പശ്ചാത്തലത്തിലാണ് കൃഷ്ണ സങ്കൽപം കാലത്തിലൂടെയെന്ന ലേഖനത്തിന് പ്രചോദനമായത്.

സാഹിത്യത്തിലും, ഭക്തിയിലും തുടങ്ങി ജീവിതത്തിന്റെ എല്ലാ മണ്ഡലങ്ങളിലും നവോത്ഥാന ചിന്തകൾ സ്വാധീനം ചെലുത്തുന്നുണ്ട് എന്ന യാഥാർത്ഥ്യം മുന്നോട്ടുവെക്കുന്നതിനാണ് സാഹിത്യ ചിന്തയിലെ നവോത്ഥാനത്തെ സംബന്ധിച്ച് എഴുതിയിട്ടുള്ളത്.

കേരളത്തിലെ നവോത്ഥാന ചരിത്രം പരിശോധിച്ചാൽ ആശയ തലത്തിൽ മാത്രമല്ല ശക്തമായ പ്രക്ഷോഭങ്ങളുടേയും, പോരാട്ടങ്ങ ളുടേയും ചരിത്രം ഉണ്ടെന്ന് തിരിച്ചറിയപ്പെടേണ്ട ഒരു കാലമാണിത്. അത്തരം പ്രക്ഷോഭങ്ങളും, അതിന്റെ കാരണങ്ങളും എഴുതിയതിന് കാരണം ഇതാണ്. നവോത്ഥാനമെന്നത് ഹിന്ദുമതത്തിൽ മാത്രം രൂപപ്പെട്ടുവന്ന ഒന്നല്ല. മറിച്ച് എല്ലാ ജനവിഭാഗങ്ങളിലും ഏറിയും കുറഞ്ഞും അവ ഉണ്ടായിരുന്നുവെന്ന ഓർമ്മപ്പെടുത്തലും വ്യക്തമാ ക്കാൻ കൂടിയാണ് മുസ്ലീങ്ങളിലെ നവോത്ഥാന മുന്നേറ്റമെന്ന ഭാഗം രേഖപ്പെടുത്തിയിട്ടുള്ളത്.

നവോത്ഥാനത്തിന്റെ ധാരകൾ വ്യത്യസ്ത രീതിയിലുള്ളതായിരുന്നു. അത്തരം വ്യത്യസ്തതകളെ പരിചയപ്പെടുത്തൽ വൈവിധ്യങ്ങളുടെ ലോകം തിരിച്ചറിയാൻ അനിവാര്യമാണെന്ന ബോധ്യത്തിൽ നിന്നാണ് ചില സവിശേഷ ധാരകളെ പരിചയപ്പെടുത്തുന്നതിന് ശ്രമിച്ചിട്ടുള്ളത്. കേരളത്തിലെ നവോത്ഥാനം വന്ന വഴികളും, അവയോട് ഓരോ പ്രസ്ഥാനങ്ങളും സ്വീകരിച്ച സമീപനങ്ങളും മനസ്സിലാക്കേണ്ടത് പ്രധാ നമാണെന്ന് തോന്നിയതിനാൽ അവയെ എല്ലാം പരിചയപ്പെടുത്താൻ ശ്രമിച്ചിട്ടുണ്ട്. ഏംഗൽസിന്റെ പ്രകൃതിയുടെ വൈരുദ്ധ്യാത്മകത എന്ന പുസ്തകത്തിലാണ് നവോത്ഥനത്തെക്കുറിച്ച് എഴുതിയിട്ടുള്ളത്. അതിൽ ഇങ്ങനെ കുറിക്കുന്നുണ്ട്.

"ബൂർഷ്വാസിയുടെ ആധുനിക വാഴ്ചയ്ക്ക് അടിത്തറയിട്ടവരെ ബൂർഷ്വാ പരിമിതികൾ തൊട്ടുതീണ്ടിയിരുന്നില്ല. നേരെമറിച്ച്, ആ കാല ത്തിന്റെ സാഹസിക ഭാവം അവരെ വിവിധ തോളുകളിൽ ആവേശം

കൊള്ളിക്കുകയാണുണ്ടായത്."

നവോത്ഥനത്തെക്കുറിച്ചുള്ള അന്വേഷണങ്ങളിൽ ഈ കാഴ്ചയും പ്രസക്തമാണ്. ബൂർഷ്വാ നവോത്ഥനത്തിനപ്പുറമുള്ള അന്വേഷണങ്ങളിലേക്കുള്ള വഴി ഇത് തുറന്നുവെക്കുന്നുണ്ട്.

ഈ പുസ്തകത്തിന് ആമുഖമെഴുതിയിട്ടുള്ളത് കേരളത്തിന്റെ മുഖ്യമന്ത്രി കൂടിയായിട്ടുള്ള പിണറായി വിജയനാണ്. പാർട്ടിയിൽ പൂർണസമയ പ്രവർത്തകനാകണമെന്നും അത് എ. കെ. ജി സെന്റർ കേന്ദ്രീകരിച്ച് പ്രവർത്തിക്കണമെന്നും നിർദേശിച്ചത് അദ്ദേഹമായിരുന്നു. ആ മാറ്റമാണ് ഇത്തരമൊരു ലോകത്തിലേക്ക് എന്നെ എത്തിച്ചത്. അദ്ദേഹത്തിന്റെ ആമുഖമെന്നത് പൊതുവായ എഴുത്തുകൾക്കുള്ള അംഗീകാരവും പിന്തുണയുമാണെന്നും ഞാൻ തിരിച്ചറിയുന്നു. ആ പിന്തുണ ഇല്ലായിരുന്നു വെങ്കിൽ ഇത്തരമൊരു ലോകത്തേക്ക് ഒരിക്കലും എത്തിപ്പെടാൻ ആകല്ലായിരുന്നു. അദ്ദേഹത്തോടുള്ള ആദരവ് ഈ അവസരത്തിൽ രേഖപ്പെടുത്തട്ടെ.

പഴമയുടെ പുതുവായന എന്ന ഈ പുസ്തകത്തിലെ പല ലേഖനങ്ങളും നവമാധ്യമത്തിലെ ഇടപെടലിന്റെ ഭാഗമായിക്കൂടി രൂപപ്പെട്ടതിയതാണ്. അവയെ പലതിനും ചില മാറ്റങ്ങൾ വരുത്തി സമകാലീനവൽക്കരിച്ചുകൊണ്ടാണ് ഇതിൽ ഉൾപ്പെടുത്തിയിട്ടുള്ളത്. ഈ ലേഖനങ്ങൾ വിവിധ ഘട്ടങ്ങളിൽ തയ്യാറാക്കുന്നതിന് സഹായിച്ച പലരുമുണ്ട്. എന്നെ നവമാധ്യമത്തിലെ എഴുത്തിലേക്ക് നയിച്ചത് നായിബായിരുന്നു. ടൈപ്പ് സെറ്റ് ചെയ്യുന്നതിനുവേണ്ടി പ്രിയേഷിന്റെയും, അഖിലിന്റേയും സേവനങ്ങൾ ലഭ്യമായിട്ടുണ്ട്. ഈ പുസ്തകത്തിന്റെ ലേഔട്ട് തയ്യാറാക്കുന്നതിനും അവസാന മിനുക്ക് പണികൾക്കും ഒപ്പം നിന്ന ജാസ്മിനും ഈ പുസ്തകം പുറത്തിറക്കുന്നതിന് സഹായിച്ചിട്ടുണ്ട്.

കൂട്ടുകാരുടെ തുടർച്ചയായ നിർബന്ധം ഇത് പുറത്തിറങ്ങുന്നതിന് സഹായകമായിട്ടുണ്ട്. പുനരുദ്ധാരണ ശക്തികൾ മുന്നോട്ടുവെക്കുന്ന പിന്തിരിപ്പൻ ആചാരങ്ങളും, വിശ്വാസങ്ങളും പിടിമുറുക്കുന്ന വർത്തമാനകാലത്ത് പഴമയുടെ പുതുവായനക്ക് ഏറെ പ്രസക്തിയുണ്ട്. അത്തരമൊരു തിരിച്ചറിവിന്റെ അടിസ്ഥാനത്തിൽ എഴുതപ്പെട്ട ഈ ലേഖനങ്ങൾ വായനക്കാരുടെ മുന്നിൽ സമർപ്പിക്കുന്നു. തെറ്റുകൾ ചൂണ്ടിക്കാണിച്ചാൽ ഭാവിയിൽ തിരുത്താമെന്ന ഉറപ്പോടെ ....

പുത്തലത്ത് ദിനേശൻ

"ബൂർഷ്വാസിയുടെ ആധുനിക വാഴ്ചയ്ക്ക് അടിത്തറയിട്ടവരെ ബൂർഷ്വാ പരിമിതികൾ തൊട്ടുതീണ്ടിയിരുന്നില്ല. നേരെമറിച്ച്, ആ കാലത്തിന്റെ സാഹസിക ഭാവം അവരെ വിവിധ തോതുകളിൽ ആവേശം കൊള്ളിക്കുകയാണുണ്ടായത്." (എംഗൽസ്, `പ്രകൃതി യുടെ വൈരുധ്യാത്മകത')

കേരളീയ നവോത്ഥാനത്തെപ്പറ്റി

കേരളത്തിന്റെ സമൂഹ്യവ്യവസ്ഥയിൽ ഉയർന്നുവന്ന ആധുനിക വത്കരണത്തിന്റെ ആശയങ്ങളെന്ന നിലയിലാണ് നവോത്ഥാന പ്രസ്ഥാനങ്ങൾ രൂപപ്പെട്ടു വന്നത്. ഇത്തരം വളർച്ചയ്ക്ക് കാരണമാ യിത്തീർന്നത് നമ്മുടെ ഭൗതിക ഉത്പാദനത്തിൽ വന്ന മാറ്റങ്ങളുടെ അടിസ്ഥാനത്തിലാണ്.

പത്തൊമ്പതാം നൂറ്റാണ്ടിൽ കാർഷികരംഗത്തും, വ്യവസായവാ ണിജ്യ മേഖലകളിലും ഭൂവിനിയോഗരീതികളിലും വലിയ മാറ്റങ്ങൾ ഉണ്ടായി.. കൃഷിയുടെ വ്യാപകമായ വാണിജ്യവൽക്കരണം ഇതിൽ പ്രധാനപ്പെട്ടഒന്നായിരുന്നു.റോഡുകൾ, റെയിൽവേ, തോട്ടകൾ, തുറമു ഖങ്ങൾ എന്നിവയിലൂടെയുള്ള ക്രയവിക്രയങ്ങൾ സജീവമായി.

തോട്ടം മേഖലയിൽ രണ്ടുലക്ഷം തൊഴിലാളികളും തിരുവിതാംകൂർ സർക്കാരിന്റെ പൊതുമരാമത്ത് വകുപ്പിൽ മാത്രം പതിനായിരം സ്ഥിരം തൊഴിലാളി കളും ജോലിചെയ്യുന്ന നിലയിലൂർന്നു വന്നു.. ഇത്തരം മാറ്റ ങ്ങൾ നിലനിലുള്ള നാട്ടുവാഴിത്ത ഘടനയെ വെല്ലു വിളിച്ചു. ആധുനിക വിദ്യാഭായാസനം അത്ഴി രൂപപ്പെട്ട് ആശയങ്ങളും നിലനിലുള്ള പരിമിതികളിലേക്കയെമ ജനങ്ങളെ നയിച്ചു. അതിനാൽ നിലവിലുള്ള ജീവിത സമ്പ്രദായങ്ങൾക്ക് നേരെയുള്ള ആശയ സമരവും പ്രായോഗിക സമരങ്ങളുമായി അത് വികസിച്ചു.

പൊതുവായ ധാരയിൽ നിന്ന് ഒഴിവാക്കപ്പെട്ട ജനവിഭാഗങ്ങ ളുടെ തിർച്ചറിവിലേക്കും മുന്നേറ്റങ്ങളിലേക്കും അത് നയിച്ചു. സ്വന്തം

ശരീരത്തിന്മേലുള്ള അവകാശബോധത്തിലേക്ക് അത് വളർന്നു. മാറുമറയ്ക്കൽ സമരവും ഇരുമ്പുവള, കല്ലുമാല ബഹിഷ്കരണവും, മൂക്ക ത്തിസമരവും എല്ലാം ഇതിന്റെ ഭാഗമായിരുന്നു. പൊതു ഇടങ്ങളിൽ തങ്ങ്ളുടെ സ്ഥാനം അടയാളപ്പെടുത്താനുള്ള ഇടപെടലായും അത് വളർന്നു, ക്ഷേത്ര പ്രവേശനത്തിനും വഴിനടക്കാനുള്ള അവകാശ ത്തിനുവേണ്ടിയുള്ള സമരങ്ങൾ അതിന്റെ ഭാഗമായി ഉയർന്നു വന്നു. ആത്മീയ കാര്യങ്ങളിലും ഈ പ്രതിരോധം വളർന്നു വന്നു.അവർണരെ ന്ന് വിളിക്കപ്പെടുന്ന വിഭാഗത്തിൽ നിന്ന് ക്ഷേത്ര പ്രതിഷ്ഠകൾ ഉയർന്ന വന്നത് ഈ പശ്ചാത്തലത്തിലായിരുന്നു.ഈ മാറ്റങ്ങൾക്കനുസരിച്ച് നമ്മുടെ പരമ്പരാഗതമായ ചിന്തകളെയും പുതിയ കാഴ്ചപ്പാടിന്റെ അടി സ്ഥാനത്തിൽ വായിക്കുന്ന നിലയുണ്ടായി .അദ്വൈത വേദാന്തത്തെ പുതിയ കാഴ്ചയുടെ അടിസ്ഥാനത്തിൽ വ്യാഖ്യാനിച്ച ശ്രീ നാരായണ ഗുരു നവോത്ഥാനത്തിന്റെ പതാക വാഹകനായി.

ആധുനികമായ മാറ്റങ്ങൾ നമ്മുടെ കൂട്ടായ്മകളിലും മാറ്റങ്ങൾ സൃഷ്ടിച്ചു. ആധുനിക രാഷ്ട്രീയ പ്രസ്ഥാനങ്ങൾ രൂപം കൊണ്ടു.ദേശീയ പ്രസ്ഥാനം നവോത്ഥാന ആശയങ്ങളെ മുന്നോട്ട് വെച്ചു. കർഷക പ്രസ്ഥാനവും തൊഴിലാളി പ്രസ്ഥാനവും തുടർന്ന് ഈ മുദ്രാവാക്യങ്ങൾ ഏറ്റെടുത്ത് മുന്നോട്ട് വന്നു.ആധുനിക കേരളത്തിന്റെ സാംസ്കാരികമായ മുന്നേറ്റ ങ്ങൾ രൂപപ്പെടുന്നത് ഈ പശ്ചാത്തലത്തിലാണ്.

നവോത്ഥാനത്തെ കുറിച്ച് പ്രകൃതിയുടെ വൈരുധ്യായാത്മകത എന്ന പുസ്തകത്തിൽ എംഗൽസ് യൂറോപ്യൻ നവോത്ഥാനത്തെ വിലയിരുത്തിയ രീതിക്ക സമാനമായാണ് ഇവിടെയും ഇത് വളർന്നു വന്നത് . എംഗൽസ് പറയുന്നത് . നവോത്ഥാനത്തിന തുടർച്ചയായി അത് കലാപകാരികളായ കർഷകരെ അരങ്ങത്ത് കൊണ്ടുവരികയും ചെങ്കൊടി കൈയിലും ഉൽപ്പാദനം പൊതു ഉടമയിലാക്കണമെന്ന ആവശ്യം മുന്നോട്ടവയ്ക്കണമെന്ന ആധുനിക തൊഴിലാളിവർഗത്തി ന്റെ ഇടക്കക്കാരെക്കൂടി അവരുടെ പിന്നാലെ രംഗത്തിറക്കി എന്നാണ്. കേരളത്തിലെ നവോത്ഥാനത്തെ വിലയിരുത്തുമ്പോൾ ഈ രീതി തന്നെ കാണാവുന്നതാണ്. കേരളത്തിന്റെ നവോത്ഥാന മുന്നേറ്റം രൂപപ്പെടുത്തുന്നതിൽ വിവിധ തരത്തിലുള്ള ഇടപെടൽ ഉണ്ടായിട്ടുണ്ട് എന്നയും കാണാവുന്നതാണ്.

കേരളത്തിന്റെ നവോത്ഥാന മുന്നേറ്റം രൂപപ്പെടുത്തുന്നതിന് ഇവിടെ നിലനില്ലുള്ള ബോധത്തെ മലസ്തിലാക്കി ഇടപെടുക എന്നത് പ്രധാ നമാണ്. ഈ കാഴ്ചപ്പാടായിരുന്ന കേരളത്തെ ഭ്രാന്താലയം എന്ന്

വിശേഷിപ്പിച്ചസ്വാമി വിവേകാനന്ദൻ മുന്നോട്ട് വെച്ചത്.ഒരു നല്ല സന്യാസിയെ കണ്ടുപിടിച്ച്, അദ്ദേഹത്തെ കേന്ദ്രമാക്കി അയിത്തം മുതലായ അനാചാരങ്ങൾക്കെതിരായി പ്രക്ഷോഭം നടത്തണമെന്ന അഭിപ്രായം ഡോ.പൽപ്പവുമായുള്ള സംഭാഷണത്തിൽ അദ്ദേഹം അഭിപ്രായപ്പെട്ടതായി ഭാസ്കരനുണ്ണി പത്തൊമ്പതാം നൂറ്റാണ്ടിലെ കേരളം എന്ന പുസ്തകത്തിൽ പറയുന്നുണ്ട്. വസ്തുതകൾ എന്തായാലും കേരളത്തിൽ   ശ്രീ നാരായണ ഗുരുവിന്റെ നേതൃത്വത്തിൽ നടന്ന നവോത്ഥന മുന്നേറ്റങ്ങളിൽ നിന്ന് മാറ്റിനിർത്താനാകുന്നതല്ല ഡോക്ടർ പൽപ്പവിന്റെ ഇടപെടലുകൾ.

ഇന്ത്യയുടെ രാഷ്ട്രീയ രംഗത്തേക്ക് ഇറങ്ങാൻ പുറപ്പെട്ട ഗാന്ധി ജിക്ക് ഗോപാല കൃഷ്ണ ഗോഖലെ നല്ലിയ ഉപദേശം പ്രസിദ്ധമാണ്. നാടിനെക്കുറിച്ച് ആദ്യം മനസ്സിലാക്കണം അങ്ങനെയാണ് ഗാന്ധിജി ഇന്ത്യ മുഴുവൻ സന്ദർശിക്കുന്നത് ആ സന്ദർശനത്തിലാണ് ഇന്ത്യയുടെ ആത്മാവ് ഗ്രാമങ്ങളിലാണെന്ന തിരിച്ചറിവിലേക്ക് അദ്ദേഹം എത്തിച്ചേ രുന്നത്. ഗ്രാമീണ കർഷകന്റെ വേഷത്തിലേക്ക് അദ്ദേഹം മാറുന്നതും അങ്ങനെയാണ്. ജനങ്ങളുടെ ബോധത്തെ മനസ്സിലാക്കിക്കൊണ്ട് അതിലിടപ്പെട്ടുമ്പോഴേ സാമൂഹ്യ മുന്നേറ്റങ്ങൾ സാധ്യമാവുകയുള്ളൂ. ഓരോ സ്ഥലത്തെയും കാലത്തെയും മനസ്സിലാക്കിക്കൊണ്ടുവേണം മാർക്സിസം പ്രയോഗിക്കാൻ എന്നു പറയുന്നതും ഇത്തരം സമീപനത്തി ന്റെ ഭാഗം തന്നെയാണ്.

നവോത്ഥാനം:
സർവതലസ്പർശി

തിരുവനന്തപുരം സെക്രട്ടറിയേറ്റിന് മുന്നിലെ ബസ്സ്റ്റോപ്പിന് സ്റ്റാച്യൂ എന്നാണ് പറയുന്നത്. ഈ പേര് അതിന് ലഭിച്ചത് രാജാ സർ. ടി. മാധവരായരുടെ ഒരു പ്രതിമ അവിടെ ഉള്ളതുകൊ ണ്ടാണ്. അദ്ദേഹമാവട്ടെ തിരുവിതാംകൂറിലെ ദിവാനാകുന്നതിനുമുമ്പ് മധ്യപ്രദേശിലെ ഇൻഡോറിലെ ദിവാനായിരുന്നു. അക്കാലത്തെ വൈസ്രോയിയായിരുന്ന നോർത്ത് ബ്ലോക്ക് പ്രഭ ഇംഗ്ലണ്ടിലേക്ക് വിനോദയാത്രക്കായി അദ്ദേഹത്തെ ക്ഷണിച്ചു. ഇക്കാര്യം സൂചി പ്പിച്ചുകൊണ്ട് വൈസ്രോയി മാധവരായർക്ക് കത്തയച്ചു. അതിന് അദ്ദേഹം നൽകിയ മറുപടി ഇതായിരുന്നു.

"ഇംഗ്ലണ്ടിൽ ഞാൻ ചെല്ലണം എന്നും മറ്റും എഴുതിയിട്ടുള്ള പത്രത്തി ന്റെ സന്ദർശനമാത്രത്താൽ ഞാൻ അത്യന്തം ആനന്ദഭുന്ദിലനായിരി ക്കുന്നു. എന്നാൽ മതസംബന്ധങ്ങളായ ചില നിബന്ധനകളാൽ ഞാൻ ദൃഢമാകും വണ്ണം ബന്ധിതനായും ഭവിച്ചിരിക്കുന്നു. അവയെ ലംഘിക്ക ന്നതിന് എനിക്ക് തീരെ മനസ് വരുന്നില്ല - അപേക്ഷയെ സാധിക്കാൻ പാടില്ലാതെ വന്നിരിക്കുന്നതിനെപ്പറ്റി ഞാൻ വളരെ വ്യസനിക്കുന്നു."

ദിവാനായിരുന്നിട്ടും രാജ്യം വിട്ട് പുറത്തുപോകാൻ ആഗ്രഹമുണ്ടായി രുന്നിട്ടും മതപരമായ ആചാരങ്ങളാൽ ആ യാത്ര അസാധ്യമായി തീരു കയായിരുന്നു. നവോത്ഥാനമുന്നേറ്റങ്ങൾ ഇത്തരം ആശയഗതികളെ പിഴുതെറിഞ്ഞുകൊണ്ടാണ് ഇത്തരക്കാർക്ക് പോലും രാജ്യം വിട്ട്

പുറത്തുപോകാനുള്ള സാഹചര്യമൊരുങ്ങിയത്. ഇന്ന് വിദേശങ്ങളിൽ ജോലി ചെയ്ത് യാഥാസ്ഥിതികമായ ചിന്താഗതികളെ പിന്തുണക്കാൻ പാടുപെടുന്നവരിൽ പലരും ഇത്തരം മാറ്റത്തിന്റെ ഫലമായാണ് ഇന്നത്തെ അവസ്ഥയിൽ എത്തിയിരിക്കുന്നത്.

പഴയകാലത്ത് കടത്തനാട്ടെ നായർ സ്ത്രീകൾ കോഴിക്കോടിനിപ്പറ മുള്ള കോരപ്പുഴ കടന്നാൽ ഭ്രഷ്ടമായിമാറുന്ന സമ്പ്രദായം ഉണ്ടായിരുന്നു. അതായത് കോഴിക്കോട്ടേക്ക് പോലും എത്തിച്ചേരാൻ പറ്റാത്ത നീതി യായിരുന്നു അക്കാലത്തുണ്ടായിരുന്നത്. അതായത് ആ നിയമമുണ്ടാ യിരുന്നെങ്കിൽ അത്തരം സ്ത്രീകൾക്ക് ഗുരുവായൂരും ശബരിമലയുമെല്ലാം എത്ര പ്രായമായാലും ഇന്നും അപ്രാപ്യമായിത്തന്നെ നിലനിന്നേനെ.

നമ്പൂതിരിമാർ നായർ സ്ത്രീകളുമായി സംബന്ധം ചെയ്യുക എന്ന സമ്പ്രദായമായിരുന്നു പഴയകാലത്തുണ്ടായിരുന്നത്. അത്തരം നീതി ഇന്നു നിലനിന്നിരുന്നുവെങ്കിൽ നമ്പൂതിരിമാരെ വിവാഹം ചെയ്ത് നായർ സ്ത്രീകൾക്ക് ഇന്നത്തെ പോലെ ജീവിക്കാൻ കഴിയുമായിരുന്നില്ല എന്നോർക്കണം. അതിൽ പിറക്കുന്ന കുട്ടികൾക്ക് അച്ഛന്റെ സ്വത്തിൽ അവകാശം പോലും ഉണ്ടാകുമായിരുന്നില്ല. ഇന്ന് സമരമുഖത്ത് നിലയു റപ്പിക്കുന്ന പലർക്കും അവർ അനുഭവിക്കുന്ന സ്വാതന്ത്ര്യം ലഭ്യമാക്കാൻ ഇടയായത് നവോത്ഥാന ചിന്തകൾ ഉയർത്തിപ്പിടിച്ചുകൊണ്ട് നടന്ന പോരാട്ടമായിരുന്നുവെന്ന കാര്യവും വിസ്മരിക്കാൻ കഴിയുന്നതല്ല. നായർ സ്ത്രീകളിൽ നമ്പൂതിരിമാർക്കുണ്ടാകുന്ന സന്തതിയെ സ്പർശിച്ചാൽ തന്നെ അയിത്തമായിരുന്നു. അതായത് മക്കൾ അച്ഛനെ തൊട്ടാൽ അയിത്തമാകുന്ന കാലമായിരുന്നു അത്. അഗ്നിസാക്ഷി എന്ന നോവൽ ഇത്തരം സംഭവങ്ങളുടെ വൈകാരിക ഭാവങ്ങളെ അനുഭവിപ്പിക്കുന്നുണ്ട്.

സ്വന്തം മക്കൾക്ക് അച്ഛന്റെ മരണാനന്തര ചടങ്ങുകൾ പോലും നടത്താൻ കഴിയാതെ മാറിനിൽക്കേണ്ടിവന്ന ഒരു ഭൂതകാലം കേര ളത്തിലുണ്ടായിരുന്നു. അതിനെയെല്ലാം മറികടന്നത് നവോത്ഥാനമു ന്നേറ്റത്തിന്റെ ഭാഗമായിരുന്നു. അടുക്കളയിൽ നിന്ന് അരങ്ങത്തേക്ക് എന്ന നാടകം നമ്പൂതിരി സമുദായത്തിനകത്ത് ഉയർത്തിയ കലാപവും അതുൽപ്പാദിപ്പിച്ച നവോത്ഥാന ചിന്തകൾ ആ സമുദായത്തെ മാറ്റിമ റിച്ചതും ചരിത്രത്തിന്റെ ഭാഗമാണ്.

നമ്പൂതിരി സമുദായം നായർ വിഭാഗത്തിനോട് കാണിക്കുന്ന അടി മത്തത്തിന്റെ കാഴ്ചകളിലും അതിന് കീഴടങ്ങുന്ന മനോഭാവത്തിലും രോഷാകുലനായിരുന്നു മന്നത്തുപത്മനാഭൻ. അക്കാലത്തെ ഈ അടിമഭാവത്തെ വെല്ലുവിളിച്ചുകൊണ്ടാണ് മന്നത്ത് പത്മനാഭൻ എന്ന

സാമൂഹ്യ പരിഷ്കർത്താവ് രൂപപ്പെട്ടുതന്നെ. അക്കാലത്തെ സ്ഥിതി യെപ്പറ്റി മന്നത്ത് പത്മനാഭൻ ഇങ്ങനെ എഴുതുന്നുണ്ട്: "അക്ഷരാഭ്യാസം സിദ്ധിക്കാത്ത നിർദ്ധനനായ ഒരു ഉണ്ണിനമ്പൂതിരി സർ. സി. ശങ്കരൻനാ യരെ കണ്ടാലും എഴുന്നേൽക്കണമെന്ന് ശങ്കിക്കുന്നില്ല. വെറും ഒരു നമ്പൂതിരിയെ കണ്ടാൽ ശങ്കരൻ നായർക്കായാലും ഇരിപ്പറയ്ക്കമെന്ന് തോന്നുന്നില്ല." ഇങ്ങനെ ഉടമയായി നിൽക്കുന്ന ബ്രാഹ്മണ മനോ ഭാവത്തെയും സ്വയം അടിമത്തമേറ്റവാങ്ങുന്ന അക്കാലത്തെ നായർ വിഭാഗങ്ങളുടെ ചിന്തയ്ക്കെതിരെയും പോരടിച്ചുകൊണ്ടാണ് മന്നത്ത് പത്മനാഭൻ മുന്നോട്ടുപോയത് എന്നും ചരിത്രം രേഖപ്പെടുത്തുന്നുണ്ട്.

കഴിഞ്ഞ നൂറ്റാണ്ടിൽ കോഴിക്കോട് നടന്ന ഒരു സംഭവം 'പത്തൊമ്പ താം നൂറ്റാണ്ടിലെ കേരളത്തിൽ' എന്ന പുസ്തകത്തിൽ പി. ഭാസ്കരനുണ്ണി എടുത്തുചേർക്കുന്നുണ്ട്. മാങ്കാവിൽ വെച്ച് ശ്രീ.പി.സി. ചെറിയനജ ൻരാജ നമ്പൂതിരിമാരും തമ്പ്രാന്മാരും കാൺകെ നായർ വാല്യക്കാരൻ കൊണ്ടുവന്ന കിണ്ടിയിലെ വെള്ളം കുടിച്ചവത്രെ. നായർ തൊട്ട വെള്ളം സാമന്തൻ കുടിച്ചത് വലിയ പ്രക്ഷോഭമാവുകയും രാജയെ ക്ഷേത്രവി രോധം ചെയ്യുകയും ചെയ്തു.

പ്രായശ്ചിത്തമൊട്ടും ചെയ്യാൻ അദ്ദേഹം തയ്യാറായില്ല. ബലമായി ക്ഷേത്രത്തിൽ കയറാൻ ചെന്ന ചെറിയനജൻ രാജയെ മറ്റുള്ളവർ തടഞ്ഞു. കോപാകുലനായ രാജ തമ്പുരാക്കന്മാരെ പ്രതിചേർത്ത് കോഴിക്കോട് മുൻസിഫ് കോടതിയിൽ കേസുകൊട്ടു. നായർ തൊട്ട ജലം കുടിച്ചാൽ സാമന്തന് ഭ്രഷ്ടുണ്ടോ ഇല്ലയോ എന്നതായിരുന്ന വാദം. ഈ കേസാണ് പിൽക്കാലത്ത് പ്രസിദ്ധമായ 'വെള്ളംകുടി കേസ്.' അക്കാലത്തെ സവർണ്ണ വിഭാഗത്തിനിടയിലും നിലനിന്ന ഇത്തരം അടിച്ചമർത്തലുകളെയും അപമാനവീകരണത്തിന്റെ കാഴ്ചകളെയും വഴുതിമാറ്റി അവരെയെല്ലാം ആധുനിക ജീവിതത്തിലേക്ക് നയിച്ചത് നവോത്ഥാന ചിന്തകളും അതിനു നേതൃത്വം കൊടുത്ത മുന്നേറ്റങ്ങളുമാ യിരുന്നു. അല്ലാതെ ആചാരങ്ങളെ കെട്ടിപ്പിടിച്ച് കിടന്നതുകൊണ്ടായി രുന്നില്ല.

ആചാരങ്ങൾമാറ്റാൻ പറ്റാത്തതാണെന്ന് പറയുന്നവർ ഇത്തരം സമ്പ്രദായങ്ങൾ മാറിയിട്ടാണ് നാം ഇവിടെ എത്തിയതെന്ന് ഓർക്ക നില്ല. അവർ ഓർത്തില്ലെങ്കിലും ചരിത്രത്തിൽ അങ്ങനെ ചിലതുണ്ടാ യിരുന്നുവെന്ന് ഓർമ്മിപ്പിക്കാതിരിക്കാൻ പറ്റില്ലല്ലോ?

നവോത്ഥാനവും
സ്ത്രീ ജീവിതത്തിലെ മാറ്റങ്ങളും

നവോത്ഥാന മുന്നേറ്റം കേരളത്തിലെ സ്ത്രീകൾക്കിടയിൽ വലിയ ചലനങ്ങളാണ് സൃഷ്ടിച്ചത്. ജാതീയമായ അടിമത്തത്തിന്റെ ഭാഗമായാണ് അവർണ്ണർ എന്ന് വിളിക്കപ്പെടുന്ന സ്ത്രീകൾ പ്രധാന മായും അടിച്ചമർത്തലിന് വിധേയമായത്.

ചാന്നാർ ലഹളയും കല്ലുമാല സമരവുമെല്ലാം ജാതി ആധിപത്യങ്ങ ൾക്കെതിരെ ഉയർന്നുവന്ന ചെറുത്തുനിൽപ്പായിരുന്നു. മാറുമറയ്ക്കാനുള്ള അവകാശത്തിനുവേണ്ടിയുള്ള പ്രക്ഷോഭമായിരുന്നു ചാന്നാർ ലഹള. എന്നാൽ ജാതീയമായ അടിമത്തത്തിന്റെ അടയാളമായി കല്ലുമാല ധരിക്കണമെന്ന അനീതിക്കെതിരായുള്ള സമരമായിരുന്നു അയ്യങ്കാളി യുടെ നേതൃത്വത്തിൽ നടന്ന കല്ലുമാല ബഹിഷ്കരണ സമരം. ഈഴവ വിഭാഗങ്ങൾ നെയ്തിരുന്ന അച്ചിപ്പടവ ഈഴവ സ്ത്രീകൾക്ക് ഉടുക്കാൻ അവകാശമുണ്ടായിരുന്നില്ല. ഇത് ഈഴവ സ്ത്രീയെ ധരിപ്പിച്ചുകൊണ്ട് പരസ്യമായി നടത്തിച്ചതിനാണ് ആറാട്ടുപുഴ വേലായുധ പണിക്കർക്ക് രക്തസാക്ഷിത്വം തന്നെ വരിക്കേണ്ടിവന്നത്. മാത്രമല്ല, ജാതീയമായ ആധിപത്യത്തിന്റെ അടിസ്ഥാനത്തിൽ ലൈംഗികമായ അതിക്രമങ്ങ ളെയും സ്ത്രീകൾക്ക് നേരിടേണ്ടിവന്നിരുന്നു.

എന്നാൽ സവർണ്ണർ എന്ന് വിളിക്കപ്പെടുന്ന വിഭാഗങ്ങൾക്കിട യിലെ സ്ത്രീകളാവട്ടെ അകത്തളങ്ങളിൽ തന്നെ എരിഞ്ഞടങ്ങുകയായി രുന്നു. കീഴാള വിഭാഗങ്ങളിൽ നിന്ന് ഉയർന്നുവന്ന നവോത്ഥാനം ആ

ജീവിതങ്ങളെയും ആധുനിക ലോകത്തേക്ക് കൈപിടിച്ചയർത്തുകയാ
യിരുന്നു.

1905 ലെ പ്രസിദ്ധമായ താത്രിക്കുട്ടിയുടെ സ്മാർത്തവിചാരം സൃഷ്ടിച്ച
ഓളങ്ങളിലായിരുന്നു നമ്പൂതിരി സമുദായം നിലനിന്നിരുന്നത്. കേരള
ത്തിലെ നമ്പൂതിരിമാരുടെ കുടുംബഘടന സ്ത്രീകളുടെ അടിമത്തത്തിന്
സവിശേഷമായ രൂപമാണ് നൽകിയത്. ഒരോ കുടുംബത്തിലും
മൂത്ത പുത്രന് സ്വജാതിയിൽ നിന്ന് വേൾക്കാം. ഇളയവർ മരുമക്ക
ത്തായക്കാരായ സവർണ്ണ വിഭാഗങ്ങളിൽ സന്താന ഉത്പാദനം
നടത്തണം. അങ്ങനെ കുടുംബനാഥനായ നമ്പൂതിരിക്ക് കുടുംബ
സ്വത്തിന്റെ കൈയ്യാളൽ മാത്രമല്ല, സ്ത്രീകളുടെ മേല്ലുള്ള അധികാരവും
ഒപ്പം കൈവന്നു.

മൂത്ത നമ്പൂതിരിമാരുടെ എണ്ണം കുറവും വിവാഹിതരാവേണ്ട സ്ത്രീക
ളുടെ എണ്ണം എത്രയോ ഇരട്ടിയുമാകുന്ന സ്ഥിതിയും ഇത് സൃഷ്ടിച്ചു. ഈ
സാഹചര്യത്തിൽ മൂത്ത നമ്പൂതിരിമാർ എത്ര വയസായാലും പിന്നെയും
പിന്നെയും വേൾക്കും. അങ്ങനെ വൃദ്ധരായ നമ്പൂതിരിമാർക്ക് ബാലി
കമാരായ വധുക്കൾ വന്നുചേർന്നുകൊണ്ടിരുന്നു. വിധവാ വിവാഹവും
അനുവദനീയമായിരുന്നില്ല. അതും വലിയ പ്രക്ഷോഭങ്ങളിലൂടെയാണ്
മാറിമറഞ്ഞത്.

വിവാഹ സാധ്യതകളില്ലാത്ത വൃദ്ധ കന്യകമാർ ആവട്ടെ കുടുംബങ്ങ
ളിൽ പെരുകാനും തുടങ്ങി. ചില അച്ഛൻമാർ തീരെ നിവൃത്തിയില്ലാതെ
മക്കളെ മംഗലാപുരത്തോ കൊയമ്പത്തൂരോ കൊണ്ടുപോയി കന്യാദാ
നമെന്ന പേരിൽ വിറ്റ് തങ്ങളുടെ കടമ നിറവേറ്റി. വിവാഹം കഴിഞ്ഞ്
ഭർത്താവിന്റെ വീട്ടിലെത്തിയാലും പാരതന്ത്ര്യത്തിന്റെ ചങ്ങലക്കെട്ടുക
ളിലായിരുന്നു അവരുടെ ജീവിതം. അങ്ങനെ ബ്രാഹ്മണ്യത്തിന്റെ ആധി
പത്യങ്ങൾക്കിടയിൽ വീർപ്പുമുട്ടുകയായിരുന്നു അവിടത്തെ സ്ത്രീകൾ.

പുറംലോകം കാണാതെ ഘോഷയിലും മറക്കുടയിലും ഒതുങ്ങിപ്പോ
യിരുന്ന സ്ത്രീ ജൻമമായിരുന്നു അവരുടേത്. അവിടെനിന്ന് ഘോഷയും
മറക്കുടയും കളഞ്ഞ് അടുക്കളയിൽ നിന്നും അരങ്ങത്തേക്ക് അവളെ
നയിക്കുകയായിരുന്നു നവോത്ഥാനം.

സ്ത്രീയെയും പുരുഷനെയും ഇത്തരം അവസ്ഥകളിൽ നിന്ന് മനുഷ്യ
രാക്കി മാറ്റിയെടുക്കുക എന്ന പ്രസ്ഥാനത്തെ മുൻപന്തിയിൽ നിന്ന്
നയിച്ചത് വി.ടി ഭട്ടതിരിപ്പാടായിരുന്നു. പുരുഷന്റെ നേതൃത്വത്തിൽ നടന്ന
സ്ത്രീ വിമോചന പ്രസ്ഥാനമെന്ന് ചിലർ വി.ടി നേതൃത്വം കൊടുത്ത പ്ര
സ്ഥാനത്തെ വിശേഷിപ്പിക്കാറുള്ളതും അതുകൊണ്ടാണ്.

അക്ഷരമറിയാത്ത അന്തർജ്ജനങ്ങളെ എഴുത്തിലൂടെ മാത്രം ഉയർത്താനാവില്ല എന്ന തിരിച്ചറിവിൽ നിന്നാണ് അടുക്കളയിൽ നിന്ന് അരങ്ങത്തേക്ക് എന്ന നാടകം പിറക്കുന്നത്. അടുക്കളയിൽ നിന്ന് പുറത്തിറങ്ങിയ സ്ത്രീയെ തൊഴിൽ ചെയ്ത് ആത്മബോധത്തോടെ ജീവിക്കാനുള്ള കരുത്ത് നൽകുക കൂടിയായിരുന്ന നവോത്ഥാന മുന്നേറ്റം. 'തൊഴിൽ കേന്ദ്രത്തിലേക്ക്' എന്ന നാടകം മുന്നോട്ടവച്ചത് ഈ ആശയമായിരുന്നു. ആചാരങ്ങളെ പിടിച്ചുനിന്നെങ്കിൽ ഇന്നും അകത്തളങ്ങളിൽ എരിഞ്ഞുതീരുന്ന ജൻമമായിത്തീരുമായിരുന്ന നമ്പൂതിരി സ്ത്രീകളുടേത്.

നായർ വിഭാഗങ്ങളിലെ സ്ത്രീകളാവട്ടെ ബ്രാഹ്മണാധിപത്യത്തിന്റെ ഭാഗമായി നേരിടേണ്ടിവന്നത് അടിമത്തത്തിന്റെ ലോകം തന്നെയാ യിരുന്നു. നമ്പൂതിരി സംബന്ധത്തിന്റെ ഭാഗമായി അനുഭവിക്കുന്ന പ്രശ്നങ്ങൾ അത്രയേറെ വലുതായിരുന്നു. നായർ സ്ത്രീകളിൽ നമ്പൂതിരിമാ രെക്കണ്ടാകുന്ന കുട്ടികൾക്ക് അവരുടെ സ്വത്തുക്കളിൽ അവകാശമുണ്ടാ യിരുന്നില്ല. മക്കൾക്കാവട്ടെ അച്ഛന്റെ സ്വത്തിൽ മാത്രമല്ല തൊടാനുള്ള അവകാശങ്ങളും നിഷേധിക്കപ്പെട്ടിരുന്നു. ഇതിനെതിരെയാണ് മന്നത്ത് പത്മനാഭന്റെ നേതൃത്വത്തിലുള്ള പ്രക്ഷോഭങ്ങളുടെ പരമ്പരയുമായി എൻ.എസ്.എസ് രംഗപ്രവേശനം ചെയ്യുന്നത്.

ബ്രാഹ്മണൻമാരുടെ ഭൃത്യൻമാർ എന്നതിന്റെ അടിസ്ഥാനത്തിൽ സംഘടനയുടെ പേര് തന്നെ തിരുവിതാംകൂർ ഭൃത്യജനസംഘം എന്നാ യിരുന്നു. ആ പേര് മാറ്റണമെന്ന് ശ്രീ മൂലം പ്രജാ സഭയെ സമീപിച്ച് മന്നത്ത് പത്മനാഭൻ അഭ്യർത്ഥിച്ചു. അതിന്റെ അടിസ്ഥാനത്തിൽ ഒരു വിളംബരം രാജാവ് പുറപ്പെടുവിച്ചു. അങ്ങനെയാണ് 1915 ൽ നായർ എന്ന പേരിൽ എൻ.എസ്.എസ് എന്ന സംഘടന തന്നെ ഉണ്ടാക്കാൻ കഴിഞ്ഞത്. വിളംബരത്തിന്റെ അഥവാ അക്കാലത്തെ ഒരു നിയമത്തി ന്റെ ബലത്തിലാണ് നമ്പൂതിരിയുടെ ഭൃത്യൻമാർ എന്ന അവസ്ഥയിൽ നിന്ന് നായർ എന്ന പേര് തന്നെ സ്വീകരിക്കാൻ കഴിഞ്ഞത് എന്ന കാര്യവും വർത്തമാന കാലത്ത് ഏറെ പ്രസക്തമാണ്.

ബ്രാഹ്മണരെ കാത്ത് കിണ്ടിയും വെള്ളവുമായി നിന്നിരുന്ന അന്നത്തെ ആചാരങ്ങളെയും വിശ്വാസങ്ങളെയും വെല്ലുവിളിച്ചുകൊ ണ്ടാണ് മന്നത്ത് പത്മനാഭൻ, നായർ സ്ത്രീകളുടെ ജീവിതം തിരുത്തി യെഴുതിയെഴുതാൻ മുന്നിട്ടിറങ്ങിയത്. വിശ്വാസവും ആചാരവും സംര ക്ഷിക്കലാണ് എൻ.എസ്.എസിന്റെ ലക്ഷ്യമെന്ന നിലപാടായിരുന്ന അന്ന് മന്നം സ്വീകരിച്ചതെങ്കിൽ ഇന്നും നായർ സ്ത്രീകളിൽ പലർക്കും

നമ്പൂതിരിമാരെ പ്രതീക്ഷിച്ച് ജീവിതം തള്ളിനീക്കേണ്ടിവരുമായിരുന്നു.

വിശ്വാസത്തിന്റെ പേര് പറഞ്ഞ് തന്നെയാണ് പുലപ്പേടി, മണ്ണാപ്പേടി പോലുള്ള സ്ത്രീ ലൈംഗികതയ്ക്ക് നേരായ ആക്രമണങ്ങളും നിലനിന്നത്. അതിനെയും കേരളം വകഞ്ഞുമാറ്റുകയായിരുന്നു. നവോത്ഥാന മുന്നേറ്റത്തിന്റെ കുത്തൊഴുക്കിലാണ് വിശ്വാസത്തിന്റെയും ആചാരത്തിന്റെയും പേരിൽ നിലകൊണ്ട താലിക്കെട്ട് കല്യാണവും പുളികുടി കല്യാണവും തിരണ്ട് കല്യാണവും ഒക്കെ ഇല്ലാതായത്. സ്ത്രീയുടെ വേഷങ്ങളെപ്പോലും മാറ്റിമറിച്ചതിനപിന്നിലും നവോത്ഥാന ആശയങ്ങളുണ്ട്.

വിശ്വാസത്തിന്റെയും ആചാരങ്ങളുടെയും പേരിൽ നിലനിന്ന സ്ത്രീകൾക്ക് നേരെയുള്ള അടിച്ചമർത്തലുകൾക്കെതിരെ പൊരുതി മുന്നേറിയതാണ് നവോത്ഥാന പ്രസ്ഥാനങ്ങളുടെ ചരിത്രം. ആ മുന്നേറ്റങ്ങളെ രാഷ്ട്രീയവും ഭരണപരവുമായ മാനങ്ങളിലേക്ക് ഉയർത്തിയെടുത്തുകൊണ്ട് നടത്തിയ ഇടപെടലുകളാണ് സ്ത്രീ ജീവിതത്തെ മുന്നോട്ട കൊണ്ടുപോയത്. പകുതിയിലേറെ വരുന്ന സ്ത്രീകളെ സമത്വത്തിലേക്ക് എത്തിക്കുക എന്നത് പ്രധാനമാണ്. അതിലൂടെ മാത്രമേ ആധുനിക സമൂഹമെന്ന അവസ്ഥയിലേക്ക് നമുക്ക് എത്താനാവൂ.

മതങ്ങളോട്ടുള്ള ശ്രീനാരായണഗുരുവിന്റെ സമീപനം

"ജാതിഭേദം മതദ്വേഷം

ഏതുമില്ലാതെ സർവരും

സോദരത്വേന വാഴുന്ന

മാതൃകാസ്ഥാനമാണിത്."

അരുവിപ്പുറം ക്ഷേത്രമതിലിൻമേൽ സ്വന്തം കൈയ്യക്ഷര ത്തിൽ ശ്രീനാരയണ ഗുരു എഴുതി വെച്ച വാക്കുകളാണിത്. ജാതിയുടേയും മതത്തിന്റെയും അടിസ്ഥാനത്തിലുള്ള ഭിന്നതകൾ ഇല്ലാത്ത ലോക സൃഷ്ടിയായിരുന്ന ശ്രീനാരായണന്റെ സ്വപ്നം. ജീവിത സന്ദേശവും അതായിരുന്ന. "പല മതസാരവുമേകം" എന്ന തത്വമായിരുന്ന മതങ്ങളെ സംബന്ധിച്ചും ഗുരു മുന്നോട്ട് വെച്ചത്. അതായത് മതങ്ങൾ പലതെങ്കിലും അവയിലെ സാരാംശം ഒന്നാ ണെന്ന്.

തന്റെ ആശയപ്രചരണത്തിനായി 1924-ൽ ആലുവയിൽവെച്ച് ഒരു സർവ്വമത സമ്മേളനം തന്നെ ഗുരു വിളിച്ച് ചേർത്തു. സമ്മേളന ത്തിന്റെ കവാടത്തിൽ കുറിച്ചതിങ്ങനെ. "വാദിക്കാനും ജയിക്കാനുമല്ല അറിയാനും അറിയിക്കാനുമാണ് ഈ സമ്മേളനം വിളിച്ചുകൂട്ടിയത്." ഇത് മതമേതായാലും മനുഷ്യൻ നന്നായാൽ മതി എന്ന ആഹ്വാനത്തി ന്റെ വിളംബരം കൂടിയായിരുന്ന.

ഈ സമ്മേളനത്തിൽ ശ്രീനാരായണഗുരു നൽകിയ സന്ദേശം ഇന്നും ഏറെ പ്രസക്തമാണ്. അത് ഇപ്രകാരം. "സർവ്വമത സമ്മേളന സന്ദേശം എല്ലാ മതങ്ങളുടേയും പരമോദ്ദേശ്യം ഒന്നാണെന്നും ഭിന്നമതാനുയായികൾ തമ്മിൽ കലഹിച്ചിട്ട് ആവശ്യമില്ലെന്നും ഈ മതമഹാസമ്മേളനത്തിൽ നടന്നിരുന്ന പ്രസംഗങ്ങൾ വെളിപ്പെടുത്തി യിരിക്കുന്നതിനാൽ നാം ശിവഗിരിയിൽ സ്ഥാപിക്കാൻ വിചാരിക്കുന്ന മഹാപാഠശാലയിൽ എല്ലാ മതങ്ങളും പഠിപ്പിക്കുന്നതിന് വേണ്ട എല്ലാ സൗകര്യങ്ങളും കൂടി ഉണ്ടാവണമെന്ന് വിചാരിക്കുന്നു. ഈ സ്ഥാപനത്തി ന്റെ തൃപ്തികരമായ നടത്തിപ്പിന് അഞ്ചുലക്ഷം രൂപ ബഹുജനങ്ങളിൽ നിന്ന് ലഭിക്കുന്നതിന് എല്ലാവരും സഹായിക്കുമെന്ന് വിശ്വസിക്കുന്നു." എല്ലാമതങ്ങളുടേയും സാരാംശം ഒന്നാണെന്ന് പഠിപ്പിക്കുന്നതിന് മുൻകൈ എടുക്കണമെന്ന് ആഹ്വാനം ചെയ്ത ഗുരു ദർശനങ്ങളെ വർഗീയവാദികൾക്ക് മുന്നിൽ ചിലരുടെ സാമ്പത്തിക താൽപര്യത്തി നും അധികാര മോഹങ്ങൾക്കുമായി ബലികഴിക്കാനുള്ള നീക്കങ്ങൾ ശ്രീനാരായണീയർക്ക് അംഗീകരിക്കാനാകുമോ?

1920-ൽ സമസ്ത കേരള സഹോദര സമ്മേളനത്തിൽ ശ്രീനാരാ യണഗുരു പറഞ്ഞത്, "മനുഷ്യരുടെ മതം, വേഷം, ഭാഷ മുതലായവ എങ്ങനെയായിരുന്നാലും അവരുടെ ജാതി ഒന്നായിരുന്നതുകൊണ്ട് അന്യോന്യം വിവാഹവും പന്തിഭോജനവും ചെയ്യുന്നതിന് യാതൊരു ദോഷവുമില്ല" എന്നുമായിരുന്നു. മതപരമായ യോജിപ്പിന് നൽകിയ ഈ ആഹ്വാനം നമുക്ക് മറക്കാനാകുമോ?

മുസ്ലീങ്ങളെയും ക്രിസ്ത്യാനികളെയും ശത്രുക്കളാണെന്ന് പ്രഖ്യാ പിക്കുന്നവർക്ക് എങ്ങിനെയാണ് ശ്രീനാരായണ ദർശനങ്ങളുമായി പൊരുത്തപ്പെടാനാവുക. മത നിരപേക്ഷമായ രാഷ്ട്രഘടനയ്ക്ക് അടി സ്ഥാനമായി നിൽക്കുന്നതാണ് ശ്രീ നാരായണ ദർശനങ്ങളെന്നർത്ഥം. ദൈവമില്ലെന്ന് സഹോദരനയ്യപ്പൻ പറഞ്ഞു നടക്കുന്നുണ്ട് എന്ന് ശ്രീ നാരായണ ഗുരുവിനോട് ചിലർ പറഞ്ഞപ്പോൾ അവരുടെ പ്രവർത്തി യിൽ ദൈവമുണ്ടെന്ന ശ്രീ നാരായണ ഗുരുവിന്റെ മറുപടിയും ഇവിടെ ചേർത്തു വായിക്കേണ്ടതാണ്. ബഹുസ്വരതയില്ലെന്നി നിന്ന ജീവിത വീക്ഷണമായിരുന്ന ശ്രീ നാരായണ ഗുരു മുന്നോട്ട് വെച്ചതെന്ന് ഇതിൽ

നിന്ന് വ്യക്തമാകുന്നു

ശ്രീനാരായണ ഗുരു നവോത്ഥാന കേരളത്തിന്റെ പതാക വാഹകൻ

നവോത്ഥാന പ്രസ്ഥാനങ്ങളും, ദേശീയ പ്രസ്ഥാനവും, തുടർന്ന് കർഷക-തൊഴിലാളി പ്രസ്ഥാനങ്ങളും നടത്തിയ പോരാട്ട ങ്ങളുടെ ഫലമാണ് ആധുനിക കേരളം. ഫ്യൂഡൽ കാലഘട്ടത്തിൽ നിലനിന്ന സ്ഥാപനങ്ങളേയും, ചിന്തകളേയുമെല്ലാം ആധുനി കവൽക്കരിക്കുകയെന്ന ചരിത്രപരമായ ഉത്തരവാദിത്വമാണ് നവോത്ഥാന പ്രസ്ഥാനങ്ങൾ ഏറ്റെടുത്തത് എന്ന് കാണാം.

നവോത്ഥാന മുന്നേറ്റത്തിന് ക്രിസ്ത്യൻ മിഷണറിമാരുടേയും, അയ്യാവൈകുണ്ഠനേയും, ആറാട്ടുപുഴ വേലായുധപണിക്കരെപ്പോ ലുള്ളവരുടേയും പ്രവർത്തനവും ആദ്യ ഘട്ടങ്ങളിലെ മുന്നേറ്റത്തിന് ഇടയാക്കിയിട്ടുണ്ട്. എന്നാൽ ശ്രീനാരായണ ഗുരുവാണ് കേരളത്തിൽ അങ്ങോളമിങ്ങോളം സ്വാധീനം ചെലുത്തുന്ന മഹത്തായ മുന്നേറ്റമാക്കി നവോത്ഥാന പ്രസ്ഥാനത്തിന്റെ പതാക വാഹകനായി മാറിയത്. മാത്രമല്ല ഈ ഇടപെടലുകൾ കേരളത്തിലെ എല്ലാ വിഭാഗങ്ങളിലും സ്വാധീനം ചെലുത്തുന്ന മുന്നേറ്റമായി മാറി. അങ്ങനെയാണ് കേരളത്തി ന്റെ സാമൂഹ്യ അന്തരീക്ഷത്തെ മാറ്റിമറിച്ച നവോത്ഥാന മുന്നേറ്റങ്ങൾ അലകടൽ പോലെ ഉയർന്നുവന്നത്.

തിരുവനന്തപുരം ജില്ലയിലെ ചരിത്ര പ്രസിദ്ധമായ ചെമ്പഴന്തി

ഗ്രാമത്തിലാണ് 1856 ആഗസ്റ്റ് 20-ന് ശ്രീനാരായണ ഗുരു ജനിക്കുന്നത്. 4-ാം വയസ്സിലുള്ള വിദ്യാരംഭത്തിൻശേഷം പണ്ഡിതനായ കുമ്മൻപള്ളി രാമൻപിള്ള ആശാന്റെ കീഴിൽ വിദ്യ അഭ്യസിച്ചു. മലയാളത്തിന് പുറമെ തമിഴിലും, സംസ്കൃതത്തിലും അറിവ് നേടിയ അദ്ദേഹം ദക്ഷിണേന്ത്യ യിൽ പലയിടത്തും സഞ്ചരിക്കുകയുണ്ടായി. തൈക്കാട്ടെ അയ്യാസ്വാമി യും, ചട്ടമ്പി സ്വാമികളും ഉൾപ്പെടെയുള്ളവരുമായുള്ള ഇടപെടലുകൾ പുതിയ വഴികളിലൂടെ സഞ്ചരിക്കുന്നതിന് പ്രചോദനമായി.

1888 ആകുമ്പോഴേക്കും ശ്രീനാരായണ ഗുരു തന്റെ പ്രവർത്തന ത്തെ സംബന്ധിച്ചുള്ള വ്യക്തമായ കാഴ്ചപ്പാടോടെയുള്ള ഇടപെടൽ നടത്തിയതായി കാണാം. അരുവിപ്പുറം പ്രതിഷ്ഠ, എസ്.എൻ.ഡി.പി രൂപീകരണം, അനാചാരങ്ങൾക്കെതിരെ പറവ്വൂരിൽ സംഘടിപ്പിച്ച മഹാസമ്മേളനം, കെട്ടുകല്യാണത്തിനെതിരേയുള്ള ഇടപെടലുകൾ തുടങ്ങിയവയിലെല്ലാം അത് കാണാവുന്നതാണ്. 1924-ൽ ആലുവയിൽ സർവ്വമത സമ്മേളനത്തിന്റെ സംഘാടനവും അദ്ദേഹം നടത്തി. അതേ വർഷം തന്നെ വൈക്കം സത്യാഗ്രഹാശ്രമവും അദ്ദേഹം സന്ദർശിക്ക ന്നുണ്ട്. 1925-ൽ ഗാന്ധിജിയും ശ്രീനാരായണ ഗുരുവും തമ്മിൽ നടത്തിയ സന്ദർശനവും പ്രസിദ്ധമാണ്.

ശ്രീനാരായണ ഗുരുവിന്റെ പ്രധാനപ്പെട്ട ചിന്ത ജാതിക്കും, മതത്തിനും അതീതമായുള്ള മാനവീകതയെക്കുറിച്ചായിരുന്നു. ഒരു ജാതി, ഒരു മതം, ഒരു ദൈവം എന്ന കാഴ്ചപ്പാട് മുന്നോട്ടുവെച്ചത് ഇതിന്റെ അടിസ്ഥാനത്തിലായിരുന്നു. ആധുനികമായ മനുഷ്യ സമൂ ഹത്തിന്റെ രൂപീകരണത്തിനും, മാനവീകതയുടെ വികാസത്തിനും തടസ്സമായി നിൽക്കുന്നത് ജാതി വ്യവസ്ഥയാണെന്നും അദ്ദേഹം തിരിച്ചറിഞ്ഞു. കുലത്തൊഴിലുമായി ബന്ധപ്പെട്ട ജീവിത രീതികളിൽ നിന്ന് ആധുനികമായ വ്യവസായത്തിലേക്കും, വാണിജ്യത്തിലേക്കുമുള്ള പരിവർത്തനത്തിലേക്ക് ജനതയെ നയിക്കാൻ നേതൃത്വം നൽകിയത് ഇതിന്റെ ഫലമാണ്.

കുലത്തൊഴിലിൽ നിന്ന് വിദ്യാഭ്യാസത്തിന്റേയും, വ്യവസായത്തിന്റെ യും, വാണിജ്യത്തിന്റേയും പുതിയ ലോകത്തേക്കും, അതുവഴി ആധുനിക ജീവിതത്തിലേക്കും ജനതയെ നയിക്കുകയെന്ന ചരിത്രപരമായ ദൗത്യമാണ് ശ്രീനാരായണ ഗുരു നിർവ്വഹിച്ചത്. ഫ്യൂഡൽ ജീവിത ക്രമ ത്തിൽ നിന്നും ആധുനിക ജീവിതത്തിലേക്ക് കേരളീയനെ നയിക്കാൻ ഉള്ള ചരിത്രപരമായ നിയോഗമാണ് ശ്രീനാരായണ ഗുരു ഏറ്റെടുത്തത്.

കേരളത്തിലെ നവോത്ഥാന പ്രസ്ഥാനം തുടർന്ന് കേരളീയ

 പഴമയുടെ പുതുവായനകൾ

സമൂഹത്തിൽ കൂടുതൽ വിശാലമായ ജനകീയ മുന്നേറ്റത്തിന് അടിത്ത റയിട്ടു. നവോത്ഥാനത്തെ സംബന്ധിച്ച് ഏംഗൽസ് മുന്നോട്ടുവെച്ച കാഴ്ച പ്പാട് കേരളത്തെ സംബന്ധിച്ചിടത്തോളം ശരിയായിരുന്നു. ജന്മിത്തത്തി ന്റെ അധികാര ഘടനയെ തകർത്തെറിഞ്ഞുകൊണ്ടാണ് നവോത്ഥാന മുന്നേറ്റങ്ങൾ യൂറോപ്പിൽ ഉയർന്നുവന്നത്. അത്തരത്തിലുള്ള ഇടപെടൽ കലാപകാരികളായ കർഷകരെ അരങ്ങത്തേക്ക് കൊണ്ടുവന്നുവെന്ന് മാത്രമല്ല ചെങ്കൊടി കയ്യിലും, സാധനങ്ങൾ പൊതു ഉടമയിലാക്കണ മെന്ന ആവശ്യം നാവിൻതുമ്പത്തുമുള്ള ആധുനിക തൊഴിലാളി വർഗ്ഗ ത്തിന്റെ പ്രാരംഭരെക്കൂടി രംഗത്തിറക്കിയതും ഏംഗൽസ് നിരീക്ഷിക്ക ന്നുണ്ട്. നവോത്ഥാന പ്രസ്ഥാനങ്ങളുടെ തുടർച്ചയിലാണ് കേരളത്തിലെ കർഷക-തൊഴിലാളി പ്രസ്ഥാനങ്ങൾ രൂപപ്പെട്ടതെന്ന കാര്യം ഇവിടെ കൂട്ടിവായിക്കേണ്ടതാണ്.

ജാതിക്കും, മതത്തിനും അതീതമായ മാനവീകതയാണ് ശ്രീനാരാ യാണ ഗുരു മുന്നോട്ടുവെച്ചത്. ജാതിവ്യവസ്ഥയേയും, മതപരമായ ചേരി തിരിവുകളേയും പ്രതിരോധിച്ചുകൊണ്ട് മാത്രമേ ഇത് സാധ്യമാവുകയു ള്ളൂവെന്ന് അദ്ദേഹം നിരീക്ഷിച്ചു. അതോടൊപ്പം ചരിത്രപരമായി അടി ച്ചമർത്തപ്പെട്ട ജനവിഭാഗങ്ങളെ വിദ്യാഭ്യാസം നൽകിയും, ആധുനിക വ്യവസായങ്ങളുടേയും, വാണിജ്യങ്ങളുടേയും പുതിയ മേഖലയിലേക്ക് നയിക്കുകയും ചെയ്യുകയാണ് ശ്രീനാരായണ പ്രസ്ഥാനം ചെയ്തത്.

കേരളത്തിന്റെ സാമൂഹ്യ പരിവർത്തനത്തിൽ മഹത്തായ സംഭാവന നൽകിയ എസ്.എൻ.ഡി.പി പ്രസ്ഥാനത്തെ സംഘപരിവാർ ശക്തി കളുടെ കൈകളിലേക്ക് എത്തിക്കാനാണ് എസ്.എൻ.ഡി.പി നേതൃ ത്വത്തിലെ ഒരു വിഭാഗം ഇപ്പോൾ പരിശ്രമിക്കുന്നത്. ശ്രീനാരായണ ഗുരു എന്തിനെല്ലാമെതിരായി പൊരുതിയിരുന്നുവോ അവയുടെയെല്ലാം വക്താക്കളായ സംഘപരിവാറിന്റെ പാളയത്തിലേക്കാണ് എസ്.എൻ. ഡി.പി പ്രസ്ഥാനത്തെ നയിക്കാൻ ചിലർ ശ്രമിക്കുന്നത്.

ഒരു ജാതി, ഒരു മതം, ഒരു ദൈവം മനുഷ്യന് എന്നതാണ് ശ്രീ നാരായണ ദർശനം. എല്ലാ മനുഷ്യരും തുല്യരാണെന്ന കാഴ്ചപ്പാട് ശ്രീനാരായണ ദർശനം മുന്നോട്ടുവെക്കുമ്പോൾ ചാതുർവർണ്യത്തെ ഉറപ്പിച്ച് നിർത്തുന്ന ആശയഗതിയാണ് സംഘപരിവാറിന്റേത്. വിചാരധാര ഇങ്ങനെ പറയുന്നു. ''ബ്രാഹ്മണൻ തലയാണ്. രാജാവ് ബാഹുക്കളും. വൈശ്യൻ ഊരുക്കളും ശൂദ്രൻ പാദങ്ങളുമാണ്'' (പേജ് 44). പട്ടികജാതി-പട്ടികവർഗ്ഗ ജനവിഭാഗങ്ങളെ മനുഷ്യരായിപ്പോലും ഇവർ അംഗീകരിക്കുന്നില്ല. അതുകൊണ്ട് അവരെ സംബന്ധിച്ച് പരാമർശം

പോല്യമില്ല. ഇത്തരത്തിൽ ചാതുർവർണ്യത്തിന്റെ ആശയഗതികളെ പിൻപറ്റുന്ന സംഘപരിവാറിന്റെ പാളയത്തിലേക്ക് ശ്രീനാരായണ ദർശനങ്ങളെ സ്നേഹിക്കുന്നവരെ കൊണ്ടുപോകാനുള്ള പരിശ്രമ മാണ് ഇപ്പോൾ നടക്കുന്നത്.

ചാതുർവർണ്യ വ്യവസ്ഥയെ തകർത്തുകൊണ്ട് മാത്രമേ എല്ലാ വർക്കും മനുഷ്യരായി ജീവിക്കാൻ പറ്റുന്ന സാഹചര്യമുണ്ടാക്കാനാവൂ എന്നായിരുന്ന ശ്രീനാരായണ ഗുരു മുന്നോട്ടുവെച്ച ആശയം. എന്നാൽ ചാതുർവർണ്യത്തിന്റെ തകർച്ചയാണ് നമ്മുടെ നാടിനെ പിന്നോട്ടുകൊ ണ്ടുപോയതെന്നാണ് ആർ.എസ്.എസിന്റെ ചിന്ത. അവരുടെ താത്വിക ഗ്രന്ഥമായ വിചാരധാര ഇങ്ങനെ രേഖപ്പെടുത്തുന്നു. "നമ്മുടെ സമാജ ത്തിന്റെ മറ്റൊരു സവിശേഷ മേന്മ വർണ്ണവ്യവസ്ഥയാണ്. എന്നാൽ, അതിനെ ജാതീയത എന്ന് മുദ്രകുത്തി പച്ചിച്ചുതള്ളുകയാണ്. വർണ്ണവ്യവ സ്ഥ എന്ന് പരാമർശിക്കുന്നതു തന്നെ അപഹസിക്കേണ്ട ഒന്നാണെന്ന് നമ്മുടെ ആളുകൾക്ക് തോന്നിത്തുടങ്ങിയിട്ടുണ്ട്. അതിലടങ്ങിയിട്ടുള്ള സാമൂഹ്യവ്യവസ്ഥയെ സാമൂഹ്യ വിവേചനമായി അവർ പലപ്പോഴും തെറ്റിദ്ധരിക്കുന്നു'' (പേജ് 127). ചാതുർവർണ്യത്തെ എതിർത്ത ശ്രീനാ രായണ ഗുരുവിനെതിരായ വിമർശനമായാണ് ഈ വരികൾ മാറുന്നത്.

1924-ൽ ആലുവയിൽ ചേർന്ന സർവ്വമത സമ്മേളനത്തിൽ എല്ലാ മതങ്ങളുടെയും പരമോദ്ദേശ്യം ഒന്നാണെന്നും ഭിന്നമതാനുയായികൾ തമ്മിൽ കലഹിച്ചിട്ടാവശ്യമില്ലെന്നും ഈ മതമഹാ സമ്മേളനത്തിൽ നടന്ന പ്രസംഗത്തിൽ വെളിപ്പെട്ടതായും ശ്രീനാരായണ ഗുരു പ്ര ഖ്യാപിച്ചു. അതുകൊണ്ട് ശിവഗിരിയിൽ സ്ഥാപിക്കാൻ വിചാരിക്കുന്ന മഹാപാഠശാലയിൽ എല്ലാ മതങ്ങളും പഠിപ്പിക്കുന്നതിനു വേണ്ട എല്ലാ സൗകര്യങ്ങളും ഉണ്ടാക്കുമെന്നും അദ്ദേഹം പ്രഖ്യാപിച്ചു. സർവ്വ മതങ്ങളേയും പഠിക്കണമെന്നും, അവയുടെ സാരം ഒന്നാണെന്നുമുള്ള ശ്രീനാരായണ ദർശനം പ്രചരിപ്പിക്കേണ്ട ഉത്തരവാദിത്വമാണ് എസ്. എൻ.ഡി.പിക്കുള്ളത്. അതിനാണ് ആ സംഘം ഉണ്ടാക്കിയത്. ഇപ്പോൾ അതിന് പകരം മുസ്ലീങ്ങളേയും, ക്രിസ്ത്യാനികളേയുമെല്ലാം ആന്തരീക ഭീഷണികളായി കാണുന്ന ആർ.എസ്.എസിന്റെ രാഷ്ട്രീയ പ്രചാര കരായി അനുയായികളെ മാറ്റാനാണ് ഇപ്പോൾ എസ്.എൻ.ഡി.പി നേതൃത്വം ശ്രമിക്കുന്നത്.

ഇന്ത്യൻ സമൂഹത്തിന്റെ മുന്നോട്ടുപോക്കിന് തടസ്സമായി നിൽക്കു ന്ന ഒന്നായാണ് ജാതി വ്യവസ്ഥയെ ശ്രീനാരായണ ഗുരു കണ്ടത്. കാറൽ മാർക്സിനും ഇതേ കാഴ്ചപ്പാടായിരുന്നു ഉണ്ടായിരുന്നത്.

1857-ലെ ഒന്നാം സ്വാതന്ത്ര്യ സമരത്തെക്കുറിച്ച് വിശകലനം ചെയ്യ
മ്പോൾ മാർക്സ് പറഞ്ഞ കാര്യങ്ങൾ ഇത് വ്യക്തമാക്കുന്നുണ്ട്.
അത് ഇങ്ങനെയാണ്. "ജാതി വ്യത്യാസങ്ങളും അടിമത്തവും കൊച്ച
കൊച്ച് സമുദായങ്ങളുടെ തീരാശാപമായിരുന്നുവെന്നും മനുഷ്യനെ
സാഹചര്യങ്ങളുടെ യജമാനനാക്കുന്നതിന് പകരം അവ അവനെ
ബാഹ്യസാഹചര്യങ്ങളുടെ ദാസനാക്കുകയാണ് ചെയ്തതെന്നും സ്വയം
വികസിതമായ ഒരു സാമൂഹ്യ അവസ്ഥയെ ഒരിക്കലും മാറ്റമില്ലാത്ത ഒരു
സ്വഭാവിക തലയിലെഴുത്താക്കി മാറ്റി എന്നുമാണ്''. ഇന്ത്യൻ സമൂഹ
ത്തിന്റെ ശാപമായി ജാതി വ്യവസ്ഥയെയും അടിമത്വത്തെയും കാണുന്ന
മാർക്സിന്റെ സമീപനവും, ഗുരുവിന്റെ ദർശനങ്ങളും യോജിച്ച് പോക
ന്നവയാണ്.

കോർപ്പറേറ്റ് താൽപര്യങ്ങൾക്ക് അനുയോജ്യമായി രാജ്യത്തെ
നയിക്കാൻ ശ്രമിക്കുന്നവരാണ് സംഘപരിവാർ ശക്തികൾ. ഇത്തരം
നയങ്ങൾ പൊതുമേഖലാ സ്ഥാപനങ്ങളെയുൾപ്പെടെ സ്വകാര്യവൽക്ക
രിക്കുമ്പോൾ സംവരണ തത്വവും, മിടുക്കരായവർക്കുമുള്ള അവസരങ്ങ
ളുമാണ് നഷ്ടപ്പെടുന്നത്. അത്തരം പ്രശ്നങ്ങളും, ജീവിത പ്രശ്നങ്ങളും
വലിയ പ്രക്ഷോഭം രാജ്യത്തുയർത്തിക്കൊണ്ടുവരുന്നതിനിടയാക്കം.
അത്തരം മുന്നേറ്റങ്ങളെ ദുർബലപ്പെടുത്തുന്നതിന് ജാതീയമായി
പിളർത്തി, വർഗ്ഗീയമായി കൂട്ടിയോജിപ്പിക്കുകയെന്ന നയമാണ് സംഘ
പരിവാർ മുന്നോട്ടുവെക്കുന്നത്. അതിന് കീഴ്പ്പെടാതെ ശ്രീനാരായണ
ദർശനം മുന്നോട്ടുവെക്കുന്ന കാഴ്ചപ്പാട് സ്വീകരിച്ചുകൊണ്ട് ജനങ്ങളെ
വിഭജിക്കുന്ന ശക്തികൾക്കെതിരെ പൊരുതേണ്ടതുണ്ട്. ഇത്തരം
ഉത്തരവാദിത്വം ഏറ്റെടുത്ത് മുന്നോട്ടുകുകയെന്നതാണ് ശ്രീനാരായണ
ദർശനങ്ങളെ സ്നേഹിക്കുന്നവർക്ക് വർത്തമാനകലത്ത് ഏറ്റെടുക്കാ
നുള്ള സുപ്രധാന കടമ.

അയ്യൻകാളിയും കേരളത്തിലെ ദളിത് പ്രശ്നങ്ങളും

കേരള സമൂഹത്തെ ആധുനികവൽക്കരിക്കുന്നതിനുള്ള ഇടപെടലുകളാണ് നവോത്ഥാന പ്രസ്ഥാനങ്ങൾ മുന്നോട്ട വച്ചത്. മറ്റ പലയിടങ്ങളിലേയും നവോത്ഥാന പ്രസ്ഥാനങ്ങളിൽ നിന്ന് വ്യത്യസ്തമായി അവർണ്ണ ജനവിഭാഗത്തിൽ നിന്ന് അത് രൂപപ്പെട്ട് മറ്റ് വിഭാഗങ്ങളിലേക്ക് വ്യാപിക്കുന്ന രീതിയാണ് ഇവിടെ ഉണ്ടായത്. മനുഷ്യരെല്ലാം ഒന്നാണ് എന്ന കാഴ്ചപ്പാട് പൊതുവിൽ മുന്നോട്ടവയ്ക്കുക, അതിന് വിരുദ്ധമായി പ്രവർത്തിക്കുന്ന സാമൂഹ്യ ഘടകങ്ങളെ തട്ടിമാറ്റുക എന്നതായിരുന്ന ഇതിന്റെ സവിശേഷത. ഫ്യൂഡൽ ഉൽപ്പാദന ബന്ധങ്ങളിൽ നിന്ന് ആധുനിക ലോകത്തേ ക്കുള്ള പാതതുറക്കാനുള്ള സാംസ്കാരിക മുന്നേറ്റമായി പൊതുവിൽ ഇത് മാറുകയായിരുന്നു.

കേരളത്തിലുണ്ടായ ഈ നവോത്ഥാന മുന്നേറ്റത്തിൽ സവിശേഷ മായ സ്ഥാനമാണ് അയ്യൻകാളിക്കുണ്ടായിരുന്നത്. അക്കാലത്തെ തിരുവിതാംകൂറിലും അടിമ സമാനമായ ജീവിതമാണ് ദളിത ജനവിഭാ ഗങ്ങൾക്കുണ്ടായിരുന്നത്. ഈ അനീതിക്കെതിരായുള്ള പോരാട്ടത്തിൽ നിന്നാണ് അയ്യൻകാളി ഉയർന്നുവന്നത്. അദ്ദേഹത്തിന് കേവലം 22 വയസ്സ് പ്രായമുള്ളപ്പോഴാണ് അയിത്തജാതിക്കാർ എന്ന് വിളിക്കപ്പെ ടുന്നവർക്ക് പൊതുവഴികളിൽ പ്രവേശനമില്ലാതിരുന്ന കാലത്ത് 1895 ൽ ദളിത് യുവാക്കളെ സംഘടിപ്പിച്ച് പൊതു വഴിയിലൂടെ നടന്നുകൊണ്ട്

ഒരു പ്രതിരോധ പ്രസ്ഥാനം രൂപപ്പെട്ടത്തിയത്. സവർണ്ണ വിഭാഗ ങ്ങൾ അക്കാലത്ത് ആഡംബരത്തിന്റെ ഭാഗമായി ഉപയോഗിച്ചിരുന്ന വില്ലുവണ്ടിയെ അദ്ദേഹം അവകാശപോരാട്ടത്തിന്റെ അടയാളമാക്കി മാറ്റി. സ്വന്തമായി സജ്ജീകരിച്ച വില്ലുവണ്ടിയിലേറി വെങ്ങാനൂരിലെ തെരുവില്ലൂടെ അയ്യൻകാളി നടത്തിയ സഞ്ചാരം അധഃസ്ഥിതരുടെ മുന്നേറ്റത്തിന്റെ ചരിത്രത്തിലെ ഉജ്ജ്വല അധ്യായങ്ങളിൽ ഒന്നാണ്.

അയ്യൻകാളി നയിച്ച ഇത്തരത്തിലുള്ള പോരാട്ടങ്ങളുടെ ഫലമായി ദളിതർക്ക് സഞ്ചാരസ്വാതന്ത്ര്യം അനുവദിച്ചുകൊണ്ട് 1890 ൽ പ്രഖ്യാ പനം വന്നു. തുടർന്ന് സ്കൂൾ വിദ്യാഭ്യാസത്തിനും മാറ് മറയ്ക്കുരുതെന്ന അനീതിക്കും അടിയായ്മയുടെ ചിഹ്നമായ കല്ലുമാല ധരിക്കണമെന്ന കീഴ് ഴക്കത്തിനുമെല്ലാമെതിരെയുള്ള സമരങ്ങൾക്കും അദ്ദേഹം നേതൃത്വം നൽകി. അടിച്ചമർത്തപ്പെടുന്ന ജാതി വിഭാഗങ്ങൾക്ക് സാധുജനം എന്ന് പേര് നൽകിയതിലൂടെ തൊഴിലെടുക്കുന്നവരുടെ ഐക്യമെന്ന കാഴ്ചപ്പാടിന്റെ പ്രഖ്യാപനവും രൂപവും കൂടിയായി അത് മാറി.

നിയമങ്ങൾ മനുസ്മൃതിയുടെ നീതിക്കനുസരിച്ചാണ് നടക്കുന്നത് എന്ന് തിരിച്ചറിഞ്ഞ അദ്ദേഹം അവയ്ക്കെതിരായി പ്രതിരോധം ഉയർത്തി. ശ്രീമൂലം പ്രജാസഭയിലെ അംഗമെന്ന നിലയിൽ അടിച്ചമർത്തപ്പെടുന്ന ജാതിവിഭാഗങ്ങളുടെ അവകാശങ്ങൾക്കുവേണ്ടി അദ്ദേഹം പോരടിച്ച. അടിസ്ഥാന ജനവിഭാഗങ്ങളിൽ രൂപപ്പെട്ടുവന്ന കലയേയും പാരമ്പ ര്യങ്ങളേയും മുന്നോട്ട കൊണ്ടുപോകുന്നതിന് അയ്യൻകാളിപ്പട എന്ന പേരിൽ കലാകാരന്മാരുടെ ഒരു സംഘം രൂപീകരിച്ച. 'സാധുജനപ രിപാലിനി' എന്ന പേരിൽ ഒരു പ്രസിദ്ധീകരണ സംഘത്തിന് തന്നെ അയ്യൻകാളി നേതൃത്വം നൽകി. ഇന്ത്യയിലെ അയിത്തജാതിക്കാരെന്ന് വിളിക്കപ്പെടുന്നവരുടെ ആദ്യ മുഖപത്രമെന്നും ഇതിനെ വിശേഷിപ്പി ക്കാം. അയിത്തത്തിനെതിരായി നിലപാടെടുത്ത എല്ലാ വിഭാഗത്തി ൽപ്പെട്ട എഴുത്തുകാരെയും യോജിപ്പിച്ചുകൊണ്ടുള്ള ഇടപെടൽ കൂടി യായിരുന്ന അത്. അയിത്ത ജാതിക്കാരെന്ന് വിളിക്കപ്പെടുന്നവരുടെ മനുഷ്യാവകാശങ്ങൾക്കുവേണ്ടിയുള്ള പോരാട്ടം പൊതുസമൂഹത്തിന്റെ ആവശ്യമാണ് എന്ന കാഴ്ചപ്പാടുകൂടിയായിരുന്ന ഇതിന്റെ പിന്നിൽ.

1907 ൽ അയിത്ത ജാതിക്കാർക്ക് സ്കൂൾ പ്രവേശനം അനുവ ദിച്ചുകൊണ്ട് സർക്കാർ ഉത്തരവ് പുറപ്പെടുവിച്ചുവെങ്കിലും അത് നടപ്പിലാക്കപ്പെടുകയുണ്ടായില്ല. ഇതിനെതിരേയും സുശക്തമായ സമരം അയ്യൻകാളി നടത്തി. മണ്ണിൽ പണിയെടുക്കുന്ന അധഃസ്ഥിത വിഭാഗങ്ങളുടെ കുട്ടികളെ സ്കൂളിൽ പ്രവേശിപ്പിച്ചില്ലെങ്കിൽ നാട്ടിലെ

കൃഷിയിടങ്ങളിലെല്ലാം 'മുട്ടിപ്പല്ല് കുരുപ്പിക്കും' എന്ന് അയ്യൻകാളി പ്രഖ്യാപിച്ചു. കർഷകത്തൊഴിലാളികൾ ഇതിന്റെ ഭാഗമായി പണിമുട ക്കിലേക്ക് നീങ്ങി. ഇത് കേരളത്തിലെ കർഷകത്തൊഴിലാളികളുടെ സമരചരിത്രത്തിലെ സുപ്രധാനമായ അധ്യായമായിരുന്നു; ആദ്യ ത്തേതും. "അധ്വാനത്തിന് ന്യായമായ കൂലി, ആഴ്ചയിൽ ഒരുദിവസം വിശ്രമം" എന്ന മറ്റൊരു സുപ്രധാന മുദ്രാവാക്യം കൂടി ഇതിൽ മുന്നോട്ട് വെക്കപ്പെട്ടു. ഒടുവിൽ അതും ഫലപ്രാപ്തിയിൽ എത്തി. തൊഴിലാളി സംഘടനകളെക്കുറിച്ചുള്ള അവബോധം ഇല്ലാതിരുന്ന കാലത്ത് ജാതീയമായ വിമോചനത്തിന് സാമ്പത്തികമേഖലയിലെ സമരം നിർണായകമാണ് എന്ന് തിരിച്ചറിഞ്ഞുകൊണ്ട് നടത്തിയ അയ്യൻകാ ളിയുടെ ഈ ഇടപെടൽ ശ്രദ്ധേയമായിരുന്നു.

സാമൂഹ്യനീതിയുടെ വർഗപരമായ അടിച്ചമർത്തലിന്റെ പ്രശ്നങ്ങളും യോജിപ്പിച്ചുകൊണ്ടുള്ള ഈ നിലപാട് പിന്നീട് മുന്നോട്ടുകൊണ്ടുപോ യത് തൊഴിലാളി കർഷക പ്രസ്ഥാനങ്ങളാണ്. അതിനാലാണ് സാമൂ ഹ്യനീതിക്കുവേണ്ടിയുള്ള സമരം നടത്തുമ്പോൾ തന്നെ കർഷകരുടെയും തൊഴിലാളികളുടെയും ആവശ്യങ്ങൾ ഉന്നയിച്ച് ഈ പോരാട്ടത്തെ ശക്തിപ്പെടുത്തുന്ന ഇടപെടലുകൾ അവർ മുന്നോട്ട വെച്ചത് .ഒപ്പം ഇത്തരം സമരങ്ങൾക്ക് നേതൃത്വം കൊടുത്തു. ഇതിൽ എടുത്തുപറയേ ണ്ടതാണ് പാലിയം സമരം. ആ സമരത്തിലാണ് ജി. വേലായുധൻ രക്തസാക്ഷിത്വം വരിച്ചത്. തൃശ്ശൂർ ജില്ലയിൽ കൂടമ്പൂരിൽ നടന്ന സമരവും ഇത്തരത്തിലുള്ള പ്രവർത്തനത്തിന്റെ ഭാഗമായിരുന്നു. നവോത്ഥാനപര മായ ഇത്തരം കാഴ്ചപ്പാടുകൾ മുന്നോട്ടുവച്ചുകൊണ്ടുള്ള സമരങ്ങൾ എല്ലാ ജനവിഭാഗങ്ങളെയും അണിനിരത്തിക്കൊണ്ട് നടത്തുന്നതിന് കമ്മ്യൂണി സ്റ്റ് പാർട്ടിക്ക് സാധിച്ചു. ഇത്തരം സമരങ്ങൾ ഏറ്റെടുക്കുമ്പോൾ തന്നെ തൊഴിലാളികളുടെ കൂലിക്കൂടുതലിന് വേണ്ടിയുള്ള സമരവും കമ്മ്യൂണിസ്റ്റ് പാർട്ടി നടത്തി. അടിസ്ഥാനജനവിഭാഗത്തെ മുന്നോട്ട നയിക്കുന്നതി നുള്ള ഈ നിലപാട് മറ്റെല്ലാ മേഖലകളിലും വികസിപ്പിക്കുന്നതിനും കമ്മ്യൂണിസ്റ്റ് പാർട്ടി നേതൃത്വപരമായ പങ്ക് വഹിച്ചു. ഇതിന്റെ സ്വാധീന ഫലമായാണ് കേരളത്തിൽ 'രണ്ടിടങ്ങഴി' പോലുള്ള നോവലുകൾ ഉണ്ടാകുന്നത്; ചാത്തൻ പുലയനെപ്പോലുള്ളവരെ നായകരാക്കി അവതരിപ്പിച്ചുകൊണ്ട് നിലവിലുള്ള സൗന്ദര്യസങ്കൽപനങ്ങളെ ആധു നികമായി പുതുക്കിപ്പണിയുന്നതിനുള്ള പ്രവർത്തനങ്ങളും ഇതോടൊപ്പം സംഘടിപ്പിക്കാനായി. ഇത്തരത്തിൽ ആധുനിക കേരളത്തെ സൃഷ്ടിക്ക ന്നതിനുള്ള പോരാട്ടം നവോത്ഥാന പ്രസ്ഥാനത്തിന്റെ ഇടർച്ചയിൽ

കർഷക തൊഴിലാളി പ്രസ്ഥാനങ്ങൾ ഏറ്റെടുത്തു.

ജന്മിത്വത്തിന്റെ സാംസ്കാരിക രൂപങ്ങളെ പ്രതിരോധിക്കുന്നതിനോ ടൊപ്പം തന്നെ അതിന് അടിസ്ഥാനമായി നിൽക്കുന്ന സാമ്പത്തിക രംഗത്തെ അഴിച്ചപണിയുന്നതിനുള്ള പ്രവർത്തനങ്ങളിലും ഇടതുപക്ഷം മുഴുകി. ജന്മിത്വ വിരുദ്ധ സമരങ്ങളുടെ പരമ്പര തന്നെ രൂപപ്പെടുത്തുന്ന തിന് പാർട്ടി നേതൃത്വപരമായ പങ്ക് വഹിച്ചു. ജനങ്ങളുടെ സാമ്പത്തി കവും സാമൂഹികവും രാഷ്ട്രീയവുമായ ആവശ്യങ്ങളെ ഏറ്റെടുത്തുകൊണ്ട് പാർട്ടി നടത്തിയ പ്രവർത്തനങ്ങൾ വമ്പിച്ച ജനപിന്തുണ ആർജ്ജി ക്കുന്നതിന് ഇടയാക്കി. ഇതിന്റെ അടിത്തറയിൽ 1957 ൽ നടന്ന കേരളത്തിലെ ഒന്നാമത്തെ തിരഞ്ഞെടുപ്പിൽ കമ്യൂണിസ്റ്റ് പാർട്ടിക്ക് അധികാരത്തിൽ വരാവുന്ന സ്ഥിതിവിശേഷം ഉണ്ടായി. ഭരണത്തിൽ ലഭിച്ച ഈ സാധ്യതയെ ഉപയോഗപ്പെടുത്തി ജന്മിത്വത്തിന്റെ സാമ്പ ത്തിക അടിത്തറ തകർക്കുന്നതിനുള്ള നിയമപരമായ ഇടപെടലും ഇതോടൊപ്പം മുന്നോട്ടുവച്ചു.

1957 ലെ കമ്യൂണിസ്റ്റ് പാർട്ടിയുടെ നേതൃത്വത്തിലുള്ള മന്ത്രിസഭ യുടെ ഭൂപരിഷ്കരണവും വിദ്യാഭ്യാസബില്ലും അധികാരവികേന്ദ്രീകരണ പരിശ്രമങ്ങളും സാമൂഹ്യനീതിക്ക് വേണ്ടിയുള്ള ഇടപെടലും എല്ലാം കേരളത്തെ ജനാധിപത്യപരമായി പുനഃക്രമീകരിക്കുന്നതിനുള്ള ശ്ര ദ്ധേയമായ ഇടപെടലുകളായിരുന്നു. എന്നാൽ ഇത്തരം മുന്നേറ്റങ്ങളെ പ്രതിരോധിക്കുന്നതിനും ദുർബലപ്പെടുത്തുന്നതിനുമുള്ള പ്രവർത്തന ങ്ങൾ വലതുപക്ഷ ശക്തികൾ സജീവമാക്കി. ഭൂപരിഷ്കരണത്തിൽ വെള്ളം ചേർക്കുന്നതിനും കേരളത്തിന്റെ സാംസ്കാരിക മണ്ഡലത്തെ വലതുപക്ഷവൽക്കരിക്കുന്നതിനും ഒക്കെ നടത്തിയ പരിശ്രമങ്ങൾ ഇതിന്റെ ഫലമായിരുന്നു. 1957 ൽ മിച്ചഭൂമിയായി കണ്ടിരുന്ന ഭൂമിയുടെ 15 ശതമാനത്തോളം മാത്രം പിന്നീട് വിതരണം ചെയ്യാൻ ഇടയാക്കി യത് ഈ വലതുപക്ഷ ഇടപെടലിന്റെ ഫലമായിട്ടായിരുന്നു.

കർഷകത്തൊഴിലാളികളുടെ ആവശ്യങ്ങൾ കേന്ദ്രസ്ഥാനത്ത് പ്ര തിഷ്ഠിച്ചുകൊണ്ട് അയ്യൻകാളി നടത്തിയ പോരാട്ടത്തിന്റെ പാരമ്പര്യം മുന്നോട്ട് കൊണ്ടുപോകുന്നതിന് കേരളത്തിലെ കർഷകത്തൊഴിലാളി പ്രസ്ഥാനത്തിനും സാധ്യമായി. മണ്ണിൽ പണിയെടുക്കുന്ന കർഷക ത്തൊഴിലാളികൾക്ക് ന്യായമായ വേതനം കിട്ടുന്നതിനും കിടപ്പാടം ലഭിക്കുന്നതിനും വേണ്ടി നടത്തിയ സമരങ്ങൾ കേരളത്തിന്റെ സമര ചരിത്രത്തിലെ ഉജ്ജ്വലമായ അധ്യായങ്ങളാണ്. 1970 ൽ ഭൂമിക്കുവേ ണ്ടി നടത്തിയ പോരാട്ടങ്ങൾ അതിനകം നിർമിക്കപ്പെട്ട നിയമത്തെ

പ്രയോഗതലത്തിൽ കൊണ്ടുവരുന്നതിന് ഇടയാക്കി. 60 വയസ്സായ കർഷകത്തൊഴിലാളികൾക്ക് പെൻഷൻ പ്രഖ്യാപിക്കുന്ന തീരുമാനം 1980 ൽ എൽഡിഎഫ് സർക്കാരാണ് നടപ്പിലാക്കിയത്. മിച്ചഭൂമി കണ്ടെത്തി ദളിത് ജനവിഭാഗങ്ങൾക്കൾപ്പെടെ വിതരണം ചെയ്യുന്ന തിനുള്ള പലതരത്തിലുള്ള സമരങ്ങൾക്കും കർഷകത്തൊഴിലാളി യൂണിയൻ ഉൾപ്പെടെയുള്ള സംഘടനകൾ നടപ്പിലാക്കി. ഇങ്ങനെ നവോത്ഥാന ആശയങ്ങളെയും അടിസ്ഥാന ജനവിഭാഗത്തിന്റെ പ്രശ്നങ്ങളെയും കൂട്ടിയിണക്കിക്കൊണ്ട് കമ്യൂണിസ്റ്റ് പാർട്ടി നടത്തിയ ഇടപെടലാണ് ഇത്തരം സ്ഥിതിവിശേഷം ഉണ്ടാക്കിയത്.

ഇന്ത്യയിലെ മറ്റ് സംസ്ഥാനങ്ങളുമായി തട്ടിച്ചനോക്കിയാൽ കേര ളത്തിലെ ദളിതരുടെ ജീവിതം ഏറെ മുന്നാക്കമാണ് എന്ന് കാണാം. നവോത്ഥാന പ്രസ്ഥാനങ്ങളും കമ്യൂണിസ്റ്റ് പ്രസ്ഥാനവും നടത്തിയ പോരാട്ടങ്ങളുടെ ഫലമാണ് ഇത്. എന്നാൽ കേരളത്തിലെ മറ്റ് വിഭാഗ ങ്ങളുമായി താരതമ്യപ്പെടുത്തി നോക്കിയാൽ ദളിത് ജനവിഭാഗങ്ങളുടെ ജീവിതം ഏറെ പിന്നോക്കമാണ് എന്ന കാണാം. ഇതിന് പ്രധാനപ്പെട്ട കാരണം ചരിത്രപരമായിതന്നെ ഭൂവുടമസ്ഥതയിൽനിന്ന് മാറ്റിനിർത്ത പ്പെട്ടവരായിരുന്ന ദളിത് വിഭാഗം എന്നതാണ്. ഫ്യൂഡലിസത്തിന്റെയും അതിന കീഴിലുള്ള ഉൽപാദനത്തിന്റെയും ആധിപത്യത്തിന്റെയും ഉപാധിയായി നിലനിന്ന ജാതിഘടനയും കൊടിയ ദുരന്തമാണ് ദളിത് വിഭാഗങ്ങൾക്ക് നൽകിയത്. ഇതിന പുറമേ ആധുനിക മുതലാളിത്ത ത്തിന്റെ വികാസത്തിന്റെ ഭാഗമായി ഉണ്ടായ നേട്ടങ്ങളും ദളിത് വിഭാ ഗങ്ങൾക്ക് വേണ്ടത്ര ലഭ്യമായിട്ടില്ല. അതുകൊണ്ടുതന്നെ ഒരു ഇടത്തരം വർഗം ദളിത് വിഭാഗങ്ങളിൽനിന്ന് ഇന്നും ഉയർന്നുവന്നിട്ടില്ല. സംവര ണത്തിന്റെയും മറ്റും പിൻബലത്തിൽ ചുരുക്കം ചില ഉദ്യോഗസ്ഥ വിഭാ ഗങ്ങൾ ഉണ്ടായി എന്നത് വസ്തുതയാണ്. ദളിത് വിഭാഗത്തിന്റെ പ്രശ്നം സവിശേഷ പ്രാധാന്യത്തോടെ കാണുക എന്നത് നമ്മുടെ നാടിനെ സംബന്ധിച്ചിടത്തോളം ഏറെ പ്രധാനമാണ്. അതുകൊണ്ടാണ് സംവ രണത്തിന്റെ പ്രശ്നം വരുമ്പോൾ പിന്നാക്ക വിഭാഗങ്ങളിലുള്ളതുപോലെ ക്രീമിലെയർ വ്യവസ്ഥ ദളിത് വിഭാഗങ്ങൾക്ക് ബാധകമാക്കാൻ പറ്റില്ലെ ന്ന് പറയുന്നത്. ദളിത് വിഭാഗത്തിന്റെ പ്രശ്നങ്ങൾ പരിഹരിക്കാനെന്ന പേരിൽ ആ വിഭാഗത്തിനിടയിൽ സ്വത്വബോധം ഉയർത്തി മുന്നോട്ടവ രുന്ന വിഭാഗങ്ങളും ഉണ്ട്. സമൂഹത്തിലെ ഏറ്റവും അടിച്ചമർത്തപ്പെട്ട വിഭാഗങ്ങളുടെ അഭിലാഷങ്ങൾ പ്രതിഫലിപ്പിക്കുന്ന എന്ന നിലയിൽ ദളിതരുടെ മുന്നേറ്റത്തിന് ജനാധിപത്യപരമായ ഉള്ളടക്കമുണ്ട് എന്ന്

കാണമ്പോൾ തന്നെ ദളിത് വിഭാഗങ്ങൾ അനുഭവിക്കുന്ന പ്രശ്നങ്ങൾ പരിഹരിക്കുന്നതിനുള്ള ശാസ്ത്രീയ സമീപനങ്ങളല്ല ഇത്തരക്കാർ പ്രച രിപ്പിക്കുന്നത് എന്നും കാണേണ്ടതുണ്ട്.

ദളിത് ജനവിഭാഗത്തിലെ പ്രശ്നം പരിഹരിക്കുന്നതിന് ഏറ്റവും പ്രധാ നമായിട്ടുള്ളത് ശരിയായ തരത്തിലുള്ള ഭൂപരിഷ്കരണം നടപ്പിലാക്കുക എന്നതാണ്. എന്നാൽ ദളിത് ജനവിഭാഗത്തിന്റെ പേരുപറഞ്ഞ് മറ്റ സംസ്ഥാനങ്ങളിൽ അധികാരത്തിൽ വരുന്ന പാർട്ടികൾ പോലും അത്തരം പരിഷ്കാരത്തിന് മുതിരുന്നില്ല എന്നു കാണാനാകും.

ദളിതരുടെ പ്രശ്നങ്ങൾ ദളിതർക്ക് മാത്രമേ മനസിലാക്കു എന്ന നിലയിൽ സ്വയം സംഘടിക്കലിന്റെയും സ്വത്വബോധത്തിന്റെയും വികാസത്തെ കുറിച്ചുള്ള കാഴ്ചപ്പാടുകളും സ്വത്വവാദികൾ വളർത്തി ക്കൊണ്ട് വരുന്നുണ്ട്. ഈ രാഷ്ട്രീയ നിലപാട് ഫലത്തിൽ ദളിത് ജനവിഭാഗങ്ങളുടെ പ്രശ്നങ്ങൾ പരിഹരിക്കുന്നതിന് രൂപപ്പെടേണ്ട വിശാലമായ ബഹുജനഐക്യത്തെ ദുർബലപ്പെടുത്തുന്നതിനും ദളിത് ജനവിഭാഗങ്ങളെ പൊതുപ്രസ്ഥാനങ്ങളിൽ നിന്നും അകറ്റുന്നതിനും മാത്രമേ ഇടയാക്കു.

ദളിത് ജനവിഭാഗങ്ങളുടെ ജീവിതത്തിന് വർത്തമാനകാലത്ത് ഏറ്റവും വലിയ പ്രതിസന്ധി സൃഷ്ടിക്കുന്ന ഒന്നായി ആഗോളവൽക്കരണ നയങ്ങൾ മാറിയിട്ടുണ്ട്. പൊതുവിദ്യാഭ്യാസ സ്ഥാപനങ്ങളും പൊതു മേഖലയും സാമൂഹ്യസുരക്ഷ പദ്ധതികളും തകർക്കപ്പെടുന്നതില്ലൂടെ വിദ്യാഭ്യാസത്തിനും തൊഴിലിനും ഉള്ള ദളിത് ജനവിഭാഗങ്ങളുടെ സാധ്യതകളെയാണ് ഇല്ലാതാക്കുന്നത്.

ജാതീയമായ രാഷ്ട്രീയം മുന്നോട്ട് വെക്കുന്നവരെ സംബന്ധിച്ചി ടത്തോളം ജാതി നിലനിൽക്കുക എന്നത് അവരുടെ രാഷ്ട്രീയമായ നിലനിൽപിന്റെ അടിസ്ഥാനമാണ്. അതിനാൽ ജാതിനിർമാർജ്ജന ത്തിനുള്ള പ്രായോഗിക പദ്ധതികൾ നടപ്പിലാക്കാതിരിക്കുക എന്നത് അവരെ സംബന്ധിച്ചിടത്തോളം പ്രധാനമാണ്. കമ്യൂണിസ്റ്റ് പാർട്ടിയെ സംബന്ധിച്ചിടത്തോളം ജാതീയമായ വിഭജനം തൊഴിലാളി വർഗ രാഷ്ട്രീയത്തിന്റെ മുന്നോട്ട് പോക്കിന് തടസം സൃഷ്ടിക്കുന്നതാണ്. അതിനാലാണ് ജാതിയതയെ ഉന്മൂലനം ചെയ്യുന്നതിനുള്ള പദ്ധതികൾ തൊഴിലാളിവർഗ്ഗപ്രസ്ഥാനങ്ങൾക്ക് ഉണ്ടാകുകയും ജാതി രാഷ്ട്രീയക്കാ രക്ക് അത്തരം പദ്ധതികൾ ഇല്ലാതെ പോകുന്നയും.

ദളിത് ജനവിഭാഗങ്ങൾ ഉൾപ്പെടെയുള്ള പാവപ്പെട്ടവരുടെ പ്രശ്നങ്ങൾ പരിഹരിക്കുന്നതിന് അടിയന്തരമായ ഇടപെടലുകൾ നടക്കേണ്ടതുണ്ട്.

വിദ്യാഭ്യാസ രംഗത്തും ആരോഗ്യരംഗത്തും ഉൾപ്പെടെയുള്ള വികാസം ഇതിന് പ്രധാനമാണ്. പാർപ്പിടം പോലുള്ള അടിസ്ഥാന സൗകര്യങ്ങ ളുടെ പ്രശ്നവും പരിഹരിക്കേണ്ടതുണ്ട്. അതിദാരിദ്ര്യമുള്ള കുടുംബങ്ങളെ കണ്ടെത്തി അവരുടെ പ്രശ്നങ്ങൾ പരിഹരിക്കുക എന്നതും ദളിത് ജനങ്ങ ളുടെ ജീവിതം മെച്ചപ്പെടുത്തുന്നതിന് പ്രധാനമാണ്. സാമൂഹ്യനീതിക്ക് വേണ്ടിയുള്ള സമരം മാത്രം നടത്തിയാൽ വർഗസമരം വിജയിക്കുകയി ല്ല. വർഗസമരത്തിലേക്ക് ഉയർത്തിക്കൊണ്ടല്ലാതെ സാമൂഹ്യനീതിക്ക് വേണ്ടിയുള്ള സമരവും വിജയിക്കുകയില്ല. ഈ അന്യോന്യബന്ധം കണ്ടുകൊണ്ട് ഇടപെടുക എന്നത് മർമ്മപ്രധാനമായ കാര്യമാണ്.

പഴമയുടെ പുതുവായനകൾ

ചട്ടമ്പിസ്വാമികളും സ്ത്രീവിമോചനവും

തിരുവനന്തപുരത്തുള്ള സെക്രട്ടേറിയറ്റ് നിർമ്മിക്കുന്ന കാലത്ത് ആവശ്യമായ ചട്ടക്കൂട്ട നിർമ്മിച്ചിരുന്നത് അതിന് പിറകുവ ശത്തുള്ള സ്ഥലത്തായിരുന്നു. ആ സ്ഥലമിന്ന് 'ചെങ്കൽച്ചള' എന്ന പേരിൽ അറിയപ്പെടുന്നു. അക്കാലത്ത് അവിടനിന്ന് കട്ടയും മണ്ണം ചുമന്നുകൊണ്ടുവരുന്നതിന് ധാരാളം ചെറുപ്പക്കാർ നിയോഗിക്കപ്പെ ട്ടിരുന്നു. അതിലൊരാളായിരുന്നു കുഞ്ഞൻപിള്ള. അദ്ദേഹമാണ് പിൽക്കാലത്ത് ചട്ടമ്പിസ്വാമികൾ എന്ന പേരിൽ പ്രസിദ്ധനായത്. സെക്രട്ടേറിയറ്റിനകത്ത് കയറുമ്പോൾ ചട്ടമ്പിസ്വാമികളുടെ വിയർപ്പി ന്റെ കൂടി ഫലമാണെല്ലോ ഇത് എന്ന് ഓർക്കുകയായിരുന്നു.

കേരളത്തിന്റെ നവോത്ഥാന പാരമ്പര്യത്തിൽ വിസ്മരിക്കാനാവാ ത്ത പേരാണ് ചട്ടമ്പിസ്വാമികളുടേത്. നവോത്ഥാനപരമായ ആശയ ങ്ങൾക്ക് നേരെ വെല്ലുവിളി ഉയരുമ്പോൾ ഇത്തരം ചരിത്രങ്ങളിലേക്ക് നാം കണ്ണോടിക്കേണ്ടതുണ്ട്. ഇന്ന് ആചാരങ്ങൾക്കും മാമൂല്യകൾക്കും എതിരെ വിമർശനമുയരുമ്പോഴും മാറ്റങ്ങൾ വരുമ്പോഴും അത് ഉൾക്കൊ ണ്ട് പോകാൻ പലർക്കും കഴിയാത്തത് ഈ ചരിത്രബോധത്തിന്റെ അഭാവമാണ്. ക്ഷമാപൂർവ്വമായി ഇടപെട്ട് അത് തിരുത്തിക്കുന്ന സമീ പനമാണ് വേണ്ടത്.

ജാതി-ജന്മി-നാട്ടുവാഴിത്തത്തിന് കീഴിൽ സമ്പത്തെന്നപോലെ വിജ്ഞാനവും അധസ്ഥിതവിഭാഗത്തിന് പ്രാപ്യമായിരുന്നില്ല. ഈ ഘട്ടത്തിൽ സംസ്കൃതത്തിലെ പുരാണേതിഹാസങ്ങൾ അധസ്ഥിത

വിഭാഗത്തിന് ലഭ്യമായത് എഴുത്തച്ഛനിലൂടെയാണ്. അതുപോലെ വേദങ്ങളും ഉപനിഷത്തുകളും ബ്രാഹ്മണരുടെ കുത്തകയായിരുന്ന കാലത്ത് അതിന് മാറ്റം വരുത്താനുള്ള പ്രവർത്തനം നടത്തിയെന്നി ടത്താണ് ചട്ടമ്പിസ്വാമികളുടെ പ്രാധാന്യം. പുരാണേതിഹാസങ്ങൾ മാത്രമല്ല, വേദങ്ങളും എല്ലാവർക്കും പഠിക്കാൻ അവകാശമുണ്ട് എന്ന് പറയുകയായിരുന്ന ചട്ടമ്പിസ്വാമികൾ. അങ്ങനെ അറിവിന്റെ ലോകത്തെ ജനാധിപത്യവത്കരണത്തിനായി പ്രവർത്തിക്കുക യായിരുന്ന ചട്ടമ്പിസ്വാമികൾ.

ചട്ടമ്പിസ്വാമികളുടെ ഇത്തരം പ്രവർത്തനം അറിവിന്റെ ലോക ത്തെങ്കിൽ ക്ഷേത്രത്തിന്റെ രംഗത്ത് ഇത്തരം ഇടപെടൽ നടത്തിയത് ശ്രീനാരായണ ഗുരുവാണ്. ക്ഷേത്രങ്ങളും ക്ഷേത്രപ്രതിഷ്ഠയും അതിന്റെ ആരാധനയും അവർണ്ണർക്കും അപ്രാപ്യമല്ലെന്ന് കാണിച്ചുകൊടുക്കുക യായിരുന്ന ശ്രീനാരായണ ഗുരു. ആത്മീയതയുടെ പുറംതോടുകൾക്ക കത്ത് നടന്ന ഈ ജനാധിപത്യമുന്നേറ്റങ്ങളുടെ ഫലമായിക്കൂടിയാണ് ആധുനിക ജനാധിപത്യ പ്രസ്ഥാനങ്ങൾ രൂപം കൊള്ളുന്നത്.

അറിവിന്റെ ലോകത്തെ ശൂദ്രർക്കും സ്ത്രീകൾക്കും പ്രാപ്യമാക്കുക എന്ന പ്രവർത്തനം നടപ്പിലാക്കാൻ ശ്രമിക്കുകയായിരുന്ന ചട്ടമ്പി സ്വാമികൾ. രണ്ടാംകിട പൗരരായി കണക്കാക്കപ്പെട്ടിരുന്ന സ്ത്രീക ളിൽ ആത്മവിശ്വാസവും കരുത്തും പകരുന്നതിന് ചട്ടമ്പിസ്വാമികൾ ശ്രമിച്ചിരുന്നു. അദ്ദേഹത്തിന്റെ 'പ്രപഞ്ചത്തിൽ സ്ത്രീപുരുഷൻമാർക്കുള്ള സ്ഥാനം' എന്ന ലേഖനം ഇത് വ്യക്തമാക്കുന്നുണ്ട്. അതിൽ സ്ത്രീകൾ അബലകളല്ലെന്നും പ്രബലകളാണെന്നും അദ്ദേഹം ഓർമ്മിപ്പിച്ചു. ഈ ബോധത്തോടെ സ്ത്രീകൾ പ്രവർത്തിച്ച് മുന്നേറുകയാണ് വേണ്ടതെന്നും എടുത്തുപറഞ്ഞു.

സ്ത്രീകളിൽ തങ്ങൾ കരുത്തരും പ്രവർത്തിക്കാൻ ശേഷിയുള്ളവര മാണെന്ന ബോധമുണ്ടാവണമെന്നും ഓർമ്മിപ്പിച്ചു. അതിൽ ഇങ്ങനെ പറഞ്ഞു- 'സ്ത്രീ തനിക്കുള്ള യഥാർത്ഥമായ അധിക ബലത്തെപ്പറ്റി സ്വതസിദ്ധമായ വിനയപ്രഭാവം കൊണ്ട് പുരുഷനെപ്പോലെ ഒച്ച പൊങ്ങിക്കുവാൻ ഭാവിച്ചില്ല എന്നതാണ്, പുരുഷന്റെ അർത്ഥമില്ലാ ത്ത മുഷ്ക്കിനും ഈ നാമധേയത്തിനും ഇടയാക്കിയത്. പൗരാണികരും മറ്റഭിജ്ഞൻമാരും പ്രഥമസ്ഥാനം സ്ത്രീക്കാണ് കൊടുത്തിട്ടുള്ളത്' എന്ന കാര്യം അക്കാലത്ത് തന്നെ പറഞ്ഞുവെന്നത് ശ്രദ്ധേയമാണ്.

സ്ത്രീകൾക്ക് വേദങ്ങൾ വായിക്കാനോ പഠിക്കാനോ ഉള്ള അവകാ ശമില്ലെന്ന വാദത്തെ അദ്ദേഹം പുച്ഛിച്ച് തള്ളി. ഉപനിഷത്തുക്കളെയും മറ്റും അവതരിപ്പിച്ചുകൊണ്ട് ഗാർഗി വേദാഭ്യാസം ചെയ്യുവെന്നും

വേദകാര്യങ്ങളെക്കുറിച്ച് ജ്ഞാനവൽക്കനോട് തർക്കിച്ച കാര്യവും അദ്ദേഹം ഓർമ്മിപ്പിച്ചു. മൈത്രെയിക്കും വേദത്തിൽ പാണ്ഡിത്യം ഉണ്ടെന്ന കാര്യം തെളിവ് സഹിതം വേദാധികാര നിരൂപണത്തിൽ ചട്ടമ്പിസ്വാമികൾ പറയുന്നുണ്ട്.

പ്രാചീനകാലത്ത് നിലനിന്ന പല യാഗങ്ങളിലെയും തെറ്റായ രീതികളെ അദ്ദേഹം ഇറന്നവിമർശിച്ചു. പണ്ഡരീകയാഗത്തിൽ വിധവയും ബ്രഹ്മചാരിയും നടത്തുന്ന സംഭോഗത്തെയും, കുതിരയും രാജപതിയും തമ്മിൽ അശ്വമേധത്തിൽ നടത്തുന്ന സംഭോഗത്തെയും പരാമർശിച്ച് 'ആയിരം വേദങ്ങൾ ആദരിച്ചവെന്നുവരികിലും പരിശുദ്ധ ന്മാർ ആദരിക്കില്ലെന്ന്' ഓർമ്മിപ്പിക്കാനും അദ്ദേഹം മടിച്ചില്ല.

ഇതെല്ലാം കാണിക്കുന്നത് ചട്ടമ്പിസ്വാമികളെപ്പോലുള്ള നവോത്ഥാന നായകർ അക്കാലത്തെ ആചാരക്രമങ്ങളെയും കാഴ്ച പ്പാടുകളെയും വിമർശനാത്മകമായി വിലയിരുത്തിക്കൊണ്ടാണ് മുന്നോട്ടുപോയതെന്നാണ്. ഇത്തരം ഇടപെടലാണ് ജനാധിപത്യ പരമായ ഒരു ജീവിതക്രമം നമ്മുടെ നാട്ടിൽ കെട്ടിപ്പടുക്കുന്നതിന് അടിസ്ഥാനമായിത്തീർന്നത്. ഇതുൾക്കൊണ്ട് മുന്നോട്ടുപോയെങ്കിലേ ജനാധിപത്യപരമായ ജീവിതക്രമം കാത്തുസൂക്ഷിക്കാനാവൂ. ഇത്തരം കാര്യങ്ങളെ ഉൾക്കൊണ്ടുകൊണ്ടാണ് എസ്.എൻ ഡി.പിയുടെ സെക്രട്ട റിയും ശ്രീനാരായണ ഗുരുവിന്റെ വത്സല ശിഷ്യനുമായ കുമാരനാശാൻ ചണ്ഡാലഭിക്ഷുകിയിൽ ബുദ്ധഭിക്ഷു രാജാവിനോട് പറയുന്ന വിധം ഇങ്ങനെ എഴുതിയത്.

   "ഇന്നലെ ചെയ്തൊരബദ്ധം മൂഢ-
   ർക്കിന്നത്തെയാചാരമാവാം;
   നാളത്തെ ശാസ്ത്രമതാവാം-അതിൽ
   മൂളായ്ക സമ്മതം രാജ"

ജാതീയമായ അടിച്ചമർത്തലുകളും സ്ത്രീകളെ രണ്ടാംകിടയായി കാണുന്ന രീതിക്കെതിരെയുമുള്ള ചെറുത്തുനിൽപ്പുകൾ നവോത്ഥാന മുന്നേറ്റത്തിന്റെ ഭാഗമായിരുന്നു. നവോത്ഥാന കാലത്ത് ഉയർന്നുവന്ന അത്തരം ചിന്തകളെ, വർത്തമാന കാലത്തിന്റെ സവിശേഷതകളെ ഉൾക്കൊണ്ട് വികസിപ്പിച്ച് മുന്നേറാനാവണം. കാലത്തിനനുസരിച്ച് അവയ്ക്ക് മാറ്റം വരുത്താനുമാവണം. അതിലൂടെ മാത്രമേ ജനാധിപ ത്യപരമായ ജീവിതക്രമത്തിലേക്ക് നമുക്ക് മുന്നേറാനാവൂ. ജനതയിൽ പകുതിയിലേറെ വരുന്ന സ്ത്രീകളെ രണ്ടാംകിടപൗരന്മാരായി നിർത്തി ക്കൊണ്ട് സ്വാതന്ത്ര്യത്തിന്റെ ആകാശത്തിലേക്ക് എങ്ങനെയാണ് നമുക്ക് മുന്നേറാനാവുക?

ഹിന്ദുമതത്തെപ്പറ്റി
സ്വാമി വിവേകാനന്ദൻ

മതരാഷ്ട്രം സ്വപ്നം കാണുന്ന സംഘപരിവാർ സ്വാമി വിവേകാനന്ദനെ ഉദ്ധരിക്കാറുണ്ട്. എന്നാൽ സ്വാമി വിവേകാനന്ദൻ മുന്നോട്ട് വെക്കുന്ന ഹിന്ദു മതത്തെക്കുറിച്ചുള്ള ആശയം സംഘപരിവാർ മുന്നോട്ട് വെയ്ക്കുന്നതല്ലായെന്ന് അദ്ദേഹത്തിന്റെ പ്രസംഗങ്ങൾ വ്യക്തമാക്കുന്നുണ്ട്. ഇതിലേറ്റവും പ്രധാനമാണ് ചിക്കാഗോ പ്രസംഗങ്ങൾ.

ലോകത്തിലെ എല്ലാ മതവിശ്വാസികളേയും സഹോദരീ സഹോദരന്മാരായി കണ്ടുകൊണ്ട് സ്വാമി വിവേകാനന്ദൻ നടത്തിയ പ്രസംഗം ആ സമ്മേളനത്തിലെ ഏറ്റവും ശ്രദ്ധേയമായ പ്രസംഗങ്ങളിൽ ഒന്നായിരുന്നു. സമ്മേളനത്തിന്റെ ഇടക്കത്തിൽ മുഴങ്ങിയ മണി എല്ലാ മതഭ്രാന്തിന്റെയും വാളുകൊണ്ടോ പേന കൊണ്ടോ ഉള്ള എല്ലാ പീഡനങ്ങളുടെയും മരണമണിയാണെ ന്ന് സ്വാമി വിവേകാനന്ദൻ ഇടക്കത്തിലേ ഓർമ്മിപ്പിക്കുന്നുണ്ട്. സഹിഷ്ണതയും സാർവ്വലൗകിക സ്വീകാര്യവും ലോകത്തിന് ഉപദേശിച്ച മതം എന്നാണ് ഹിന്ദുമതത്തെ സ്വാമി വിവേകാനന്ദൻ വിശേഷിപ്പിക്കുന്നത്. ഹിന്ദുമതം സാർവ്വലൗകിക സഹിഷ്ണതയിൽ വിശ്വസിക്കുക മാത്രമല്ല, സർവ്വമതങ്ങളും സത്യമെന്ന് സ്വീകരിക്കുകയും ചെയ്യുന്നതാണ് അതിന്റെ സവിശേഷത എന്നും ഓർമ്മിപ്പിക്കുന്നു. അന്ധ വിശ്വാസം മനുഷ്യന്റെ വലിയ ശത്രു തന്നെ. എന്നാൽ അതിലും കഷ്ട

പഴമയുടെ പുതുവായനകൾ

മായതാണ് മതഭ്രാന്തെന്ന് ഓർമ്മപ്പെടുത്താനും അദ്ദേഹം മറക്കുന്നില്ല. നാനാത്വത്തിൽ ഏകത്വമാണ് പ്രകൃതി കൽപിതമെന്നും അത് ഹിന്ദു അംഗീകരിക്കുന്നുണ്ടെന്നുമാണ് സ്വാമി വിവേകാനന്ദന്റെ മതം. ഹിന്ദു എപ്പോഴും നോക്കുന്നത് സ്വന്തം ശരീരത്തെ ദണ്ഡി ക്കാനാണ്. ഒരിക്കലും അയൽക്കാരന്റെ കഴുത്ത് അറുക്കാനല്ല. ഹിന്ദു പട്ടടയിൽ സ്വശരീരം എരിച്ചേക്കാമെങ്കിലും മറ്റ മതക്കാരെ ഹോമിക്കാൻ തീക്കൂട്ടാറില്ലെന്നും വിവേകാനന്ദൻ പറയുന്നു. ഭൗതിക മനുഷ്യനിൽനിന്ന് ഈശ്വരനെ ആവിഷ്കരിക്കുക മാത്രമാണ് ഓരോ മതവും ചെയ്യുന്നത്. അവയുടെയെല്ലാം പ്രചോദകൻ ഒരേ ഈശ്വരനാണ് പിന്നെ എന്തിനാണ് ഇത്രയേറെ പൊരുത്തക്കേ ടുകൾ? മതങ്ങൾ തമ്മിലുള്ള പൊരുത്തക്കേടുകളെല്ലാം വെറും പുറംതോന്നൽ മാത്രമാണെന്നും വിവേകാനന്ദൻ എടുത്ത് പറയുന്നു. സാധാരണ പ്രസംഗങ്ങളിൽ പലപ്പോഴും വെല്ലുവിളി സാധാരണമെങ്കി ലും സ്വാമി വിവേകാനന്ദൻ ഒരു ഘട്ടത്തിൽ മാത്രമാണ് ഇത് നടത്തു ന്നത്. ഹിന്ദുവിന് മാത്രമേ മോക്ഷമുള്ളൂ. മറ്റാർക്കുമില്ല എന്ന തരത്തിൽ ഒരു വാക്യമെങ്കിലും ഹൈന്ദവ ദർശനങ്ങളിൽ എവിടെയെങ്കിലും കാണിച്ച തരാൻ അദ്ദേഹം വെല്ലുവിളിക്കുന്നുണ്ട്. നമ്മുടെ വർണ്ണാശ്ര മത്തിന് പുറത്ത് ഉത്തമ പുരുഷന്മാർ ഉണ്ടെന്ന വ്യാസന്റെ വാക്കുകൾ ഉദ്ധരിച്ചുകൊണ്ട് മറ്റ മതക്കാർക്കും മോക്ഷം സാധ്യമാണെന്ന് പ്രഖ്യാ പിക്കുകയും ചെയ്യുന്നു.

ഇന്ത്യയിലെ വിശക്കുന്ന ജനതയ്ക്ക് മതമല്ല ഭക്ഷണമാണ് വേണ്ടത് എന്ന പ്രസിദ്ധമായ സ്വാമി വിവേകാനന്ദന്റെ വാക്കുകളും ഇതിൽ കടന്ന വരുന്നുണ്ട്. "ഭാരതത്തിലെ ആർത്തലക്ഷങ്ങൾ വരണ്ട തൊണ്ടയോടെ നിലവിളിക്കുന്നത്. കൊറ്റിനു വേണ്ടിയാണ്. അവർ അന്നം ചോദിക്കുന്നു. നാം കല്ല് കൊടുക്കുന്നു. പട്ടിണി കിടക്കുന്നവർക്ക് മതം കൊടുക്കുന്നത് പരിഹാസ്യമാണ്" എന്ന കാര്യവും ഈ പ്രസംഗത്തിൽ ഓർമ്മിപ്പിക്കു ന്നു.

മതങ്ങൾ ചെയ്യേണ്ടത് എന്താണ്? ഇത് സംബന്ധിച്ച സ്വാമി വിവേ കാനന്ദന്റെ അഭിപ്രായമിതാണ്. മതം സഹായിക്കുകയാണ് വേണ്ടത്. മത്സരിക്കുകയല്ല. സ്വാംശീകരണമാണ് സ്വായത്തമാക്കേണ്ടത്. രഞ്ജിപ്പും ശാന്തിയുമാണ് പഠിപ്പിക്കേണ്ടത്. ഭിന്നിപ്പല്ല.

സ്വാമി വിവേകാനന്ദന്റെ വ്യാഖ്യാനങ്ങളെ സംബന്ധിച്ചും ഹിന്ദുമ തത്തെക്കുറിച്ചും അഭിപ്രായവ്യത്യാസമുണ്ടാകാം. എന്നാൽ ഹിന്ദുത്വ അജണ്ടകൾ മുന്നോട്ട് വെച്ച് ജനങ്ങളിൽ കലാപം സൃഷ്ടിക്കുന്നവർക്ക്

സ്വാമി വിവേകാനന്ദനെ പോല്യുള്ള സന്യാസിവര്യർ അല്ല വഴികാട്ടിയെ ന്ന് വ്യക്തം. വർഗീയതയ്ക്കെതിരെയുള്ള പോരാട്ടത്തിൽ വർത്തമാ നകാലത്തെ മതവിശ്വാസികളുടെ സ്ഥാനം അടയാളപ്പെടുത്തുക കൂടി ചെയ്യുന്നതാണ് ഈ പ്രസംഗം.

പഴമയുടെ പുഇവായനകൾ

പ്രാചീന ഇന്ത്യയിലെ ശാസ്ത്രവികാസവും നവോത്ഥാനവും

ഏതൊരു ജനതയുടേയും വികാസത്തിന് അടിസ്ഥാനമായി തീരുന്നത് ആ സമൂഹത്തിൽ ശാസ്ത്രീയമായ ചിന്തകൾ എത്രത്തോളം വികസിച്ചിട്ടുണ്ട് എന്നതാണ്. ലഭിച്ച അറിവുകളെ ഉൽപ്പാദന രംഗത്തും, പ്രായോഗിക പ്രവർത്തനങ്ങളിലും ഉപയോഗ പ്പെടുത്തുന്ന തരത്തിൽ സമൂഹം എത്രത്തോളം വികസിപ്പിക്കുന്നവെ ന്നതുമാണ്. പ്രകൃതിയുമായി പൊരുത്തപ്പെട്ട് ജീവിക്കുന്ന മൃഗങ്ങളിൽ നിന്നും വ്യത്യസ്തമായി അവയെ മനസ്സിലാക്കി മാറ്റി മറിക്കുന്നതിന് ഇടപെടുന്നവെന്നതാണ് മനുഷ്യന്റെ സവിശേഷത. ഈ ഇടപെടലി ന്റെ ഭാഗമായാണ് ഓരോ കണ്ടെത്തലും രൂപപ്പെടുന്നത്.

ശാസ്ത്രത്തിന്റെ വികാസം

പ്രകൃതി ശക്തികളുടെ ആരാധനയിൽ നിന്നും, മന്ത്രവാദപരമായ ചികിത്സകളിൽ നിന്നും വികസിച്ചുവരുന്നതാണ് ഏതൊരു സമൂഹത്തി ന്റേയും ശാസ്ത്ര പാരമ്പര്യമെന്ന് കാണാം. ഇത്തരത്തിൽ പ്രാചീനമായ ഓരോ സമൂഹവും തങ്ങളുടെ മുന്നിൽ നേരിട്ട് വന്ന പ്രതിസന്ധികളെ മറികടക്കാനുള്ള ഇടപെടലിൽ നിന്നാണ് ശാസ്ത്രത്തിന്റെ വികാസം രൂപപ്പെടുന്നത്. കല്ലുപയോഗിച്ച് ഭക്ഷണം തേടുന്നതിനുള്ള പ്രവർ ത്തനത്തിൽ നിന്നും അമ്പും, വില്ലിലേക്കുമുള്ള പരിവർത്തനം വലിയ ചുവടുവെപ്പായിരുന്നു. ഇത്തരം അറിവുകളില്ലൂടെ ഉൽപ്പാദനത്തിലുണ്ടായ

വർദ്ധനവാണ് സാമൂഹ്യ വികാസത്തിന്റെ അടിസ്ഥാനമായി തീരുന്നത്.

സിന്ധു നദീതട നാഗരീകത

ഇന്ത്യയുടെ പ്രാചീന സംസ്കാരമായി അറിയപ്പെടുന്ന സിന്ധു നദീതട നാഗരീകതയിൽ ശാസ്ത്ര ചിന്തയുടേയും, അതിന്റെ ഭാഗമായി രൂപപ്പെട്ട ഉപകരണങ്ങളുടേയും ഒരു വലിയ ശ്രംഖല നിലനിന്നിരുന്നു. ചക്രമുള്ള വണ്ടികളെ മൃഗങ്ങളെ ഉപയോഗിച്ച് വലിക്കുകയെന്നത് അക്കാലത്തെ സവിശേഷതയായിരുന്നു. ചുട്ട ഇഷ്ടികകളും, വെങ്കല പ്രതിമകളെ രൂപപ്പെടുത്തുന്ന ച്ചളകളുമെല്ലാം അതിന്റെ ഭാഗമായിരുന്നു. തുണിത്തരങ്ങൾ, അവയുടെ നിർമ്മാണം, ആസൂത്രിതമായ നഗരങ്ങൾ തുടങ്ങിയവയെല്ലാം അതിന്റെ ഭാഗമായിരുന്നു. കാർഷിക സമുദായം എന്ന നിലയിൽ ജ്യോതിശാസ്ത്രത്തിന്റെ വികാസവും ഇതിന് അടിത്ത റയായിത്തീർന്നു. സിന്ധുനദീതട നാഗരീകത സംഭാവന ചെയ്ത ജനത ആഫ്രിക്കയുടേയും, പേർഷ്യക്കാരുടേയും, ഇന്ത്യക്കാരുടേയും കൂടിച്ചേര ലിന്റെ ഫലം കൂടിയായിരുന്നു.

ആര്യൻ വരവ്

ആര്യൻ ജനവിഭാഗത്തിന്റെ വരവ് ഇരുമ്പിന്റെ ഉപയോഗവും കൊണ്ടുവന്നു. വിവിധങ്ങളായ ചികിത്സകളുടേയും, വൃത്യസ്തമായ മദ്യമൾപ്പെടേയുള്ള പാനീയത്തിന്റേയും, അമ്പും, വില്ലിന്റേയുമെല്ലാം രീതികൾ ഇന്ത്യൻ സമൂഹത്തിൽ വളരാൻ തുടങ്ങി. തൈര് പുളിപ്പിക്കലും, മധു, സുര, സോമ തുടങ്ങിയ ലഹരി പദാർത്ഥങ്ങളമെല്ലാം നിർമ്മിക്ക പ്പെടുന്ന സാങ്കേതികവിദ്യ ഉയർന്നുവരുന്നു. ചാതുർവർണ്യത്തിന്റെ സമ്പ്രദായങ്ങളിലൂടെ ഇന്ത്യൻ സമൂഹം മുന്നോട്ടുപോകുകയും ജാതി വ്യവസ്ഥ അടിച്ചേൽപ്പിക്കുകയും ചെയ്യുന്ന രീതി ഇന്ത്യൻ സമൂഹത്തിൽ വികസിച്ചുവരുന്നു.

ബൗദ്ധ കാലഘട്ടം

ബ്രാഹ്മണ മേധാവിത്വത്തിന്റെ ഈ കാഴ്ചപ്പാടുകളെ ഇന്ത്യക്കകെത്ത് ചോദ്യം ചെയ്യപ്പെടുന്ന സാഹചര്യമുയർന്നുവരുന്നു. വേദങ്ങളുടെ അപ്ര മാദിത്വത്തേയും, അതിന് അടിസ്ഥാനപ്പെടുത്തിയ കാഴ്ചപ്പാടുകളേയും ചോദ്യം ചെയ്യുന്ന ഒന്നായി ബുദ്ധ കാലഘട്ടം മാറുന്നു. അറിവുകൾ എന്നത് ജനങ്ങൾക്കാകമാനം പ്രാപ്യമാക്കുകയെന്ന നിലപാടവർ സ്വീകരിക്കുന്നു. പ്രാദേശിക ഭാഷകളിൽ അറിവുകൾ നൽകുകയും, ആ ഭാഷയിൽ തന്നെ അവ വികസിപ്പിക്കുന്ന ജനകീയ സംസ്കൃതി വളർന്നുവരികയും ചെയ്യുന്നു.

 പഴമയുടെ പുതുവായനകൾ

ബൗദ്ധ കാലഘട്ടമാകുമ്പോൾ രോഗങ്ങൾ ഉണ്ടാകുന്നതും, അതിന്റെ പ്രതിവിധിയുമെല്ലാം പരിശോധിക്കുന്ന നിലയുണ്ടാകുന്നു. ദൈവം ഉണ്ടോ, ഇല്ലയോ എന്നുള്ളതല്ല പ്രശ്നം നമുക്ക് മുമ്പിലുള്ള സമൂഹം രോഗാതുരമാണെന്നും, അവ പരിഹരിക്കുകയാണ് നമ്മുടെ ലക്ഷ്യമെന്ന മുള്ള ബുദ്ധന്റെ കാഴ്ചപ്പാടുകൾ വികസിച്ചവരുന്ന ഘട്ടം കൂടിയായിരുന്നു ഇത്. അതിന്റെ അടിത്തറയിൽ ജനകീയമായ അറിവുകളുടെ വികാസം ഇന്ത്യയിലാകമാനം രൂപപ്പെട്ടുവരുന്നു. കനിഷ്കന്റെ കൊട്ടാരത്തിലെ രാജ വൈദ്യനായിരുന്ന ചരകൻ. ബുദ്ധന്റെ വൈദ്യനായ ജീവകനാവ ട്ടെ ചാണക കുമ്പാരത്തിൽ നിന്ന് കണ്ടെത്തപ്പെട്ട ശിശുവായിരുന്നു. ബുദ്ധന്റെ വൈദ്യനായി അറിയപ്പെടുന്ന ജീവകനെപ്പോലെയുള്ള വൈദ്യ ന്മാരും ഉയർന്നുവരുന്നു. ജീവകനെപ്പോലെയുള്ള വൈദ്യന്മാരാവട്ടെ രോഗികളെ അന്വേഷിച്ച് പോയി ചികിത്സിക്കുന്നവരായിരുന്നു. ഇങ്ങനെ ചികിത്സിക്കാൻ നടന്നവരുടെ ചികിത്സാ ഗ്രന്ഥമായാണ് ചരകസം ഹിത പ്രത്യക്ഷപ്പെടുന്നത്. ബൗദ്ധ പാരമ്പര്യത്തിന്റെ അടിത്തറയിൽ നിന്നുകൊണ്ടാണ് വൈദ്യത്തിന്റെ പാരമ്പര്യത്തിലേക്ക് ഇവർക്കെ ത്താനായത് എന്നോർക്കണം. ചാതുർവർണ്യ വ്യവസ്ഥ ഇത്തരം കാര്യങ്ങളിൽ സ്വീകരിക്കുന്ന നിലപാടെന്തെന്ന് മഹാഭാരതത്തിലെ കർണ്ണന്റേയും, ഏകലവ്യന്റേയും അനുഭവങ്ങൾ കാണിച്ചുതരുന്നുണ്ട്.

മനുഷ്യ ശരീരത്തെ ഭൗതിക വസ്തുവായി കണ്ടുകൊണ്ടുള്ള ചികിത്സാ സമ്പ്രദായങ്ങളാണ് ഇതിൽ മുന്നോട്ടുവെക്കുന്നത്. അതോടൊപ്പം തന്നെ ഭക്ഷണ ക്രമവും, ജീവിതവും നിർദ്ദേശിക്കുകയും ചെയ്യുന്നു. ക്ഷ തങ്ങളെ ചികിത്സിക്കുന്ന സമ്പ്രദായങ്ങൾ വികസിപ്പിച്ച സുശ്രുതനും ഇതേ പാരമ്പര്യത്തെ പിന്തുടർന്നുകൊണ്ടാണ് പോയത്. വാഗ്ഭടന്റെ അഷ്ടാംഗ ഹൃദയവും ഈ പാരമ്പര്യത്തിന്റെ തുടർച്ചയാണ്. ശരീരത്തെ വിവിധ പദാർത്ഥങ്ങളാൽ നിർമ്മിക്കപ്പെട്ട ഒരു വസ്തുവാണെന്ന ഭൗതി കവാദപരമായ കാഴ്ചകളാണ് ഇവരെ നയിച്ചുകൊണ്ടിരുന്നത്.

പരമാണു സിദ്ധാന്തം പോലുള്ള ആശയങ്ങളും ഉയർന്നുവന്നു. പഞ്ചഭൂതത്താൽ നിർമ്മിതമാണ് ലോകമെന്നതിന് പകരം അണുക്ക ളാൽ നിർമ്മിക്കപ്പെട്ടിരുന്നുവെന്ന ആശയം ഉയർന്നുവന്നു. തെക്കൻ ഡക്കാനിൽ നിന്ന് ഗ്ലാസുണ്ടാക്കുന്ന സാങ്കേതിക വിദ്യ വികസിച്ചുവന്നു. ലോഹ വിദ്യയിലും ഇന്ത്യ കുതിച്ചുയർന്നു. ക്രിസ്തുവിന്റെ 7-ാം നൂറ്റാണ്ടിൽ ഇന്ത്യ സന്ദർശിച്ച ഫയാൻസാങ് ഈ പാരമ്പര്യത്തെ സംബന്ധിച്ച് വിശദീകരിക്കുന്നുണ്ട്. ഡൽഹിയിലെ കുത്തബ്മിനാറിന് അടുത്തുള്ള അയൺ സ്തംഭം പോലുള്ളവ ലോഹ നിർമ്മാണ രംഗത്തെ അത്ഭുത

സ്ഥിതിവിശേഷമായി നിലനിൽക്കുന്നു.

ശില്പ കലയുടെ കാര്യത്തിലും, പ്രതിമ നിർമ്മാണത്തിന്റെ കാര്യത്തി ലുമെല്ലാം വലിയ മുന്നേറ്റം ഇക്കാലത്തുണ്ടാകുന്നുണ്ട്. ഗാന്ധാര ശില്പക ലപോലുള്ള നിരവധി കലകളെ ബൗദ്ധ കാലഘട്ടം വളർത്തിക്കൊണ്ടു വന്നു. ഇത്തരം മേഖലകളുമായി ബന്ധപ്പെട്ട വലിയ ശാസ്ത്രജ്ഞന്മാർ ഉയർന്നുവരുന്നുണ്ട്. എന്നാൽ അവരെല്ലാം ഗുരുക്കന്മാരുടെ പരമ്പര യിൽപ്പെട്ടാണ് കണക്കാക്കപ്പെടുന്നത്. ഇവയിലെല്ലാം കാണാവുന്നത് ഇത്തരത്തിൽ വിജ്ഞാനത്തിന്റെ പരമ്പര തന്നെ രൂപപ്പെട്ടുവെന്നാണ്. ഇത്തരത്തിൽ ദൈനംദിന ജീവിതത്തിൽ ഇടപെട്ടുകൊണ്ട് ശാസ്ത്രത്തെ വികസിച്ചപോകുന്ന രീതിയാണ് നിലനിന്നതെന്ന് കാണാം.

ഇക്കാലത്തുയർന്നുവന്ന കാഴ്ചപ്പാടിന്റെ അടിസ്ഥാനം ഭൗതികവാദ പരമായ സമീപനമാണ്. പരിസരത്തുള്ള പദാർത്ഥവും, ശരീരത്തിലുള്ള പദാർത്ഥവും തമ്മിൽ പലതരത്തിൽ നടക്കുന്ന പരസ്പര പ്രവർത്തനം മനസ്സിലാക്കിക്കൊണ്ടുള്ള ഇടപെടലാണിത്. ഇതിന്റെയെല്ലാം അടി സ്ഥാനമായി നിൽക്കുന്നത് മനുഷ്യന്റെ ശരീരം എന്നത് പ്രകൃതിയിലെ ഏതൊരു പദാർത്ഥവും പോലെയുള്ള ഒന്നാണെന്ന കാഴ്ചപ്പാടാണ്. ഭക്ഷണവും, പാനീയങ്ങളുമെല്ലാം മൃഗത്തിന്റേയും, മനുഷ്യന്റേയും ശരീരത്തിൽ ചെലുത്തുന്ന സ്വാധീനത്തെ സൂക്ഷ്മമായി മനസ്സിലാക്കി ക്കൊണ്ടാണ് അവർ ഈ കാഴ്ചപ്പാടുകൾ വികസിപ്പിച്ചെടുത്തത്. ഏറെ ക്കാലത്തെ മനുഷ്യ സമൂഹത്തിന്റെ പരീക്ഷണ - നിരീക്ഷണങ്ങളുടെ ഫലമാണ് ഇവയെല്ലാമെന്ന് കാണാം. ഇത്തരത്തിൽ പ്രകൃതിയും മനുഷ്യനും തമ്മിലുള്ള പരസ്പര ഇടപെടലിന്റെ ഭാഗമായാണ് ഇത്തരം ചിന്തകൾ വികസിച്ചവന്നത് എന്ന് കാണാം.

ഇന്ത്യൻ ശാസ്ത്ര പാരമ്പര്യം തകർന്നതെങ്ങനെ

ഇന്ത്യൻ ശാസ്ത്ര പാരമ്പര്യത്തിന്റെ വികാസത്തിന് തടസ്സം സൃഷ്ടിച്ച ഘടകങ്ങളെ പരിശോധിച്ചാൽ അതിന് കാരണമായിത്തീർന്നത് ഇന്ത്യ യിൽ വികസിച്ചവന്ന ബ്രാഹ്മണ്യ ദർശനങ്ങളും, അതിന്റെ അടിസ്ഥാ നത്തിൽ ഉണ്ടായ ചാതുർവർണ്യവും, ജാതി വ്യവസ്ഥയുമാണ്. ന്യായം, വൈശേഷികം, സാംഖ്യം, യോഗം, മീമാംസ ഇടങ്ങിയ ബ്രാഹ്മണ്യ ദർശനങ്ങൾ ഇക്കാലത്ത് വളർന്നുവന്നു. അവ ബൗദ്ധ-ജൈന മത സിദ്ധാന്തങ്ങൾക്കും, ലോകായധം പോലുള്ള ഭൗതികവാദ ദർശനങ്ങൾ ക്കെതിരേയും ശക്തമായ നിലപാട് സ്വീകരിച്ചു. ലോകായതം പോലുള്ള സിദ്ധാന്തങ്ങളെഴുതിയ പുസ്തകങ്ങൾ തന്നെ കിട്ടാനില്ലാത്തവിധം നശി പ്പിക്കപ്പെട്ടു.

 പഴമയുടെ പുതുവായനകൾ

ഇപ്പകാലഘട്ടമാകുമ്പോഴേക്കും 8 -ാം നൂറ്റാണ്ടാകുമ്പോഴേക്കും ബ്രാഹ്മണ ആധിപത്യം ഇന്ത്യയില്‍ ചുവടുറപ്പിക്കുന്നു. അതോടെ ശാസ്ത്രീയ ചിന്തകള്‍ക്ക് അടിസ്ഥാനമായ ലോക വീക്ഷണങ്ങള്‍ സമൂഹത്തില്‍ നിന്ന് എടുത്തുമാറ്റപ്പെടുന്നു. ഇന്ത്യയിലെ ശാസ്ത്ര സാങ്കേതിക രംഗത്തെ മുന്നോട്ടുകൊണ്ടുപോകാന്‍ സഹായിച്ച ബൗദ്ധ-ജൈന ദര്‍ശനങ്ങള്‍ക്ക് സമൂഹത്തിലുണ്ടായിരുന്ന മേല്‍ക്കൈ തകര്‍ക്കപ്പെടുന്നു. ചാതുര്‍വര്‍ണ്യ വ്യവസ്ഥ ശക്തമായി തിരിച്ചവരുന്നു. ജാതി വ്യവസ്ഥയും, ഇതിന്റെ തുടര്‍ച്ചയില്‍ പിടിമുറുക്കുന്നു.

ഇന്ത്യയിലെ ജാതി വ്യവസ്ഥ പഠിപ്പും, വിജ്ഞാന സമ്പാദനവും സമൂഹത്തിലെ ചുരുക്കം ചില വിഭാഗങ്ങളിലേക്ക് അറിവ് ഒതുക്കുന്നതിന് ഇടയാക്കി. അറിവുകളെ രഹസ്യാത്മകമാക്കി സൂക്ഷിക്കുകയെന്നത് ഉള്ള അറിവുകളെ തന്നെ ജനങ്ങളിലെത്തിക്കുന്നതിനും, അതില്ലൂടെ ലോകത്തെമ്പാടും വളര്‍ന്നുവരുന്നതിനും അത് തടസ്സമായി വര്‍ത്തിച്ചു. അങ്ങനെ ചില അറിവുകള്‍ ഉന്മൂലനം ചെയ്യപ്പെടുകയും, പുതിയ അറിവുകള്‍ രൂപപ്പെടുന്നതിന് തടസ്സമായി വര്‍ത്തിക്കുകയും ചെയ്തു.

അറിവുകള്‍ ഗ്രന്ഥങ്ങളിലേക്ക് പകര്‍ത്തപ്പെടുമ്പോഴും അവ ഒരു പ്രത്യേക വിഭാഗത്തിനിടയില്‍ ഒതുക്കി നിര്‍ത്തുകയും ചെയ്തു. വേദത്തിന് പുറത്ത് അറിവില്ല എന്ന കാഴ്ചപ്പാടായിരുന്ന ഇക്കാലത്ത് മുന്നോട്ടുവെക്കപ്പെട്ടത്. ബുദ്ധകാലഘട്ടത്തില്‍ അറിവുകളെന്നത് സമൂഹത്തിനാകമാനം പകരുന്നുവെന്നത് മാത്രമല്ല സമൂഹമാകെ വിജ്ഞാനത്തിന്റെ വഴികളിലേക്ക് സഞ്ചരിക്കുകയും ചെയ്യുന്നു. മനുസ്മൃതിയുടെ കാലം വന്നതോടെ അക്ഷരം പഠിക്കുന്ന ശൂദ്രന്റെ ചെവിയില്‍ ഈയ്യം എത്തിച്ചേരുന്നു. നീതി സാരത്തില്‍ അക്ഷരം പഠിച്ച ശൂദ്രനെ അപകടകാരിയായി കണ്ട് സമൂഹത്തില്‍ നിന്ന് മാറ്റിനിര്‍ത്തണമെന്ന് നീതി ചമയ്ക്കുകയും ചെയ്തു. ഇങ്ങനെ ഒരു ജനതയെ ആകമാനം വിജ്ഞാനത്തില്‍ നിന്ന് മാറ്റി നിര്‍ത്തുകയും, ലഭിച്ച അറിവുകളേയെല്ലാം തങ്ങളുടെ കുത്തകയാക്കി രൂപപ്പെടുത്തുകയും ചെയ്ത ബ്രാഹ്മണ്യ ചിന്തകളാണ് ഇന്ത്യയിലെ ശാസ്ത്ര പാരമ്പര്യത്തിന്റെ സ്വാഭാവികമായ വളര്‍ച്ചയെ തകര്‍ത്തെറിഞ്ഞത് എന്ന് കാണാം. കായികാധ്യാനത്തിനോട് വിമുഖതയും, രണ്ടാംകിടയില്‍ കാണുന്ന സമ്പ്രദായവും അത് നയിച്ചു.

ബ്രാഹ്മണരുടെ വിദ്യാഭ്യാസം വേദങ്ങളിലൊതുങ്ങുന്നു. വൈശ്യരാവട്ടെ തങ്ങളുടെ മുന്‍ തലമുറയില്‍ നിന്ന് കച്ചവടത്തിനുവേണ്ട വിവരങ്ങളാര്‍ജ്ജിക്കുന്നു. ശൂദ്രരായ ജനവിഭാഗമാവട്ടെ അവരുടെ പാരമ്പര്യമായ അറിവുകളില്‍ ഒതുങ്ങി നില്‍ക്കുന്നു. മനുവിന്റെ സിദ്ധാന്ത പ്രകാരം

എഴുത്തും, വായനയും ഉയർന്ന ജാതിക്കാരുടെ അവകാശമായി മാറ്റപ്പെ ടുന്നു. നഗരങ്ങളിൽ താമസിച്ച സമ്പന്ന വിഭാഗങ്ങൾക്ക് വൈജ്ഞാനിക പാരമ്പര്യത്തേയും, അതിന്റെ സവിശേഷതകളേയും ഉൾക്കൊള്ളാൻ കഴിഞ്ഞു. എന്നാൽ നഗരങ്ങളിലെ ഈ അറിവുകളെ താഴെ തലത്തി ലേക്കെത്തിക്കുന്നതിന് തടസ്സമായി നിൽക്കുകയും ചെയ്യുന്നു.

തൊഴിൽ മാറാനും, അതിനെ നിരന്തരമായി മെച്ചപ്പെടുത്തുന്നതിനും കഴിയാത്തവിധം ജാതിവ്യവസ്ഥ തടസ്സമായി നിന്നു. കൈത്തൊഴി ലുകാരും, നാണ്യവില കൃഷിക്കാരും വലിയ തോതിൽ ഉൽപ്പാദനം നടത്തിയിരുന്നുവെങ്കിലും സാങ്കേതികമായി അവരുടെ വൈദഗ്ധ്യം ഉയർന്നതുമില്ല. അറിവുകൾ കൈകാര്യം ചെയ്തിരുന്നത് സംസ്കൃത ഭാഷയിലായിരുന്നുവെന്നതിനാൽ ആ ഭാഷ അജ്ഞാതമായിരുന്ന സാധാരണക്കാരന് അവ നിഷിദ്ധമായിത്തീർന്നു. കായിക പ്രവൃത്തിയെ പൊതുവെ വരേണ്യവർഗ്ഗത്തിന്റെ താൽപര്യമില്ലാത്ത അറിവുകളുടെ നിരന്തരമായ വികാസത്തിന് തടസ്സം സൃഷ്ടിച്ചു.

പ്രായോഗിക തലത്തിൽ അറിവുകൾ പ്രയോഗിച്ചവർക്ക് പുതിയ അറിവുകളെ വികസിപ്പിച്ച് സിദ്ധാന്തവൽക്കരിക്കുന്നതിന് തടസ്സവുമു ണ്ടായി. അവ കേവലം സിദ്ധികൾ മാത്രമായി വിലയിരുത്തപ്പെടുകയും അവയുടെ ശാസ്ത്രീയതയെ കണ്ടെത്തി പ്രചരിപ്പിക്കുന്ന കാര്യത്തിൽ വലിയ ദൗർബല്യം രൂപപ്പെടുകയും ചെയ്തു. സിദ്ധികൾ എന്ന രീതിയിൽ അറിവുകൾ മാറ്റപ്പെട്ടമ്പോൾ ആചാരങ്ങളുടെ തടവറയിലേക്ക് അറിവുകൾ മാറ്റപ്പെടുകയും ചെയ്തു. അതുകൊണ്ട് അറിവുകളുടെ വികാ സത്തിലേക്ക് അവ എത്തിച്ചേരാത്ത സ്ഥിതിയും ഇതിനിടയാക്കി.

വൈദ്യശാസ്ത മേഖല തകർച്ചയുടെ നേർരേഖ

ഇന്ത്യൻ സമൂഹത്തിലെ ഈ പ്രവണത ഏറ്റവും സജീവമായി കാണാവുന്ന മേഖല വൈദ്യശാസ്ത മേഖലയിലാണ്. പിൽക്കാലത്ത് പലതരത്തിലുള്ള തിരുത്തലുകൾക്ക് വിധേയമാകുന്ന പ്രശ്നം ഉയർ ന്നവരുന്നുണ്ട്. അതായത് ചരക സംഹിതയും, സുശ്രുത സംഹിതയും, അഷ്ടാംഗ സംഗ്രഹവുമെല്ലാം വ്യക്തമാക്കുന്നത് പല കാലങ്ങളിൽ അവ സംസ്കരിക്കപ്പെട്ടിട്ടുണ്ട് എന്നതാണ്.

ഈ കൃതി പുനസ്സൃഷ്ടിച്ച ദൃഢപാലൻ, ചരകന്റെ പാണ്ഡിത്യത്തെ അംഗീകരിക്കുന്നതും, അതേസമയം തന്റെ സംഭാവനയെ ഇങ്ങനെ വിശദീകരിക്കുകയും ചെയ്യുന്നുണ്ട്. ചരകൻ അഭിമുഖീകരിച്ച 120 അദ്ധ്യായങ്ങളുള്ള ഈ കൃതി മൂന്നിൽ ഒന്ന് നഷ്ടമായിരിക്കുകയാണ്.

ശിവപ്രീതിയായി 17 അദ്ധ്യായങ്ങൾ കൂട്ടിച്ചേർത്ത് പഞ്ചനാദത്തിലെ ദൃഢപാലന് ഈ കൃതി പൂർത്തീകരിക്കാനായി എന്നും വ്യക്തമാക്കുന്നുണ്ട്. ഇത്തരം ഇടപെടലുകൾ അതിന്റെ സത്തയെ തന്നെ തകർത്തുകളഞ്ഞതായി ദേവീ പ്രസാദ് ചതോപാധ്യായ വിശദീകരിക്കുന്നുണ്ട്. ചരക സംഹിതയിലുള്ള നായിക്കളേയും, പിശാച്ചക്കളേയും, ദ്രാവിഡരേയും, അസ്ത്രാക്കാരേയും സ്വപ്നത്തിൽ കാണുന്നതുപോലും ഒഴിവാക്കണമെന്ന വാദം പോലുള്ളവ ഇത്തരത്തിൽ കടന്നുവന്നതാണെന്ന് അദ്ദേഹം മനസ്സിലാക്കുന്നു.

ബൗദ്ധ-ജൈന പാരമ്പര്യത്തിന്റെ അടിത്തറയിൽ രൂപപ്പെട്ട ചരക സംഹിതയിൽ ഭൗതിക യുക്തിയുടെ അടിസ്ഥാനത്തിലുള്ള കാഴ്ചകൾ ദുർബലപ്പെടുകയും, പകരം ദൈവനിശ്ചയത്തിന്റെ യുക്തികൾ കടന്നുവ ന്നതും ഇത്തരം ഇടപെടലുകളുടെ ഭാഗമായി വന്നതാണെന്നും നിരീക്ഷി ക്കുന്നു. മതചിന്തകളേയും, അതിന്റെ ധാർമ്മികതയെയും പ്രതിഷ്ഠിക്കുന്ന രീതി ഈ ചരിത്ര കാലഘട്ടത്തിന്റെ ഭാഗമായി വിലയിരുത്തപ്പെട്ടിട്ടുണ്ട്. ഇത്തരത്തിൽ ഭൗതികവാദപരമായ ചിന്താമണ്ഡലങ്ങൾക്ക് പകരം അദ്ധ്യാത്മക രീതികൾ ഇവിടെ പിടിമുറുക്കുകയായിരുന്നു.

സുശ്രുത സംഹിതയിൽ ആയുർവ്വേദത്തിന്റെ 8 ഭാഗങ്ങൾപ്പെടേ യുള്ളവ ബ്രഹ്മാവ് വേദങ്ങൾ ഉപവേദമായി വെളിപ്പെട്ടതാണെന്നും വിശദീകരിക്കുന്നുണ്ട്. ഇങ്ങനെ വൈദ്യശാസ്ത്ര ഗ്രന്ഥങ്ങളെ ഭരണകൂട താൽപര്യങ്ങൾക്കനുസൃതമായി മാറ്റിമറിച്ചതായി കാണാനാകും. ചരക സംഹിതയിൽ ഗോമാംസം മരുന്നായും, ഭക്ഷണമായും നിർദ്ദേശിക്കുന്നു ണ്ട്. ഇതിൽ തന്നെ പശുവിനേയും, ബ്രാഹ്മണരേയും, ഗുരുക്കളേയും, വൃദ്ധരേയും പൂജിക്കേണ്ട കാര്യം എടുത്തുപറയുന്നുണ്ട്. ഇങ്ങനെ വ്യത്യസ്ത കാലത്ത് കടന്നുകൂടിയ ആശയങ്ങളുടെ ആകെ തുകയായി ഇവ മാറു ന്നുവെന്ന് കാണാം.

ഒരു ഭാഗത്ത് ലൗകിക ജീവിതത്തെക്കുറിച്ച് പറയുകയും, മറുഭാഗത്ത് മോക്ഷത്തിനുള്ള ഏറ്റവും നല്ല മാർഗ്ഗം ബ്രഹ്മചര്യവും, കാമനിയന്ത്ര ണവുമാണെന്നും പറയുന്നുണ്ട്. ഇത്തരത്തിൽ വൈവിദ്ധ്യപൂർണ്ണമായ സമീപനങ്ങൾ ഇതുപോലുള്ള പുസ്തകങ്ങളിൽ കാണാനാവുന്നത് ഒരു കാഴ്ചയോടെ എഴുതപ്പെട്ട കൃതിയെ തങ്ങളുദ്ദേശിക്കുന്ന ഉൽപ്പന്നമാക്കി മാറ്റുകയെന്ന പ്രക്രിയ ഇവിടെ നടക്കുന്നുവെന്നതാണ്. ഇന്ത്യയുടെ അതിസമ്പന്നമായ പരീക്ഷണ, നിരീക്ഷണാടിസ്ഥാനത്തിൽ രൂപപ്പെ ട്ടുവന്ന ശാസ്ത്ര പാരമ്പര്യത്തെ തങ്ങളുടെ താൽപര്യങ്ങൾക്കനുസരിച്ച് രൂപപ്പെടുത്തിയെടുക്കുകയായിരുന്നുവെന്ന യാഥാർത്ഥ്യത്തിലേക്കാണ്

ഇത് വിരൽ ചൂണ്ടുന്നത്.

ആര്യഭട്ടനെപ്പോലുള്ളവർ മുന്നോട്ടുവെച്ച സിദ്ധാന്തങ്ങൾ വരാഹമി തിരനം, ബ്രഹ്മഗുപ്തനമെല്ലാം തള്ളിക്കളയുന്നു. കലിയുഗത്തിൽ മാറ്റം വരുത്താൻ അനുവാദമില്ലാത്ത 55 കാര്യങ്ങൾ ഇതിന്റെ ഭാഗമായി രൂപപ്പെടുന്നു. വിദേശ രാജ്യങ്ങളിലേക്കുള്ള കടലും പുഴയും കടന്നുള്ള യാത്രകൾ പോലും നിരോധിക്കപ്പെടുന്ന സ്ഥിതിയുണ്ടായി. ഇത്തര ത്തിൽ അറിവുകളുടെ വികാസത്തിന് തടസ്സം നിൽക്കുന്ന ഒന്നായി ചാതുർവർണ്യവും, അത് മുന്നോട്ടുവെച്ച ആശയസംഹിതകളും തീരുക യാണുണ്ടായത്. ഹിന്ദുത്വവാദികൾ പറയുന്നതുപോലെ ബ്രാഹ്മണ്യ മതം ഇന്ത്യയുടെ സാമൂഹ്യ പുരോഗതിക്ക് തടസ്സം സൃഷ്ടിക്കുന്ന ഒന്നായി മാറുകയാണ് ചെയ്തത്.

മുസ്ലീം അക്രമണത്തിൽ തകർന്നുവോ

മുസ്ലീം അക്രമണത്തിൽ ഈ വിജ്ഞാനങ്ങളെല്ലാം തകർന്നുപേയി എന്ന പ്രചരണമാണ് ഹിന്ദുത്വവാദികൾ പൊതുവിൽ ഉയർത്തുന്നത്. ഇന്ത്യയിലെ പ്രാചീന സർവ്വകലാശാലകളിൽ പ്രശസ്തമായ നളന്ദ സർവ്വകലാശാല മുഹമ്മദ് ബിൻ ബക്തിയാർ ഖിൽജി തകർത്തു കളഞ്ഞുവെന്നതാണ് പ്രധാനമായും പറയുന്നത്. രാഷ്ട്രീയമായ കാര ണങ്ങളാൽ ഇത്തരത്തിലുള്ള അക്രമങ്ങൾ പലപ്പോഴും ഉണ്ടായിട്ടുണ്ട്. എന്നാൽ അത് ഇന്ത്യയുടെ വൈജ്ഞാനിക സമ്പത്തിനെ തകർക്ക നവിധം മാറിയിട്ടുമില്ല. ഇന്ത്യയിൽ തന്നെ അക്കാലത്ത് പ്രാചീന വിജ്ഞാന കേന്ദ്രങ്ങളായി തക്ഷശില, മധുര, വല്ലഭി, ഉജ്ജൈനി, കാഞ്ചി തുടങ്ങിയവ നിലനിന്നിരുന്നു. ഇവയൊന്നും തന്നെ മുസ്ലീം അക്രമണ ത്തിൽ തകർക്കപ്പെട്ടവയല്ല.

7-ാം നൂറ്റാണ്ടോടുകൂടി കാഞ്ചിയടക്കമുള്ള വിദ്യാകേന്ദ്രങ്ങൾ തകർക്ക പ്പെട്ട കാര്യം ഹ്യയാൻസാങ് രേഖപ്പെടുത്തുന്നുണ്ട്. അതിനർത്ഥം തുർക്കി, അഫ്ഗാൻ അക്രമണങ്ങൾക്ക് മുമ്പ് തന്നെ ഇന്ത്യയിലെ വിജ്ഞാന കേന്ദ്രങ്ങൾ ഗുപ്ത കാലഘട്ടത്തിൽ തന്നെ ദുർബലപ്പെട്ടിരുന്നുവെന്ന താണ്. ഗുപ്ത കാലഘട്ടത്തോടെ രൂപപ്പെട്ടുവന്ന ചാതുർവർണ്യത്തിന്റെ കരുത്തും, ജാതി വ്യവസ്ഥയെ അടിസ്ഥാനമാക്കിയ സിദ്ധാന്തങ്ങളുമെ ല്ലാം അതിന് കാരണമായി തീരുകയാണുണ്ടായത്. അല്ലാതെ ഇസ്ലാ മിന്റെ കടന്നുവരവും, ഇന്ത്യയിലെ വൈജ്ഞാനിക പാരമ്പര്യത്തിന്റെ തകർച്ചയും തമ്മിൽ ബന്ധമില്ല എന്നതാണ് യാഥാർത്ഥ്യം.

തുർക്കികളുടേയും, അഫ്ഗാൻകാരുടേയും അക്രമങ്ങൾക്ക് ശേഷം

നിരവധി വൈജ്ഞാനിക കേന്ദ്രങ്ങൾ ഇവിടെ വികസിച്ചവന്നു. ജെയ്പർ, ഡെൽഹി, ലഖ്നൗ, അഹമ്മദാബാദ്, ബനാറസ്, പാട്ന തുടങ്ങിയവ അതിനുദാഹരണങ്ങളാണ്. ആയുർവ്വേദവും, അറേബ്യൻ വൈദ്യവ്വമെല്ലാം ചേർന്നുകൊണ്ട് യുനാനിപോലുള്ളവ പിന്നീട് വളർന്നുവരികയും ചെയ്തു. ഇന്ത്യയിൽ ഇക്കാലത്ത് നിലവിൽ വന്ന നിരവധി ശാസ്ത്ര സാങ്കേതിക വിദ്യകൾ അഫ്ഗാൻ സംഭാവനകളായിരുന്നു. പ്രത്യേകിച്ച് വെടിക്കോപ്പുകളുടേയും മറ്റും മേഖലകൾ. മാത്രമല്ല ഇന്ത്യയിലെ ആഭ്യന്തര ഉൽപ്പാദനത്തെ വർദ്ധിപ്പിക്കുന്നതിന് ഇടയാക്കിയതും ഇവരുടെ ഇടപെടലായിരുന്നു. ഇന്ത്യയുടെ ആഭ്യന്തര ഉൽപ്പാദനം ഏറ്റവും ഉയർന്ന് നിന്നത് മുഗൾ കാലഘട്ടത്തിലാണ്. സാങ്കേതിക വിദ്യകളെ തകർക്കുന്ന രീതിയാണെങ്കിൽ അത് സാധ്യമാകില്ലല്ലോ.

അറബികളും ഇന്ത്യയുടെ ശാസ്ത്ര പാരമ്പര്യവും

ഇന്ത്യയിലെ അറിവുകളെ തകർക്കുകയല്ല അവയെ ലോകത്തെമ്പാട്ടുമെത്തിക്കുകയെന്ന ദൗത്യമാണ് അറബ് ജനത പ്രാചീനകാലം തൊട്ട് ഏറ്റെടുത്തിരുന്നത്. ജവർലാൽ നെഹ്റു അദ്ദേഹത്തിന്റെ ഇന്ത്യയെ കണ്ടെത്തൽ എന്ന പുസ്തകത്തിൽ ഇങ്ങനെ വ്യക്തമാക്കുന്നുണ്ട് ''യൂറോപ്പിന് ആദ്യകാലത്തെ സംഖ്യാവിദ്യയും, ബീജഗണിതവും കിട്ടിയത് അറബികളിൽ നിന്നാണ്. അതുകൊണ്ടാണല്ലോ അറബി അക്കങ്ങൾ എന്ന് പറയുന്നത്. എന്നാൽ ഈ അറബികൾക്ക് അത് ആദ്യം കിട്ടിയത് ഇന്ത്യയിൽ നിന്നാണ്. ഗണിത ശാസ്ത്രത്തിൽ ഇന്ത്യക്കാർ നേടിയ വിസ്മയകരമായ പുരോഗതി ഇന്ന് സുവിദിതമാകുന്നു. ആധുനിക സംഖ്യാവിദ്യയുടേയും, ബീജഗണിതത്തിന്റേയും അസ്തിവാരങ്ങൾ വളരെ മുമ്പ് തന്നെ ഇന്ത്യയിൽ പണി ചെയ്യപ്പെട്ടതാണെന്നും സുസമ്മതമാണ്.'' ഇങ്ങനെ ഇന്ത്യൻ ജനതയും, അറേബ്യയും തമ്മിലുള്ള ബന്ധത്തിലൂടെ ഇന്ത്യൻ വിജ്ഞാനം ലോകത്തെമ്പാട്ടും പ്രചരിക്കുന്ന സ്ഥിതിയുണ്ടായി. ഇന്ത്യയിൽ രൂപപ്പെട്ട വിജ്ഞാനങ്ങളെ ലോകം മുഴുവൻ എത്തിക്കുന്നതിൽ അറബികൾ വഹിച്ച പങ്ക് ഏറെ വലുതാണ് എന്ന് കാണാം. ഗണിതശാസ്ത്ര പാരമ്പര്യത്തിന്റെ കാര്യത്തിൽ കേരളം ഉൾപ്പെടെ വലിയ സംഭാവന നൽകിയത് ചരിത്രത്തിന്റെ ഭാഗമാണ്.

നെപ്പോള്യന്റെ കാലത്ത് തന്നെ ഈ പാരമ്പര്യം അംഗീകരിക്കപ്പെട്ടിരുന്നു. അന്ന് ലാപസ് ഇങ്ങനെ എഴുതുന്നുണ്ട് ''എല്ലാ സംഖ്യകളും പത്ത് അക്കങ്ങളെക്കൊണ്ട് കുറിക്കുന്ന സൂത്രം നമുക്ക് നൽകിയിരിക്കുകയാണ്. ഓരോ അക്കത്തിനും ഒരു സ്ഥാന വിലയും, കേവലമായ മറ്റൊരു വിലയുമുണ്ട്. അത്യന്തം ഗൗരവവും, സുപ്രധാനവുമായ ഒരു

ആശയമാണ്. ഇങ്ങനെ സമ്പന്നമായ ഗണിത പാരമ്പര്യം ഇന്ത്യയുടേ തായി വളർന്നുവന്നിട്ടുണ്ടായിരുന്നു.'' വിവിധ രാജ്യങ്ങളുമായി വ്യാപാര ബന്ധമുണ്ടായിരുന്ന അറബികൾ വിജ്ഞാനത്തെ ലോകം മുഴുവൻ എത്തിച്ച കാര്യം പ്രകൃതിയുടെ വൈരുദ്ധ്യാത്മകതയിൽ ഏംഗൽസ് എടുത്തുപറയുന്നുണ്ട്.

ഇന്ത്യൻ സമൂഹത്തിന്റെ പ്രത്യേകത

ഇന്ത്യയിൽ വന്ന സുൽത്താനേറ്റുകളും, മുഗൾ രാജാക്കന്മാരുമാണ് ഇന്ത്യയുടെ ശാസ്ത്ര വികാസത്തെ തടസ്സപ്പെടുത്തിയത് എന്ന ഹിന്ദുത്വ വാദികളുടെ കാഴ്ചപ്പാട് ശരിയല്ല. ഇന്ത്യയിലെ ചാതുർവർണ്യത്തോയൊ, ജാതി വ്യവസ്ഥയേയോ തകർക്കാൻ ഇവരാരും പരിശ്രമിച്ചിട്ടില്ല. അത്തരം രീതികളുമായി സന്ധി ചെയ്യുകയാണ് ചെയ്തത്.

ഇന്ത്യയിലെ ഈ ഗ്രാമ സമ്പദ് വ്യവസ്ഥയെ പിന്നീട് വന്ന സുൽത്താ നേറ്റുകളും, മുഗൾ രാജാക്കന്മാരും മാറ്റിപ്പണിയുകയല്ല ചെയ്തത്. അവർ ഇന്ത്യയുടെ പ്രാചീനമായ ഭരണ സംവിധാനവുമായി പൊരുത്തപ്പെടുക യാണ് ചെയ്തത്. രജപുത്രരും, മറാത്തരുമെല്ലാം അതേ നിലയിൽ തന്നെ മുഗൾ ഭരണ രീതിയുടെ ഭാഗമായി തീരുകയാണുണ്ടായത്. അതായത് ഇന്ത്യൻ സമൂഹത്തിൽ ബ്രാഹ്മണ്യ മേധാവിത്വം കൊളുത്തിവിട്ട ജാതി വ്യവസ്ഥയേയും, അതിന്റെ അധികാര ബന്ധങ്ങളേയും അതേപോലെ നിലനിർത്തുകയാണ് ചെയ്തത്. ഇന്ത്യയിൽ നിലനിന്ന ബ്രാഹ്മണ്യ മേധാവിത്വത്തിന് അധിഷ്ഠിതമായ അധികാര ശ്രേണികളെ അംഗീക രിച്ചുകൊണ്ട് മുന്നോട്ടുപോകുകയാണ് ചെയ്തത്.

ഏത് ഭരണകൂടത്തിനും മിച്ചോൽപ്പാദനം കൂടുതൽ ലഭിക്കുക യെന്നതാണ് പ്രധാന ലക്ഷ്യം. അതുകൊണ്ട് തന്നെ ചൂഷണത്തിന് സഹായകമായി തീർന്ന ഇത്തരം ഘടനകളെ അവർ തകർത്തില്ല. പകരം അതുമായി സന്ധിയുണ്ടാക്കുകയും, റവന്യു വരുമാനം പിരി ച്ചെടുക്കാനുള്ള നടപടികളുമാണ് സ്വീകരിച്ചത്. ഭരണകൂടങ്ങൾ മാറുമ്പോഴും ഇന്ത്യയിലെ ചാതുർവർണ്യത്തേയും, ജാതി വ്യവസ്ഥയേയും അടിസ്ഥാനപ്പെടുത്തി നിലനിന്ന ഗ്രാമ സമ്പദ്ഘടനയെ അവരാരും തകർത്തില്ല. രാഷ്ട്രീയ അധികാരം മാറുമ്പോഴും ഇന്ത്യയിലെ ഗ്രാമീണ സമ്പദ്ഘടന അതേപോലെ തുടരുകയായിരുന്നുവെന്ന മാർക്സിന്റെ നിരീക്ഷണവും ഇവിടെ കൂട്ടിവായിക്കാവുന്നതാണ്. മുഗളന്മാരും, സുൽ ത്താന്മാരും സൃഷ്ടിച്ച ഭരണ സംവിധാനത്തിന് ഇതിന്റെ അകത്തളങ്ങ ളിലേക്ക് കടക്കാനും കഴഞ്ഞയല്ലമില്ല. ഈ വ്യവസ്ഥയെ ചിട്ടപ്പെടുത്തി മുന്നോട്ടുകൊണ്ടുപോകുന്നതിനുള്ള ഒരു ഭരണ സംവിധാനമായി മുഗൾ

56

ഭരണമൾപ്പെടെ മാറുകയാണുണ്ടായത്.

ദേശീയ നേതാക്കളുടെ സമീപനം യൂറോപ്പിൽ വളർന്ന തെങ്ങനെ

യൂറോപ്പ് ആദ്യകാലത്ത് ഇന്ത്യയുടെ വൈജ്ഞാനിക സമ്പത്തി നേക്കാൾ ഏറെ പിറകിലായിരുന്നു. ആ അവസ്ഥയിൽ നിന്ന് അവർ മുന്നോട്ടുവന്ന രീതി പോൾ ലഫാർഗ് വിശദീകരിക്കുന്നുണ്ട്. കച്ചവട സംഘങ്ങൾ കടന്നുപോകുന്ന ഗ്രാമങ്ങളിൽ താൽക്കാലികമായ കമ്പോളങ്ങൾ രൂപപ്പെട്ടുവന്നു. അവിടങ്ങളിൽ കൈത്തൊഴിലാളികൾ ഉൽപ്പാദനം നടത്തുകയും ചെയ്യുന്ന രീതി വികസിച്ചുവന്നു. കൂടുതൽ പേർ ഇവിടെ വന്ന് ഒരു സ്ഥിരം കമ്പോളം സ്ഥാപിക്കുന്ന നിലവന്നു. അതോടെ വിൽപ്പനയ്ക്കുവേണ്ടി ഉൽപ്പാദനം എന്ന നിലവന്നു. ഉൽപ്പാദക നും, വ്യാപാരിയും ഒന്നായി മാറി. ഉൽപ്പാദനം കുലീനരുടെ കൈകളിലാ യിരുന്നുവെങ്കിലും കൈത്തൊഴിലാളികൾ ഗിൽഡുകൾ എന്ന തൊഴിൽ കൂട്ടായ്മയുടെ പേരിൽ സംഘടിച്ചു. ഇതിന്റെ ഭാഗമായുള്ള സംഘർഷ ങ്ങളെല്ലാം ഉയർന്നുവന്നിരുന്നുവെങ്കിലും ഇങ്ങനെ വ്യാവസായിക ഉൽപ്പാദനം വർദ്ധിക്കുന്ന നിലവന്നു. പുതിയ കമ്പോളങ്ങളുടെ വരവ് കമ്പോളങ്ങൾ വികസിച്ചുവെന്ന് മാത്രമല്ല വൻ നിർമ്മാണ ശാലകൾ ആരംഭിക്കാനുള്ള സാഹചര്യങ്ങളുമുണ്ടായി. ഇത്തരം സ്ഥാപനങ്ങൾ വമ്പിച്ച വ്യവസായ സ്ഥാപനങ്ങളായി വളർന്നുവന്നു. മധ്യകാലങ്ങളിലെ ഗ്രാമെന്ന സാമ്പത്തിക യൂണിറ്റിനെ തകർത്തുകൊണ്ട് മുതലാളിത്ത ഉൽപ്പാദനം വികസിച്ചുവന്നു. ഇതിന്റെ അടിത്തറയിൽ വ്യവസായ വിക സനത്തിന്റേയും, സാങ്കേതിക മുന്നേറ്റത്തിന്റേയും സാഹചര്യങ്ങളിലേക്ക് യൂറോപ്പൾപ്പെടെ എത്തിച്ചേർന്നു. ഈ സാങ്കേതികവിദ്യ ഉപയോഗിച്ച് ഇന്ത്യയൾപ്പെടേയുള്ള രാജ്യങ്ങളിൽ അധികാരം പിടിച്ചെടുത്ത ശേഷം അസംസ്കൃത വസ്തുക്കൾ പിടിച്ചെടുത്ത് കമ്പോളങ്ങളെ കൈവശമാക്കി വളരുകയാണ് അവർ ചെയ്തത് എന്നും കാണാം.

ഫ്യൂഡലിസത്തെ തകർത്തുകൊണ്ട് ആധുനിക യൂറോപ്യൻ രാഷ്ട്ര ങ്ങളിൽ മുതലാളിത്തം വളരുകയുണ്ടായി. ഫ്യൂഡലിസം അതിന്റെ നില നിൽപ്പിന് മത യാഥാസ്ഥിതികകയെക്കൂടി ഉപയോഗപ്പെടുത്തിയിരുന്നു. ഫ്യൂഡലിസം മുന്നോട്ടുവെച്ച കാഴ്ചപ്പാടുകളെ തകർത്തുകൊണ്ടാണ് ഈ വികാസം സാധ്യമായത്. അതിന് വലിയ പോരാട്ടം തന്നെ യൂറോപ്പിൽ നടക്കുകയുണ്ടായി. ഈ പരിവർത്തനത്തെ സംബന്ധിച്ച് ഏംഗൽസ് പ്രകൃതിയുടെ വൈരുദ്ധ്യാത്മകതയിൽ ഇങ്ങനെ എഴുതുന്നുണ്ട് "അക്കാ ലത്ത് പ്രകൃതി ശാസ്ത്രം വളർന്നതും പൊതുവിപ്ലവത്തിന്റെ നടുവിലാണ്.

ആ ശാസ്ത്രം തന്നെ അടിമുടി വിപ്ലവാത്മകമായിരുന്നു. വാസ്തവത്തിൽ അത് നിലനിൽക്കാനുള്ള അവകാശത്തിനു തന്നെ സമരം ചെയ്യേണ്ടി വന്നു. ആധുനിക തത്വശാസ്ത്രത്തിന് ഇടക്കമിട്ട മഹാന്മാരായ ഇറ്റലി ക്കാർക്കൊപ്പം അഭും മതദ്രോഹ വിചാരണയുടെ കൊലമരത്തിനും, ഇരുട്ടറകൾക്കും അതിന്റെ രക്തസാക്ഷികളെ പ്രദാനം ചെയ്തു. പ്രകൃതി യെക്കുറിച്ചുള്ള സ്വതന്ത്ര അന്വേഷണത്തെ തച്ചമർത്തുന്ന കാര്യത്തിൽ പ്രൊട്ടസ്റ്റന്റുകാർ കത്തോലിക്കരെ കവച്ചുവെച്ച എന്നത് ശ്രദ്ധേയമാണ്. സെർവിറ്റസ് രക്തചംക്രമണം കണ്ടുപിടിക്കുന്നതിന്റെ വക്കത്തെത്തിയ പ്പോഴാണ് കാൽവിൻ അദ്ദേഹത്തെ ചിതക്കുറ്റിയിൽ കെട്ടി ദഹിപ്പിച്ചത്. രണ്ട് മണിക്കൂർ മുഴുവൻ അദ്ദേഹത്തെ ജീവനോടെ പൊരിച്ചു. മതദ്രോഹ വിചാരണക്കാർ ജോർദാനോ ബ്രൂനോയെ ജീവനോടെ ദഹിപ്പിക്കുന്ന തുകണ്ട് തൃപ്തപ്പെട്ടു.''

"കോപ്പർ നിക്കസിന്റെ അനശ്വര കൃതിയുടെ പ്രസിദ്ധീകരണമെന്ന വിപ്ലവ നടപടിയിലൂടെയാണ് പ്രകൃതി ശാസ്ത്രം അതിന്റെ സ്വാതന്ത്ര്യം പ്രഖ്യാപിക്കുകയും ഒരു തരത്തിൽ പറഞ്ഞാൽ മാർപാപ്പയുടെ കല്പന കത്തിച്ചുകളയുകയെന്ന ലൂതറുടെ പ്രവൃത്തി ആവർത്തിക്കുകയും ചെയ്തത്. ശങ്കിച്ചും മരണശയ്യയിൽ കിടന്നുകൊണ്ടുമാണെങ്കിലും കോപ്പർ നിക്കസ് പ്രകൃതി സംബന്ധമായ പൗരോഹിത്യാധികാരത്തെ ആ കൃതിയിലൂടെ വെല്ലുവിളിച്ചു. അന്ന് തൊട്ടാണ് പ്രകൃതി ശാസ്ത്രം മതതത്വ ശാസ്ത്രത്തിൽ നിന്ന് വിമുക്തമായത്.''

ഇത്തരത്തിൽ ഫ്യൂഡലിസം മതത്തെ ഉപയോഗപ്പെടുത്തി മുന്നോട്ടുവെച്ച ശാസ്ത്ര വിരുദ്ധമായ ചിന്തകളെ മറികടന്നുകൊണ്ടാണ് മുതലാളിത്തവും, അത് വികസിപ്പിച്ചെടുത്ത സാങ്കേതിക വിദ്യകളും മുന്നോട്ടുപോയത്. അതിന് ശക്തമായ പോരാട്ടങ്ങളും ഉയർന്നുവരേ ണ്ടിവന്നു. നവോത്ഥാനമെന്നത് ഇത്തരത്തിൽ ഫ്യൂഡൽ ആശയങ്ങളെ തകർത്തുകൊണ്ട് ശാസ്ത്ര വികാസത്തിന് യൂറോപ്പിൽ അടിത്തറയിട്ടു.

ശാസ്ത്ര സാങ്കേതിക രംഗത്തെ ഇന്ത്യയുടെ പിൽക്കാല വികാസം

ഇന്ത്യയിലെ ഫ്യൂഡലിസം ജാതി വ്യവസ്ഥയുമായി ചേർന്ന് നിൽ ക്കുകയായിരുന്നു. ജാതി - ജന്മി - നാട്ടുവാഴിത്തമെന്ന രീതിയിൽ നിലനിൽക്കുന്ന ഒന്നായിരുന്നു അത്. ഇന്ത്യയിലെ ജാതി വ്യവസ്ഥ നേരത്തെ സൂചിപ്പിച്ചതുപോലെ ഇവിടത്തെ ശാസ്ത്ര സാങ്കേതിക വികാ സത്തിന് തടസ്സമായി തീർന്നു. തൊഴിലിനോട് വിമുഖത കാണിക്കുന്ന

സമീപനമായിരുന്നു അത്.

ഹിന്ദു മത വിശ്വാസിയായിരുന്ന ഗാന്ധിജി അഭിമുഖീകരിച്ച പ്രധാന പ്പെട്ട പ്രശ്നം ഹിന്ദു മതത്തിനകത്ത് നിലനിന്നിരുന്ന അധ്വാനത്തെ താഴ്ത്തിക്കാട്ടുന്ന സമീപനത്തെ എങ്ങനെ പ്രതിരോധിക്കാമെന്നതായി രുന്നു. അതിന് ചാതുർവർണ്യ വ്യവസ്ഥയെ എങ്ങനെ മറികടക്കണ മെന്ന പ്രശ്നം ഉയർന്നുവന്നിരുന്നു. അതിന്റെ അടിസ്ഥാനത്തിലാണ് ടോൾസ്റ്റോയ് മുന്നോട്ടുവെച്ച അധ്വാനത്തിനെ പ്രധാനമായി കാണുന്ന ആശയം ഗാന്ധിജി മുന്നോട്ടുവെക്കുകയും, എല്ലാ ജോലിയും എല്ലാവരും ചെയ്യണമെന്ന് പറഞ്ഞുകൊണ്ടുള്ള നിലപാട് സ്വീകരിച്ചതും ഈ പശ്ചാ ത്തലത്തിലാണ്.

സ്വാതന്ത്ര്യാനന്തര ഇന്ത്യയിൽ ശാസ്ത്രബോധം പ്രചരിപ്പിക്കാനും, ശാസ്ത്ര ചിന്തയെ വികസിപ്പിക്കുന്നതിനും വേണ്ടിയുള്ള സമീപനം പണ്ഡിറ്റ് ജവഹർലാൽ നെഹ്റുവിന്റെ ഇന്ത്യയിൽ നടന്നിരുന്നു. അതിന്റെ വികാസത്തിലൂടെ മാത്രമേ ഇന്ത്യൻ മുതലാളിത്തിന് മുന്നോട്ടുപോകാൻ സാധിക്കുകയുള്ളൂ. അതിനാൽ ഗവേഷണ പ്രവർത്ത നത്തിനും, പാറ്റന്റ് സംരക്ഷണത്തിനും ഊന്നി നിന്നുകൊണ്ടുള്ള നയം മുന്നോട്ടുവെച്ചു. സോവിയറ്റ് യൂണിയൻ വികസിപ്പിച്ചെടുത്ത സാങ്കേതിക വിദ്യകൾ ഇന്ത്യക്ക് സഹയകമാവുകയും ചെയ്തു. മൂന്നാംലോക രാജ്യ ങ്ങളെ സഹായിക്കുകയെന്ന സോഷ്യലിസ്റ്റ് രാഷ്ട്രത്തിന്റെ നിലപാട് കൂടിയാണ് ഇന്ത്യയുടെ ശാസ്ത്ര പുരോഗതിക്ക് അടിസ്ഥാനമായിത്തീർ ന്നത്. ഇന്ത്യയുടെ ശാസ്ത്ര സാങ്കേതിക രംഗത്തും, ഉൽപ്പാദന രംഗത്തും ഇന്ത്യക്ക് ബ്രിട്ടീഷ് കാലത്ത് നിന്നും വ്യത്യസ്തമായി വളർച്ചയുണ്ടായത് ഇതുകൊണ്ടാണ്. ഇന്നത്തെ ബഹിരാകാശ രംഗത്തെ പുരോഗതിക്കും ഇത് അടിസ്ഥാനമായി മാറുകയായിരുന്നു.

പ്രാചീനകാലത്ത് ലോകത്ത് വികസിച്ചവന്ന ഉജ്ജ്വലമായ നാഗരികത സംഭാവന ചെയ്ത രാജ്യമായിരുന്ന ഇന്ത്യ. സിന്ധു നദീതട നാഗരീകത ഇതിനുദാഹരണമാണ്. ഇത്തരത്തിലുള്ള വികാസം തുടർന്നും ഇന്ത്യയിലുണ്ടായത് ബൗദ്ധ കാലഘട്ടത്തിലാണ് എന്ന് കാണാം. ബുദ്ധനശ്ശപ്പെടെ മുമ്പോട്ട് വെച്ച ശ്രമണ ആശയങ്ങളുടെ മേൽക്കൈ സമൂഹത്തിലില്ലാതാകുകയും, ചാതുർവർണ്യത്തിന്റേയും, ജാതി വ്യവസ്ഥയുടേയും ബ്രാഹ്മണ്യ മതം അധികാരമുറപ്പിച്ചതോടെ യാണ് ഇന്ത്യ പിറകിലോട്ട് പോയത്. ചുരുക്കത്തിൽ ഇന്ത്യയിൽ ഫ്യൂഡ ലിസത്തെ തകർത്തുകൊണ്ടുള്ള മുതലാളിത്ത വികാസം സാധ്യമാകാ തിരുന്നതുകൊണ്ടാണ് ഇന്ത്യൻ ശാസ്ത്ര പാരമ്പര്യവും വികസിക്കാതെ

മുന്നോട്ടുപോയത്.

സ്വാതന്ത്ര്യാനന്തര ഇന്ത്യയിൽ ഇതിനെ മറികടന്നുകൊണ്ട് ഗവേ ഷണങ്ങൾക്കും, വിജ്ഞാനത്തിനും വലിയ പ്രാധാന്യം നൽകിയതു കൊണ്ടാണ് ഇന്ത്യക്ക് പല രംഗത്തും മുന്നേറാനായത്. ഇന്ത്യയുടെ ബഹിരാകാശ മുന്നേറ്റമുൾപ്പെടെ ആ അടിത്തറയിലാണ് ഇപ്പോൾ വികസിക്കുന്നത്. എന്നാൽ ആ ശാസ്ത്രീയമായ കുതിപ്പിനെ തകർക്കുന്ന വിധമാണ് ഹിന്ദുത്വത്തിന്റെ ശാസ്ത്ര സമീപനം വന്നുകൊണ്ടിരിക്കുന്നത്. പുഷ്പക വിമാനവും, കൗരവർ ക്ലോണിംഗിന്റെ ഉൽപ്പന്നമാണെന്നും, പശുവിന്റെ മാഹാത്മ്യവും തിരിച്ചപോക്കിന്റെ സന്ദേശമാണ് നൽകു ന്നത്. ഇന്ത്യയുടെ ഉജ്ജ്വലമായ സംസ്കൃതിയെ പശുവിനെ വന്ദിച്ചുകൊ ണ്ട് പിന്നോട്ട് നയിക്കുകയായിരുന്ന മനുസ്മൃതിയുൾപ്പെടേയുള്ള സിദ്ധാ ന്തങ്ങളിലൂടെ ഇന്ത്യ എത്തിപ്പെട്ടതെന്ന മൂലധനത്തിലെ മാർക്സിന്റെ നിരീക്ഷണങ്ങൾ ഇന്ത്യൻ ശാസ്ത്ര പാരമ്പര്യത്തിന്റെ വികാസം എങ്ങനെ തടസ്സപ്പെട്ടുവെന്നതിന്റെ ഉത്തരമാണ്.

  പഴമയുടെ പുതുവായനകൾ

നവോത്ഥാന മുന്നേറ്റത്തിലെ ചില സവിശേഷ ധാരകൾ

നവോത്ഥാനവും ഇടതുപക്ഷധാരകളും

1937ൽ കേരളത്തിൽ രൂപീകരിക്കപ്പെട്ട കമ്മ്യൂണിസ്റ്റ് പാർടിക്ക് നവോത്ഥാനത്തിൽ എന്ത് പങ്ക് എന്ന ചോദ്യം പലകോണകളിൽ നിന്നും ഉയർന്ന വരുന്നുണ്ട്. ഇക്കാര്യ ത്തിൽ കമ്മ്യൂണിസ്റ്റ് പാർടി എടുക്കുന്ന നിലപാടും നടത്തിയ പ്രവ ർത്തനങ്ങളേയും മനസ്സിലാക്കിക്കൊണ്ട് മാത്രമേ ഇതിന് മറുപടി കണ്ടെത്താനാകൂ.

നവോത്ഥാന പ്രസ്ഥാനങ്ങൾ കേരളത്തിന്റെ സാമൂഹിക രംഗത്ത് വരുത്തിയ എല്ലാ മാറ്റങ്ങളെയും കമ്മ്യൂണിസ്റ്റ് പാർടി അംഗീകരി ക്കുന്നു. മേൽമുണ്ട് കലാപം തൊട്ടുള്ള സമരങ്ങളെ അത്തരത്തിൽ തന്നെ കാണണം. ശ്രീനാരായണഗുരുവും അയ്യങ്കാളിയും അടക്കമുള്ള നവോത്ഥാന നായകരുടെ പങ്കിനെയും സർവ്വ മനസാ അംഗീകരിക്ക ന്നു.

കേരളത്തിനേക്കാൾ ശക്തമായ നവോത്ഥാന പ്രസ്ഥാനങ്ങളാ യിരുന്ന തമിഴ്നാട്ടിലും മഹാരാഷ്ട്രയിലും ഒക്കെ ഉണ്ടായിരുന്നത്. പെരിയോരുടെ പ്രസ്ഥാനവും ഏലേയുടെ പ്രസ്ഥാനവും അംബേദ്ക്ക റുടെ പ്രസ്ഥാനവുമെല്ലാം ജാതീയമായ അടിച്ചമർത്തലിനെതിരെ പൊരുതിക്കൊണ്ട് ഇവിടങ്ങളിൽ സജീവമായിരുന്നു. എന്നിട്ടുമെന്തേ അവിടങ്ങളിൽ ജാതിമതില്ലുകൾ ഇപ്പോഴും തകരാതെ നിൽക്കുകയും കേരളത്തിൽ തകരുകയും ചെയ്തത്. കേവലമായ നവോത്ഥാന മുന്നേറ്റങ്ങൾ കൊണ്ട് ഇത് സാധ്യമാവുമെങ്കിൽ അവിടങ്ങളിൽ

ആയിരുന്നുവല്ലോ ഏറെ മാറ്റം ഉണ്ടാവേണ്ടത്. ഇതിന് ഉത്തരം കിട്ടണമെങ്കിൽ കേരളത്തിൽ കമ്മ്യൂണിസ്റ്റ് പാർടി നവോത്ഥാന പ്ര സ്ഥാനത്തോട് സ്വീകരിച്ച സമീപനവും തുടർ ഇടപെടലും എന്തെന്ന് മനസിലാക്കേണ്ടതുണ്ട്.

നവോത്ഥാന പ്രസ്ഥാനങ്ങളെയും അവ നടത്തിയ മുന്നേറ്റങ്ങളെയും കോൺഗ്രസ് സോഷ്യലിസ്റ്റ് പാർടിയും കമ്മ്യൂണിസ്റ്റ് പാർടിയും പിന്തു ണയ്ക്കുകയായിരുന്നു. ഗുരുവായൂർ സത്യാഗ്രഹത്തിൽ കമ്മ്യൂണിസ്റ്റ് നേതാക്കളായവർ പങ്കെടുത്തു എന്ന് മാത്രമല്ല പാലിയം ക്ഷേത്രത്തി ന്റെ വഴികൾ ഇറന്നു കിട്ടുന്നതിന് വേണ്ടിയുള്ള പ്രക്ഷോഭം കമ്മ്യൂണിസ്റ്റ് പാർടി നേരിട്ട് തന്നെ നടത്തിയതുമാണ്. ആ പ്രക്ഷോഭത്തിലാണ് എ.ജി.വേലായുധൻ എന്ന കമ്മ്യൂണിസ്റ്റുകാരൻ രക്തസാക്ഷിയാവുന്നത്.

സാമൂഹിക നവോത്ഥാനത്തിന്റെ ഇത്തരം മുദ്രാവാക്യങ്ങളെ പിന്തു ണയ്ക്കുകയും നേരിട്ട് ഏറ്റെടുക്കുകയും ചെയ്യുന്നതിനോടൊപ്പം കൂലി കൂടുതൽ ഉൾപ്പെടെയുള്ള വർഗ്ഗപരമായ സമീപനത്തോട് കൂടിയുള്ള പ്രക്ഷോഭങ്ങളും കമ്മ്യൂണിസ്റ്റ് പാർടി നടത്തി. ഇതിന്റെ അടിസ്ഥാന ത്തിൽ കമ്മ്യൂണിസ്റ്റ് പാർടി ശക്തിപ്പെട്ടു. 1957ൽ കമ്മ്യൂണിസ്റ്റ് പാർടി കേരളത്തിൽ അധികാരത്തിൽ വന്നു. ഭൂപരിഷ്കരണം ഉൾപ്പെടെയുള്ള നടപടികൾ സ്വീകരിച്ചു. 1967 ൽ ഇതിന്റെ തുടർ നിയമങ്ങളും കൊണ്ടു വന്നു. ജന്മിത്തത്തിന്റെ അടിത്തറ തകർക്കപ്പെട്ടതോടെ അടിസ്ഥാന വിഭാഗങ്ങൾക്ക് ഭൂമി ലഭ്യമായി. വിദ്യാഭ്യാസ-ആരോഗ്യ മേഖലയിൽ ഉൾപ്പെടെ സർക്കാർ ഇടപെടൽ വന്നപ്പോൾ സാമൂഹ്യമായി അവശത അനുഭവിച്ച വിഭാഗങ്ങൾ മുന്നോട്ട് വന്നു. ഇത്തരത്തിലുള്ള ഇടപെടൽ മഹാരാഷ്ടയിലോ തമിഴ്നാട്ടിലോ ഉണ്ടായില്ല. സ്വാമി വിവേകാനന്ദൻ ഭ്രാന്താലയം എന്ന് വിളിച്ച കേരളം മറ്റ് സംസ്ഥാനങ്ങളെ ഏറെ പിറ കിലാക്കി മുന്നോട്ട് വന്നത് കമ്മ്യൂണിസ്റ്റ് പാർടി നടത്തിയ ഇത്തരം ഇടപെടലില്ലൂടെയാണ്.

1936ൽ ക്ഷേത്ര പ്രവേശന വിളമ്പരം വന്നതോടെ അയിത്തം മാറി യെന്നാണ് ചിലരുടെ വാദം. ദളിത് വിദ്യാർത്ഥികൾക്ക് വിദ്യാഭ്യാസ പ്രവേശനത്തിന്റെ നിയമം വന്നശേഷമാണ് അയ്യങ്കാളിക്ക് പണിമുടക്ക് ഉൾപ്പെടെ നടത്തേണ്ടി വന്നത് എന്ന കാര്യം ഇവർ ഓർക്കുന്നില്ല. 1947 ൽ പാലിയം സമരം കമ്മ്യൂണിസ്റ്റുകാർ നടത്തേണ്ടി വന്നത് അയിത്തം നിലനിൽക്കുന്നത് കൊണ്ടായിരുന്നല്ലോ.

നാടിന്റെ വിവിധ ഭാഗങ്ങളിൽ ക്ഷേത്രക്കളങ്ങളിൽ ഉൾപ്പെടെ അടിസ്ഥാന വിഭാഗങ്ങൾക്ക് പ്രവേശനത്തിനായി കമ്മ്യൂണിസ്റ്റ്

പാർടിയുടെ നേതൃത്വത്തിൽ നടന്ന നിരവധി സമരങ്ങൾ ഓരോ നാടിനും പറയാനുണ്ട്. ജാതിക്കുലിക്കെതിരായി പാലക്കാട് നടന്ന സമരം, കമ്പള വടിയും കുമ്പളചോറിനും എതിരായ വയനാട്ടിലെ സമരം," തമ്പ്രാനെന്ന് വിളിക്കില്ല, പാളയിൽ കഞ്ഞികുടിക്കില്ല തിരിച്ചടിക്കും കട്ടായം" എന്ന് പറഞ്ഞ് ആലപ്പുഴയിൽ നടന്ന സമരം, 1953ൽ ആഗസ്റ്റിൽ പാലക്കാട് ജില്ലയിലെ തോലന്നൂരിൽ സ്ത്രീ തൊഴിലാളികൾ മാറ്റമറച്ച് ജോലിക്ക് പോകുമെന്ന പ്രഖ്യാപനം, ചെക്കൻ വിളിക്കെതിരായി നാദാപുരത്ത് നടന്ന സമരങ്ങൾ, അനീം വല്ലീം എന്ന അടിമ സമ്പ്രദായം അവസാ നിപ്പിക്കുന്നതിന് വേണ്ടി വയനാട്ടിൽ നടന്ന പ്രക്ഷോഭങ്ങൾ, ഓരോ നാടിനും ഇങ്ങനെ നിരവധി കഥകൾ പറയാനുണ്ട്. അവയെല്ലാം കണ്ണുതുറന്ന് കാണമ്പോഴാണ് കമ്മ്യൂണിസ്റ്റുകാർ ഓരോ പ്രദേശത്തും വഹിച്ച പങ്ക് മനസിലാവുക.

ഭൂപരിഷ്കരണ നിയമം തന്നെ നേരത്തെ നടപ്പിലാക്കി എന്നാണ് ചിലരുടെ വാദം. എങ്കിൽ 1957ൽ ഒരു നിയമം പാസാക്കിയില്ലെ ന്നാണോ. പള്ളി പണിയുന്നതിനും പ്രശ്നമുണ്ടായിരുന്നില്ല എന്നാണ് ചിലരുടെ വാദം. മലബാർ കാർഷിക കലാപത്തിന്റെ പശ്ചാത്തല ത്തിൽ മുസ്ലീങ്ങളെ രണ്ടാംകിട പൗരന്മാരായി ബ്രിട്ടീഷുകാർ കണ്ടതി നാൽ പള്ളി പണിയുന്നതിനുൾപ്പെടെ നിയന്ത്രണങ്ങൾ ഉണ്ടായിരുന്നു. അത് എടുത്ത് മാറ്റിയത് 1957ലെ സർക്കാരാണ്.

സാമൂഹികമായ ദുരാചാരങ്ങൾ ഇല്ലാതാവണമെങ്കിൽ ആ സംസ്കാരിക ബോധം ജനത ആർജ്ജിക്കണം. അതിനുള്ള പശ്ചാത്തലം ഉണ്ടാവണം. അത്തരത്തിൽ ജനങ്ങളെ എത്തിക്കാൻ നവോത്ഥാന മൂല്യങ്ങൾ മുറുകെ പിടിച്ചുകൊണ്ട് തുടർച്ചയായി പൊരുതിയത് കമ്മ്യൂണിസ്റ്റുകാരാണ്. ഇന്നും ആ പോരാട്ടം തുടരുന്നു.

ആറാട്ടുപുഴ വേലായുധപ്പണിക്കർ: നവോത്ഥാനത്തിന്റെ പ്രയോക്താവ്

കേരളത്തിന്റ നവോത്ഥാന ചരിത്രത്തിൽ ഏറെ ശ്രദ്ധിക്ക പ്പെടാതെ പോയ ഒരു പേരാണ് ആറാട്ടുപുഴ വേലായുധ പ്പണിക്കരുടേത്. പൊതുവിൽ നവോത്ഥാന നായകർ ആശയസം ഹിതകൾ പ്രചരിപ്പിച്ച് ജനങ്ങളുടെ മനസ്സ് മാറ്റിയെടുത്തുകൊണ്ട് മുന്നോട്ടുപോകുകയെന്ന ഒരു ശൈലിയാണ് സ്വീകരിച്ചവന്നത്. ഇതിൽ നിന്നും വ്യത്യസ്തമായി ആശയ പ്രചരണത്തോടൊപ്പം തന്നെ ജാതിബോധം ഇറന്നുവിട്ട ദുർഭ്രതങ്ങളെയെല്ലാം ചെറുത്ത് തോൽപ്പിക്കുകയെന്ന കാഴ്ചപ്പാട് അദ്ദേഹത്തിനുണ്ടായിരുന്നു.

ആറാട്ടുപുഴ വേലായുധപ്പണിക്കരുടെ ജീവിതം വ്യക്തമാക്ക ന്ന ഒരു പ്രധാന കാര്യം ഇത്രയേറെ സമ്പത്തുണ്ടായിട്ടും ജാതീയമായ അടിച്ചമർത്തലിന്റെ പ്രശ്നം അഭിമുഖീകരിക്കേണ്ടി വന്നുവെന്നതാണ്. 14-ാമത്തെ വയസ്സാകുമ്പോൾ ആറാട്ടുപുഴ വേലായുധപ്പണിക്കർക്ക് കല്ലിശ്ശേരി തറവാടിന്റെ ഉത്തരവാദിത്വം ഏറ്റെടുക്കേണ്ടിവരുന്നുണ്ട്. 300 മുറി പുരയിടവും, 14,000 ചുവട്ടുള്ള തെങ്ങിൻ തോപ്പും, 3,000 ത്തിലധികം നെല്ലും അദ്ദേഹത്തിനുണ്ടായതായി രേഖപ്പെടുത്തുന്നുണ്ട്. കൂടാതെ പായക്കപ്പലുകളും, കൊമ്പനാനകളും, പല്ലക്കും, വെള്ളക്കതിരയുമെ ല്ലാം ഉണ്ടായിരുന്നു. ഇത്തരത്തിൽ വലിയ തോതിലുള്ള സമ്പത്തിന്റെ നടുവിലാണ് പിറന്നുവീണത്.

കേരളത്തിൽ ആദ്യം കാറ് വാങ്ങിയ ചന്നാനനെപ്പോല്ലുള്ള

ആളുകൾക്ക് ആ കാറിൽ സ്വതന്ത്രമായി യാത്ര ചെയ്യാനുള്ള അവകാ ശമുണ്ടായിരുന്നില്ലല്ലോ എന്ന് പറഞ്ഞതുപോലെ ഇത്രയേറെ സമ്പത്ത ണ്ടായിരുന്നിട്ടും സാമൂഹ്യമായി രണ്ടാംകിടയായി കാണുന്ന പ്രവണതയ്ക്ക് കുറവുണ്ടായിരുന്നില്ല. ഈ കാലഘട്ടത്തിലാണ് സാമൂഹ്യമായ അവസ്ഥ കൾക്കെതിരെയുള്ള പോരാട്ടം അദ്ദേഹം നടത്തുന്നത്. ശ്രീനാരായണ ഗുരു നടത്തിയ ശിവക്ഷേത്ര സ്ഥാപനം ഏറെ പ്രസിദ്ധമാണ്. എന്നാൽ അതിന് മുമ്പ് തന്നെ ആറാട്ടുപുഴ വേലായുധപ്പണിക്കർ ഇത്തരം ക്ഷേത്ര നിർമ്മാണത്തിന് നേതൃത്വപരമായ പങ്ക് വഹിച്ചിരുന്നുവെന്ന് വ്യക്ത മാണ്.

1849-ൽ മംഗലത്ത് ഒരു ശിവക്ഷേത്ര പ്രതിഷ്ഠ അദ്ദേഹം നടത്തുകയുണ്ടായി. മഹാ ക്ഷേത്രങ്ങളിൽ നിലനിൽക്കുന്ന തരത്തിലുള്ള ആരാധനകളും നടപ്പിലാക്കി. 1811-ൽ ദേവസ്വം പരിഷ്ക്കരണ നിയമം കൊണ്ടുവന്നതോടെ ഈഴവരുടേയും, നായന്മാരുടേയും നേതൃത്വത്തി ലുണ്ടായിരുന്ന ക്ഷേത്രങ്ങൾ നഷ്ടപ്പെടുന്ന സ്ഥിതിയുണ്ടായി. ഇത്തര ത്തിൽ 1470-ൽപ്പരം ക്ഷേത്രങ്ങൾ സർക്കാർ അധീനതയിലാകുന്ന സ്ഥിതിവിശേഷമുണ്ടായി. ക്ഷേത്രം സർക്കാരിന്റെ വകയായതോടെ അവയുടെ ഭരണം നമ്പൂതിരിമാരും, തമിഴ് ബ്രാഹ്മണരുമായ ഉദ്യോഗ സ്ഥരുടെ അധീനതയിലായി. അങ്ങനെ ഭാരിച്ച സ്വത്തുക്കളുടെ ഭരണം ബ്രാഹ്മണരുടെ അധീനതയിലായി മാറുന്ന സ്ഥിതിയിലായി. ദേവസ്വം, ബ്രഹ്മസ്വം, ദാനം, പണ്ടാരപ്പാട്ടവക എന്നിങ്ങനെ ഭൂമിയെല്ലാം നാലായി തിരിഞ്ഞു. ക്ഷേത്രങ്ങളുടെ ഭാരിച്ച സ്വത്തുക്കൾ ഫലത്തിൽ ബ്രാഹ്മണർ കൈകാര്യം ചെയ്യുന്ന സ്ഥിതിയുണ്ടായി. ഇത്തരമൊരു സാഹചര്യത്തി ലാണ് വേലായുധപ്പണിക്കർ മാധവറാവ്വിന്റെ മുന്നിൽ തങ്ങളുടെ ആവശ്യങ്ങൾ നിരത്തുന്ന നിലയുണ്ടായത്. ഇക്കാര്യം അദ്ദേഹം ഇങ്ങനെ പറഞ്ഞു ''ഈഴവർക്ക് ഉത്തമ ദേവന്മാരെ പ്രതിഷ്ഠിച്ചിട്ടുള്ള ക്ഷേത്രങ്ങൾ ഇല്ലന്നായി. ഇപ്രകാരം നഷ്ടപ്പെട്ട അവകാശങ്ങൾ വീണ്ടെ ടുക്കാൻ കൂടിയാണ് ഏഴ് കൊല്ലം മുമ്പ് ഞങ്ങൾ മംഗലത്ത് ശിവക്ഷേത്രം സ്ഥാപിച്ചത്. ആരാധനാ സ്വാതന്ത്ര്യത്തോടൊപ്പം ആത്മാഭിമാനവും സംരക്ഷിക്കാനാണ് ആ ക്ഷേത്രങ്ങൾ സ്ഥാപിച്ചത്.''

സാമൂഹ്യമായ അനീതികളെ ഉന്മൂലനം ചെയ്യുന്നതിന് സാമൂഹ്യ സമത്വം കൈവരിക്കേണ്ടതുണ്ട്. അതിനായി തന്റെ 20-ാമത്തെ വയസ്സിൽ അദ്ദേഹം ശിവക്ഷേത്രം സ്ഥാപിക്കുകയും ചെയ്തു. ഇത്തര ത്തിൽ സാമൂഹ്യ പരിഷ്കർത്താവിന്റെ രീതിയിൽ നിന്നും തീവ്രമായ വിപ്ലവ ചിന്താഗതികൾ പ്രകടിപ്പിക്കുന്ന ഒന്നായി ആറാട്ടുപുഴ

വേലായുധപ്പണിക്കരുടെ ചിന്ത മാറുകയുണ്ടായി. ഇത്തരത്തിൽ തന്റെ മുന്നിലുള്ള എല്ലാ അനീതികൾക്കുമെതിരെ അദ്ദേഹം പോരാടി. ക്ഷേത്ര നിർമ്മാണത്തിനുള്ള അവകാശമില്ലെന്ന് കണ്ടപ്പോൾ ആ അവകാശ ത്തിനുവേണ്ടി അദ്ദേഹം നിലകൊണ്ടു.

ആറാട്ടുപുഴ വേലായുധപ്പണിക്കരുടെ കാലത്ത് വസ്ത്രങ്ങൾ സാധാരണക്കാർക്ക് ധരിക്കുകയെന്നത് പ്രയാസകരമായ ഒന്നായിരു ന്നു. അതിനുള്ള അവകാശങ്ങളുമുണ്ടായിരുന്നില്ല. അതിനെ മറികടന്നു കൊണ്ടാണ് മൂക്കത്തി സമരം പോലുള്ള സമരങ്ങൾ ഉയർന്നുവന്നത്. അദ്ദേഹത്തിന്റെ കാലത്ത് ഉയർന്നുവന്ന സവിശേഷ സമരമായിരുന്നു മൂക്കത്തി സമരം. അക്കാലത്തെ കീഴ്‌വഴക്ക പ്രകാരം ഇടതുവശത്തേക്ക് മുടി ചരിച്ചുകെട്ടി മുല്ലപ്പൂ ചൂടി ഈഴവ സ്ത്രീകൾക്ക് പുറത്തിറങ്ങാൻ പാടി ല്ലായിരുന്നു. ഈഴവർ തന്നെ നെയ്‌തെടുക്കുന്ന അച്ചിപ്പടവ ഈഴവ സ്ത്രീകൾക്ക് പാദംവരെ ഇറക്കിക്കെട്ടാൻ അവകാശമുണ്ടായിരുന്നില്ല. മൂക്കത്തിയിടാനോ, മേൽമുണ്ട് ധരിക്കാനോ അവകാശമുണ്ടായിരുന്നില്ല.

നായർ സ്ത്രീകളുടെ നിലയും മെച്ചമായിരുന്നില്ല. നമ്പൂതിരി യേയോ, തമ്പുരാനേയോ കണ്ടാൽ കച്ച അഴിച്ചുമാറ്റി അൽപ്പം കഴിഞ്ഞ് സ്തനങ്ങൾ കാണിച്ചുകൊണ്ട് ഇരിക്കണമായിരുന്നു. ശ്രീ പത്മനാഭ സ്വാമി ക്ഷേത്രത്തിലെ തിടമ്പ് ശംഖുമുഖത്തേക്ക് കൊണ്ടുപോകുമ്പോൾ അവർ മാറ് മറക്കാനും പാടില്ലായിരുന്നു. ഇത്തരത്തിലുള്ള ശൈലിയാ യിരുന്നു അക്കാലത്ത് നിലനിന്നിരുന്നത്.

ഈ ഘട്ടത്തിലാണ് പന്തളത്തുള്ള ഒരു ഈഴവ വനിത മുടി ഇടത്തേക്ക് ചരിച്ചുകെട്ടി മുല്ലപ്പൂ മാലയും ചൂടി പുടവ പാദം വരെ ഉടുത്ത് റൗക്കയും, മേൽമുണ്ടും ധരിച്ച് മൂക്കത്തിയുമിട്ട് യാത്രയായി. കൂട്ടുകാരികളും അതേപോലെ അണിഞ്ഞൊരുങ്ങുന്ന സ്ഥിതിയുമുണ്ടായി. ഇത് കണ്ട പ്പോൾ പന്തളത്തുണ്ടായിരുന്ന സവർണർ ഇവരെ തടഞ്ഞു. സ്ത്രീകളെ തടഞ്ഞുനിർത്തി അവരെ അക്രമിച്ചു. മൂക്കത്തികൾ നിലത്തെറിയുന്ന സ്ഥിതിയുണ്ടായി. മേൽമുണ്ട് വലിച്ച് കീറി. ഈ വർത്ത അറിഞ്ഞ് വേലാ യുധപ്പണിക്കരും അനുചരന്മാരും സ്ഥലത്തെത്തി. ആയിരം മൂക്കത്തി കൾ പണിയിച്ച് ഈഴവ സ്ത്രീകൾ പുടവയും ഉടുത്ത് മൂക്കത്തിയും ധരിച്ച് യാത്രയായി. ഇതിനെ എതിർത്ത സവർണർ പടയെ എതിർത്തോടിച്ചു. ഇങ്ങനെ അവർണ്ണ സ്ത്രീകൾക്ക് മാത്രമല്ല മറ്റ വിഭാഗങ്ങൾക്കും ഇത് സാധ്യമായി. 1859-ൽ സ്ത്രീ സ്വാതന്ത്ര്യത്തിനുവേണ്ടിയുള്ള ഈ സമരം വിജയിച്ചു.

1859-ലെ എത്താപ്പ സമരവും പ്രസിദ്ധമാണ്. കായംകുളത്ത്

 പഴമയുടെ പുതുവായനകൾ

അവർണ്ണ സ്ത്രീ മാറ് മറച്ചത് പ്രമാണിമാർക്ക് രസിച്ചില്ല. അവർ പൊതു നിരത്തിൽ മേൽമുണ്ട് വലിച്ചുകീറി മച്ചിങ്ങാത്തൊണ്ട് പിടിപ്പിച്ച് പ്രമാണിമാർ അവരെ കുവി വിട്ടുന്ന സ്ഥിതിയുണ്ടായി. ഈ ഘട്ടത്തിൽ വേലായുധപ്പണിക്കർ ബോട്ടിലെത്തി അവിട്ടത്തെ തൊഴിലാളികൾക്കിടയിൽ മേൽമുണ്ട് വിതരണം ചെയ്യുന്ന രീതി നടപ്പിലാക്കി. അങ്ങനെ തുണിയുടുപ്പ് സമരത്തിലും അദ്ദേഹം വിജയിച്ചു.

കഥകളി സാധാരണ മനുഷ്യർക്കും അഭ്യസിക്കാനുള്ള അവകാശത്തിനുവേണ്ടി വേലായുധപ്പണിക്കർ മുന്നോട്ടുവന്നു. 1855-ൽ ഒരു കഥകളി യോഗം ഇട്ടിരവിപ്പണിക്കർ ഉണ്ടാക്കി. എന്നാൽ സവർണ്ണരുടെ എതിർപ്പ് കാരണം അത് നടപ്പിലാക്കാൻവേണ്ടി കഴിഞ്ഞില്ല. സാധാരണക്കാർക്ക് ആട്ടക്കഥ വായിക്കാമെങ്കിലും അത് അരങ്ങേറ്റുന്നതിന് പാടില്ലെന്ന നിയമമായിരുന്നു ഉയർന്നുവന്നത്. ഇത്തരം രീതികൾക്കെതിരെ സവിശേഷമായി മുന്നോട്ടുവരുന്നതിന് വേലായുധപ്പണിക്കർ നിശ്ചയിച്ചു. മംഗലം ക്ഷേത്രം വകയായി ഒരു കഥകളി സംവിധാനത്തെ അവ രൂപപ്പെടുത്തി. ഈ സാഹചര്യത്തിലാണ് മധ്യ തിരുവിതാംകൂറിലെ നായർ പ്രമാണിമാർ കഥകളി തടയണമെന്ന് ആവശ്യപ്പെട്ടുകൊണ്ട് ദിവാന് നിവേദനം നൽകിയത്.

നിവേദനത്തിൽ എടുത്തുപറഞ്ഞ കാര്യം നായരുടെ 16 അടിക്കും, ബ്രാഹ്മണരാവട്ടെ 32 അടിക്കുമാണ് നിലകൊള്ളേണ്ടത്. കഥകളി രാജ പ്രൗഢിക്ക് ചേരുന്ന കിരീടം വച്ചാണ് ദേവന്മാരുടേയും, ഉന്നത കുലജാതരുടേയും വേഷം കെട്ടിയാടുന്നത്. ആ വേഷം അയിത്ത ജാതിക്കാരായ ഈഴവർ കെട്ടിയാടുന്നത് വിനോദത്തിനാണെങ്കിൽപ്പോലും പാപമാണ്. അതുകൊണ്ട് കളിക്കുന്നവർക്കും, കളി കാണുന്നവർക്കും ദൈവ വിരോധമുണ്ടാകും. ആ പാപത്തിൽ നിന്നും അവരെ രക്ഷപ്പെടുത്തുന്നതിനായി ദിവാൻജി ഇടപെട്ട് അവരെ തടയണമെന്നായിരുന്നു നിവേദനം. അവർ ദേവന്മാരുടേയും, ബ്രാഹ്മണരുടേയും, രാജാക്കന്മാരുടേയും വേഷം കെട്ടുന്നത് സവർണ്ണർക്ക് ആക്ഷേപവും, അപമാനവും, മാനഹാനിയുമാണ്. ഇത്തരത്തിലുള്ള വാദഗതിയായിരുന്നു ഇത് തടയാൻവേണ്ടി ഉയർന്നുവന്നത്.

ഇതിനെതിരെ ശക്തമായ പ്രതിരോധം വേലായുധപ്പണിക്കർ തീർത്തു. ഈഴവർക്ക് സംസ്കൃത പഠനത്തിനും, ഗ്രന്ഥ രചനയിലും ആറ്റാണ്ടുകളായി പാരമ്പര്യമുണ്ടെന്നും അദ്ദേഹം വാദിച്ചു. ഇത്തരം വാദഗതികൾ ഉന്നയിക്കപ്പെട്ടു. വാദങ്ങൾ മുഴകിയപ്പോൾ രാക്ഷസ ർക്കുള്ള കരി വസ്ത്രം കെട്ടാൻ ഈഴവരെ അനുവദിക്കാമെന്ന് അവർ

പറഞ്ഞു. കരിവേഷം അനുവദിക്കുമ്പോൾ പച്ച വേഷവും, കരിവേഷവും ഒന്നിച്ചാണ് അരങ്ങിൽ വരേണ്ടത്. ഒരു അരങ്ങിൽ കരിവേഷവും, മറ്റൊന്നിൽ പച്ച വേഷവും ആടിയാൽ ശരിയാവില്ലെന്ന് വേലായുധപ്പണിക്കർ വാദിച്ചു. പച്ച വേഷക്കാരനെ കരിവേഷവുമായി നേരിട്ട് ഏറ്റുമുട്ടി കലിയെ തോൽപ്പിക്കാനും, വേണ്ടിവന്നാൽ കൊല്ലാനും അങ്ങനെ തന്റെ പ്രാമാണ്യം ഉറപ്പിക്കാനും കരിവേഷവും കൂടി അരങ്ങത്ത് വേണ്ടയോ എന്ന ചോദ്യം വേലായുധപ്പണിക്കർ ഉന്നയിച്ചു. പച്ചയും, കരിയും മാത്രമല്ല കത്തിയും, താടിയും, മിനുക്കും എല്ലാം ഒരേ അരങ്ങത്തുവരാൻ അനുവദിക്കണം, എങ്കിൽ മാത്രമേ അട്ടക്കഥയുടെ രംഗാവിഷ്ക്കരണം പൂർത്തിയാവുകയുള്ളൂ.

വാദപ്രതിവാദങ്ങൾക്കശേഷം കഥകളി വേഷം കെട്ടാനുള്ള അവകാശം ഈഴവർക്കും അനുവദിക്കപ്പെട്ടു. അതിനുശേഷമുള്ള വിധിയിൽ കൂടുതൽ മേന്മവേണമെന്നുള്ളവർ രണ്ട് കിരീടവും വെച്ച് ആടിക്കൊള്ളുവാൻ ദിവാൻ ഉത്തരവ് പുറപ്പെടുവിച്ചു. 1861-ൽ ദീപാവലിക്ക് ഇടക്കാട്ട് ക്ഷേത്ര മൈതാനത്ത് വമ്പിച്ച ജനാവലിയുടെ മുന്നിൽ കഥകളി അരങ്ങേറി. നരകാസുര വധമായിരുന്ന കഥ. കഥകളി മറ്റ് പ്രദേശങ്ങളിൽ കളിച്ചപ്പോൾ വലിയ സംഘർഷങ്ങൾ ഉയർന്നു. എങ്കിലും ഈഴവരുടെ കഥകളി വലിയ തോതിൽ പ്രചരിപ്പിക്കപ്പെട്ടു. മറ്റ് വിഭാഗക്കാരും ഇതിന്റെ ഭാഗഭാക്കായി. അങ്ങനെ കൊട്ടാരക്കെട്ടുകളിലും, ഇല്ലങ്ങളിലും, തറവാട്ടുകളിലുമെല്ലാം നിലനിന്നിരുന്ന കഥകളി സർവ്വ സാധാരണമായി മാറുന്ന സ്ഥിതിയുണ്ടായി.

കേരളത്തിലെ ജാതി വ്യവസ്ഥയുടെ അടിസ്ഥാനമായ അടയാളങ്ങളിലൊന്നായിരുന്ന പുലയാട്ടുകളി. ഹോയ് ഹോയ് എന്ന വിളികൾ ഇതിന്റെ ഭാഗമായിരുന്നു. ഇതിനെതിരേയുള്ള ശക്തമായ നിലപാടും വേലായുധപ്പണിക്കർ സ്വീകരിച്ചു. ഇടപ്പള്ളി രാജാവിന്റെ പുത്രൻ പല്ലക്കിൽ യാത്ര ചെയ്യ വരുന്ന സ്ഥിതിയുണ്ടായി. ഈ വഴിയിൽ യാത്ര ചെയ്തിരുന്ന വേലായുധപ്പണിക്കർ പല്ലക്കിൽ നിന്നും ഇറങ്ങാതെ യാത്ര ചെയ്തു. ആറാട്ടുപുഴയും അനുചരന്മാരും പൊതുവഴിയില്ലൂടെ യാത്ര ചെയ്യുന്നുവെന്ന് അറിഞ്ഞ രാമൻ മേനോനും, അനുചരന്മാരും പടിപ്പാലത്തിൽ ആയുധ സജ്ജരായി നിന്നു. അവർ വന്നപ്പോൾ ഓ ഹോയ് വിളിക്കാൻ തുടങ്ങി. ഈ സമയത്ത് നായന്മാർ രാജകുമാരന്മാരെ തീണ്ടിയിരിക്കുകയാണെന്നും, മേനോൻ തങ്ങളെ തീണ്ടരുതെന്നും പറഞ്ഞു. തുടർന്ന് സംഘട്ടനം നടന്നു. രാജകുമാരന്മാർക്ക് മർദ്ദനമേറ്റു. തുടർന്ന് കേസ് നടന്നു. ഈ സംഘട്ടനത്തിൽ ആറാട്ടുപുഴയും, അനുചരന്മാരും

ഒരു വർഷത്തെ തടവിന് വിധേയമായി. എന്നാൽ പുറത്തുവരുമ്പോൾ വലിയ സ്വീകരണം അദ്ദേഹത്തിന് ലഭിക്കുന്ന സ്ഥിതിയുണ്ടായി.

ജന്മിത്തത്തിനെതിരായി ശക്തമായി പൊരുതിയ വേലായു ധപ്പണിക്കരെ സവർണ്ണ മേധാവികൾ കൊലപ്പെടുത്തുകയാണണ്ടാ യത്. 1874 ജനവരി 8-ാം തീയ്യതി അദ്ദേഹം കൊല്ലത്തേക്ക് യാത്ര ചെയ്യകയായിരുന്നു. അർദ്ധ രാത്രിയിൽ അദ്ദേഹം ഉറക്കത്തിലായി. ഈ ഘട്ടത്തിൽ അദ്ദേഹത്തിന്റെ നെഞ്ചിൽ കഠാര കുത്തിയിറക്കി ഓടി രക്ഷപ്പെട്ടു. അങ്ങനെ നവോത്ഥാന ആശയങ്ങൾ മുറുകെപിടിച്ച ആ മഹാ വിപ്ലവകാരി ജീവൻ വെടിയുകയുണ്ടായി. കേരളത്തിന്റെ നവോത്ഥാന ചരിത്രത്തിലെ സവിശേഷമായ ഒരു പേരാണ് ആറാട്ട പുഴ വേലായുധപ്പണിക്കരെന്ന് നിസംശയം പറയാം.

വാഗ്ഭടാനന്ദൻ: മലബാറിന്റെ നവോത്ഥാന ചിന്തകൻ

ആധുനിക കേരളത്തിന്റെ രൂപീകരണത്തിന് അടിസ്ഥാന മിട്ടതാണ് നവോത്ഥാന പ്രസ്ഥാനങ്ങൾ. നവോത്ഥാന മുന്നേറ്റങ്ങൾ തെക്കൻ കേരളത്തിലാണ് സജീവമായിത്തീർന്നത്. എന്നാൽ മലബാറിൽ നവോത്ഥാന മുന്നേറ്റങ്ങൾക്ക് പൊതുവിൽ നേതൃത്വംനൽകിയത് കർഷക-തൊഴിലാളി പ്രസ്ഥാനങ്ങളായി രുന്നു. എങ്കിലും, നവോത്ഥാന ആശയങ്ങൾ പ്രചരിപ്പിച്ചുകൊണ്ട് മുന്നോട്ടവന്ന വ്യക്തിത്വങ്ങൾ മലബാറില്ലുമുണ്ടായിരുന്നു. അതിൽ പ്രധാനമാണ് വാഗ്ഭടാനന്തനം, അദ്ദേഹം നേതൃത്വംനൽകിയ നവോത്ഥാന മുന്നേറ്റങ്ങളും.

കണ്ണൂർ ജില്ലയിലെ ക്ലുത്തുപറമ്പിനടുത്ത പാട്യം പ്രദേശത്താണ് അദ്ദേഹം ജനിച്ചത്. തനക്കണ്ടിയിൽ വാഴവളപ്പിൽ കോരൻ ഗുരുക്കള ടേയും വയലേരി ചീരുഅമ്മയുടേയും ആദ്യത്തെ കുട്ടിയായി 1887 ഏപ്രിൽ 27-ന് കുഞ്ഞിക്കണ്ണൻ ജന്മംകൊണ്ടു. പിതാവായ കോരൻ ഗുരുക്കള സംസ്കൃത പാണ്ഡിത്യവും, വൈദ്യ ശാസ്ത്രത്തിലെ നൈപുണ്യവും കൈമു തലായുള്ള വ്യക്തിത്വമായിരുന്നു. അതുകൊണ്ട്തന്നെ പിതാവിന്റെ കീഴിൽ വിദ്യ അഭ്യസിച്ചുകൊണ്ടാണ് വാഗ്ഭടാനന്തൻ തന്റെവിദ്യാഭ്യാസ കാലം ആരംഭിക്കുന്നത്. 13-ാമത്തെ വയസ്സിൽ അദ്ദേഹം അദ്ധ്യാപക നായി മാറുകയും ചെയ്തു.

പിതാവിന്റെ അടിസ്ഥാന വിദ്യാഭ്യാസത്തിന് ശേഷം അക്കാലത്തെ

പഴമയുടെ പുതുവായനകൾ

കീഴ്വഴക്കമനുസരിച്ച് ദക്ഷിണ കൊട്ടത്ത് ഗുരുവായി കോരപ്പൻ ഗുരുക്കളെ സ്വീകരിച്ചു.അതോടൊപ്പം തന്നെ കുഞ്ഞിക്കണ്ണനെ സ്വാ ധീനിച്ച മറ്റൊരാളായിരുന്ന വായപ്പസ്വാമികൾ. ബാഷ്യ ഹൃദയമെന്ന പ്രൗഢ ഗ്രന്ഥത്തിന്റെ കർത്താവ് കൂടിയായ ഇദ്ദേഹം കേരളത്തിന് പുറത്ത് യാത്ര ചെയ്യുകയും, അദ്വൈത ചിന്തകളെ സ്വീകരിക്കുകയും ചെയ്ത്വ്യക്തിയായിരുന്നു. ഇദ്ദേഹത്തിന്റെ ചിന്തകൾ വാഗ്ഭടാനന്ദന്റെ വ്യക്തിത്വത്തെ രൂപപ്പെടുത്തുന്നതിന് പ്രധാന പങ്കുവഹിച്ചിട്ടുണ്ട്. അറിവ് കൂടുതൽ നേടുകയെന്ന ലക്ഷ്യത്തോടെ അധ്യാത്മിക വിഷയങ്ങൾ അദ്ദേഹം പഠിക്കാൻ തുടങ്ങി. അദ്വൈത ചിന്തകളുമായി അഗാധമായ ബന്ധം ഈ കാലയളവിൽ അദ്ദേഹം സ്വീകരിക്കുകയുംചെയ്തു.

ഗുരുകുലത്തിൽ കുട്ടികളെ പഠിപ്പിക്കുന്നതിനോടൊപ്പം തന്നെ പ്രസം ഗരംഗത്തും അദ്ദേഹം സജീവമായി. വി.കെ ഗുരുക്കൾ എന്ന പേരിലാണ് അദ്ദേഹം അറിയപ്പെട്ടിരുന്നത്. ഇദ്ദേഹത്തിന്റെ പാണ്ഡിത്യം മനസ്സി ലാക്കി കോഴിക്കോട് നിന്നും ചിലരെത്തി അവിടെ പ്രസംഗിക്കുന്നതി നുള്ള ക്ഷണം മുന്നോട്ടവച്ചു. പ്രസംഗ പരിപാടിയിൽ പങ്കെടുക്കാമെന്ന് അദ്ദേഹമേൽക്കുകയും പരിപാടിയിൽ പങ്കെടുക്കുകയും ചെയ്തു. പക്ഷെ അവിടെയുണ്ടായിരുന്ന ഇദ്ദേഹത്തിന്റെ കാഴ്ചപ്പാടുകളെ പിന്തുണയ്ക്കുന്നവ രുടെ നിർബന്ധത്തിന് വഴങ്ങി കോഴിക്കോട് തന്നെ തങ്ങി. അവിടത്തെ നാട്ടുകാരുടെ സഹായത്തോട 1906-ൽ ഒരു സംസ്കൃത വിദ്യാലയം കാരപ്പറമ്പിൽ സ്ഥാപിച്ചു. ഇവിടെയുണ്ടായിരുന്ന പ്രധാന സവിശേഷത എല്ലാ വിഭാഗത്തിൽപ്പെട്ടവർക്കും സൗജന്യമായി വിദ്യാഭ്യാസം നൽകി യെന്നതാണ്. പിന്നോക്കം നിൽക്കുന്ന സമുദായങ്ങളിലെ വിദ്യാർത്ഥി കൾക്ക് പുസ്തകവും, ഭക്ഷണവും, താമസവുമെല്ലാം നൽകുകയും ചെയ്തു. സംസ്ഥാനത്തിന്റെ വിവിധ ഭാഗങ്ങളിൽ നിന്നുള്ള വിദ്യാർത്ഥികളെ ആകർഷിക്കുകയും ചെയ്തു. ഇദ്ദേഹത്തിന്റെ പ്രവർത്തനങ്ങളിൽ ആകൃഷ്ട രായ മുഹമ്മദ് അബ്ദുറഹ്മാൻ സാഹിബ്ും, ഇ. മൊയ്തു മൗലവിയും അവിടെ എത്തുകയും അദ്ദേഹവുമായി ആശയ വിനിമയം നടത്തുകയും ചെയ്യുന്ന രീതിയുമുണ്ടായി.

വാദിക്കുകയും, എതിർ വാദങ്ങൾ മുന്നോട്ടവയ്ക്കുകയും ചെയ്യുകഎന്നത് അക്കാലത്തെ സവിശേഷതയായിരുന്നു. അത്തരം നിരവധി തർക്കങ്ങ ളിൽ ഇദ്ദേഹംപങ്കെടുക്കുകയും വലിയ അംഗീകാരം നേടുകയും ചെയ്യുന്ന സ്ഥിതിയുണ്ടായി.അക്കാലത്ത് നിലവില്ുണ്ടായിരുന്ന ആചാരാനുഷ്ഠാ നങ്ങളെ ശക്തമായി അദ്ദേഹം വെല്ലുവിളിച്ചു. ജാതിയേയും, വിഗ്രഹാ രാധനയേയും ശക്തമായി എതിർത്ത ബ്രഹ്മാനന്ദ ശിവഗിരിയുടെ

മോക്ഷദീപം എന്ന ഗ്രന്ഥം വാഗ്ഭടാനന്ദന്റെ ചിന്തകളെ കരുത്താ
ർജ്ജിക്കുന്ന ഒന്നാക്കിമാറ്റി. ശിവയോഗിയുടെ ആലത്തൂരുള്ള ആശ്രമ
ത്തിൽ അദ്ദേഹത്തെ നേരിൽ കാണുകയും ചെയ്തു. ബ്രഹ്മാനന്ദ ശിവയോ
ഗിയാണ് കുഞ്ഞിക്കണ്ണൻ ഗുരുക്കൾ എന്ന പേര് മാറ്റി വാഗ്ഭടാനന്ദൻ
എന്ന് വിളിച്ചത്.

വാഗ്ഭടാനന്ദൻ എന്ന പേര് വരാനുണ്ടായ കാരണം ബ്രഹ്മാനന്ദ
ശിവയോഗിയുടെ സിദ്ധാന്തങ്ങൾക്കെതിരായി ഉയർന്നുവന്ന ചോദ്യങ്ങ
ൾക്ക് സമർത്ഥമായി മറുപടി പറഞ്ഞതിന്റെ പശ്ചാത്തലത്തിലാണ്.
ബ്രഹ്മാനന്ദ ശിവയോഗി മുന്നോട്ടുവെച്ച രാജയോഗ സിദ്ധാന്തത്തെ
വലിയ പ്രചരണമായി വാഗ്ഭടാനന്ദൻ മാറ്റി. ഈ ബന്ധത്തിന്റെ
അടിസ്ഥാനത്തിൽ 1911-ൽ കോഴിക്കോട് കല്ലായിൽ രാജയോഗാ
നന്ദ കൗമുദി യോഗശാല എന്ന പേരിൽ അദ്ദേഹം ഒരു സ്ഥാപനം
ആരംഭിച്ചു. അക്കാലത്ത് വാഗ്ഭടാനന്ദൻ നടത്തിയ പ്രഭാഷണങ്ങൾ
അദ്ദേഹത്തിന്റെ പ്രശസ്തി വലിയ തോതിൽ വർദ്ധിപ്പിക്കുന്നതിന്
ഇടയാക്കി. വാഗ്ഭടാനന്ദന്റെ പ്രസംഗങ്ങൾ പത്രമാധ്യമങ്ങളിലും വലിയ
തോതിൽ പ്രചരിക്കുന്ന സ്ഥിതി ഉണ്ടായി.

മലബാറിൽ പ്രവർത്തനം നടത്തിയിരുന്ന വാഗ്ഭടാനന്ദന്റെ പ്രവ
ർത്തനം സംസ്ഥാനം മുഴുവൻ അറിയപ്പെടുന്ന നില ഉണ്ടായി. 1917-ൽ
ഹരിപ്പാട് വച്ച് ഒരു പ്രസംഗം വാഗ്ഭടാനന്ദൻ ചെയ്തു. ആ യോഗത്തിൽ
അദ്ധ്യക്ഷത വഹിച്ച ശ്രീ നാരായണ ഗുരു ഈ പ്രസംഗത്തെ ശ്രദ്ധിച്ചു.
അതിന് ശേഷം ഇവർ തമ്മിൽ കുടിക്കാഴ്ച നടത്തുകയും ചെയ്തു. ആ
കുടിക്കാഴ്ചയിലെ പ്രധാനപ്പെട്ട ഒരു ചർച്ച ക്ഷേത്ര നിർമ്മാണവുമായി
ബന്ധപ്പെട്ടതായിരുന്നു. ക്ഷേത്രങ്ങൾ സ്ഥാപിക്കുകയും, പ്രതിഷ്ഠ
നടത്തുകയും ചെയ്യുന്നതും അദ്വൈതവും തമ്മിൽ ചേരുന്നില്ലെന്ന
വാദമായിരുന്നു വാഗ്ഭടാനന്ദൻ മുന്നോട്ടുവെച്ചത്. ജനങ്ങൾക്ക് ക്ഷേത്രം
വേണമെന്ന ആഗ്രഹമുള്ളതുകൊണ്ടും കുറേ ശുചിത്വമെങ്കിലും ഉണ്ടാക
മെന്ന് കരുതിക്കൊണ്ടുമാണ് അത്തരം നിലപാട് സ്വീകരിക്കുന്നതെ
ന്ന് ശ്രീ നാരായണ ഗുരു വ്യക്തമാക്കുകയുമുണ്ടായി. പിന്നീട് ക്ഷേത്ര
നിർമ്മാണങ്ങളിലല്ല ഊന്നൽ നൽകേണ്ടതെന്നും ശ്രീ നാരായണ ഗുരു
വ്യക്തമാക്കുന്നുണ്ട്. "ഇനി ജനങ്ങൾക്ക് വിദ്യാഭ്യാസം കൊടുക്കുവാൻ
ശ്രമിക്കണം. അവർക്ക് അറിവുണ്ടാവട്ടെ, അത് തന്നെയാണ് അവരെ
നന്നാക്കാനുള്ളമരുന്നും" എന്ന് പിന്നീട് വ്യക്തമാക്കുകയും ചെയ്യുന്നുണ്ട്.

വാഗ്ഭടാനന്ദന്റെ പുരോഗമന ആശയങ്ങൾക്കെതിരെ യാഥാ
സ്ഥിതികർ രംഗത്ത് വരികയും ചെയ്തു. ആ ഘട്ടത്തിൽ മഹാ കവി

കുമാരനാശാൻ അദ്ദേഹത്തെ പിന്തുണച്ചുകൊണ്ട് പറഞ്ഞ കാര്യം പ്ര സക്തമാണ് "വാഗ്ഭടാനന്ദ ഗുരു പ്രസംഗിച്ചത് ഇന്ത്യയിലെ ഋഷികളുടെ മതമാണ്. അതിനെ എതിർക്കാൻ ആർക്കും കഴിയില്ല. 5,000 വർഷത്തെ എതിർപ്പുകളെ അതിജീവിച്ചുകൊണ്ട് ജ്ഞാനപ്രധാനമായ അദ്വൈതാ ത്മവിദ്യയുടെ മതം അനശ്വരമായി വിജയിക്കുന്നു. ആധുനിക കാലത്തെ അതിന്റെ ആധികാരിക പ്രവാചകനാണത്രെ വാഗ്ഭടാനന്ദൻ." ഇത്ത രത്തിൽവാഗ്ഭടാനന്ദന്റെ ചിന്തകളും, കാഴ്ചപ്പാടുകളും കേരളത്തിലങ്ങോ ളമിങ്ങോളം പ്രചരിപ്പിക്കുന്നതിന് അദ്ദേഹത്തിന് കഴിഞ്ഞു.

വാഗ്ഭടാനന്ദൻ മുന്നോട്ടവെച്ച ആശയങ്ങൾ പ്രചരിപ്പിക്കുന്നതിന് ഒരുസംഘടന രൂപീകരിക്കണമെന്ന ആശയം അദ്ദേഹത്തിൽ നിന്ന് ഉയർന്നുവരികയും അതിന്റെ അടിസ്ഥാനത്തിൽ 1917-ൽ അദ്ദേഹം ആത്മവിദ്യാസംഘം രൂപീകരിക്കുകയുംചെയ്തു. ഈ സംഘം പിന്നീട് മലബാറിൽ സജീവമായിത്തന്നെ ഇടപെടുകയും ചെയ്തു. ഇതിന്റെ ഉദ്ദേശ ലക്ഷ്യങ്ങൾ ആത്മവിദ്യ എന്ന പുസ്തകത്തിൽ തന്നെ വ്യക്ത മാക്കുന്നുണ്ട്. ഹിന്ദു മതത്തിനകത്തുള്ള അന്ധവിശ്വാസങ്ങളും, അനാ ചാരങ്ങളും ഇല്ലാതാക്കുന്നതിനും, മതങ്ങൾ തമ്മിലുള്ള സൗഹൃദങ്ങൾ ഊട്ടിയുറപ്പിക്കുന്നതിനുമാണെന്ന് വ്യക്തമാക്കുന്നുണ്ട്. ആത്മവിദ്യാസം ഘത്തിന്റെ ഉദ്ദേശങ്ങൾ വിവരിക്കുന്ന ആത്മവിദ്യയിൽ ചേർത്തിരിക്കുന്ന വരികളാണ് ആത്മവിദ്യാസംഘത്തിന്റെ മുദ്രാവാക്യമെന്ന നിലയിൽ വികസിച്ചുവന്നത്.

"ഉണരുവിൻ അഖിലേശ്വരനെ

സ്മരിപ്പിൻ

ക്ഷണമെഴുന്നേൽപ്പിൻ അനീതി-

യോടെതിർപ്പിൻ"

ഇതായിരുന്നു അദ്ദേഹത്തിന്റെ കാഴ്ചപ്പാടിനടിസ്ഥാനം. ജാതിഭേ ദത്തെ ഇല്ലാതാക്കാനും, അനാചാരത്തെ ഇല്ലാതാക്കാനും മുന്നിൽ നിന്ന് പ്രവർത്തിക്കാനും അയിത്തോച്ചാടനത്തിന് മുന്നിട്ടിറങ്ങാനുമുള്ള ആഹ്വാനമായിരുന്നു അദ്ദേഹം മുഴക്കിയത്. തീണ്ടിക്കളി, തൊട്ടുകളി ഇടങ്ങിയ ആചാരങ്ങളെല്ലാം ഹിന്ദു ധർമ്മത്തിനോ, അന്യമതങ്ങ ൾക്കോ, പ്രകൃതിക്കോ നിരക്കാത്തതാണെന്ന് അദ്ദേഹം ഓർമ്മിപ്പിച്ചു. അതിന്റെ അടിസ്ഥാനത്തിൽ അദ്ദേഹം തന്റെ അനുയായികളോട് ഇങ്ങനെ ആഹ്വാനം ചെയ്തു, "പ്രഭുക്കന്മാരുടേയും, ബ്രാഹ്മണരുടേയും എന്തുവേണ്ട പുലയരുടേയും കുടി മുമ്പാകെ ചെന്ന് തീണ്ടുകുളി മുതലായ

ദുരാചാരങ്ങളിൽ നിന്നും കഴിയുന്നത്ര വേഗത്തിൽ വിട്ടുമാറിക്കൊള്ളാൻ കർമ്മ ധീരതയോടെ ആവശ്യപ്പെടുക. ആത്മവിദ്യ മഠങ്ങൾ സ്ഥാപിക്ക കയും അവിടെവെച്ച് വിവാഹം മുതലായ സംസ്കാരങ്ങളെ വേണ്ടവോളം പരിഷ്ക്കരണത്തോടെ നടത്തുകയും ചെയ്യു. മഠങ്ങൾക്കടുത്ത് കൈ തൊഴിൽ ശാലകളം മറ്റും ഏർപ്പെടുത്തി കഴിയുന്നത്ര ബാഹ്യമായ അഭ്യുദയമുണ്ടാക്കിത്തീർക്കുക. ബാഹ്യപരിഷ്ക്കാരത്തെതിരെ ഉല്ലം ഘിക്കാതെ ഐശ്വര്യമായ വിശ്വാസത്തേയും, കർമ്മ ധീരതയേയും മേൽക്കുമേൽ വർദ്ധിപ്പിക്കാനതകുന്നവിധം വിദ്യാഭ്യാസ രീതിയെ വ്യവസ്ഥപ്പെടുത്തുക," ഇത്തരമൊരു കാഴ്ചപ്പാടോടെ പ്രവർത്തിക്കുക യെന്നതായിരുന്നു.

മൃഗബലിക്കെതിരായി ശക്തമായ നിലപാട് അദ്ദേഹം സ്വീകരിച്ചു. സംസ്കൃതഭാഷാ പഠനം എന്നത് ആവശ്യമാണെന്ന സമീപനം അദ്ദേഹം മുന്നോട്ടുവച്ചില്ല. മാതൃഭാഷയില്ലൂടെ ലോകത്തെ കാണകയെ ന്ന സമീപനമാണ് മുന്നോട്ടുവച്ചത്.

ഇന്നത്തെ കോഴിക്കോട് ജില്ലയിലെ ചെറുവണ്ണരിനും കാരാക്കാടും ഇതിന്റെ പ്രവർത്തനമാരംഭിച്ചു. വിവിധ പ്രദേശങ്ങളിൽ തങ്ങളുടെ ആശയങ്ങൾ പ്രചരിപ്പിക്കുന്നതിനും അദ്ദേഹം ഇടപെട്ടു. അദ്വൈത ചിന്തയെ വിശകലനം ചെയ്യുകൊണ്ട് ബഹുദൈവ വിശ്വാസങ്ങൾക്കും, ആരാധനയ്ക്കും പ്രസക്തിയില്ലെന്നും അദ്ദേഹം ഊന്നിപ്പറഞ്ഞു. ഈ പ്രഭാ ഷണങ്ങളിൽ ആകൃഷ്ടരായവരാണ് പല പ്രദേശങ്ങളിലും പോയി ഇത്ത രത്തിൽ സംഘങ്ങൾ രൂപപ്പെടുത്തുന്നതിന് നേതൃത്വം നൽകിയത്.

1920-ൽ തിരുവിതാംകൂറിൽ ആത്മവിദ്യാസംഘം സ്ഥാപിതമാ കുന്നുണ്ട്. ആര്യഭട സ്വാമിയെന്ന് വാഗ്ഭടാനന്ദൻ പേര് നൽകിയ പുത്തൻതോപ്പിൽ പത്മനാഭപണിക്കരായിരുന്ന ആദ്യത്തെ ജനറൽ സെക്രട്ടറിയായി പ്രവർത്തിച്ചത്. തുടർന്ന് തൂക്കുന്നപ്പഴ, കുമാരപുരം, പുന്നപ്ര, റാന്നി, പത്തനംതിട്ട, പല്ലന തുടങ്ങിയവയിലെല്ലാം കേന്ദ്രങ്ങൾ രൂപീകൃതമായിത്തീരുകയും ചെയ്യു. തെക്കൻ കേരളത്തിൽ പ്രശസ്തരാ യിരുന്ന സ്വാമി ബ്രഹ്മഭടനും, സ്വാമി ആര്യഭടനും ആത്മവിദ്യാസംഘ ത്തിന്റെ നേതാക്കളായി പ്രവർത്തിക്കുകയും ചെയ്യു. മലയാള നാടക വേദിയെ പരിഷ്ക്കരിക്കാൻ ശ്രമിച്ചയാൾ എന്ന നിലയിൽ സ്വാമി ബ്ര ഹ്മഭടൻ തങ്ങളുടെ ശിഷ്യന്മാരോട് കൂടിച്ചേർന്ന് വീട്ടുകൾ സന്ദർശിക്കുന്ന പ്രവർത്തനവും അദ്ദേഹം മുന്നോട്ടുവച്ചു. ഇത്തരത്തിൽ നാട്ടിലെമ്പാടും ആശയപ്രചരണത്തിന്റെ കാര്യങ്ങളിൽ സജീവമായി ശ്രദ്ധ.

സാധാരണ സന്യാസിമാരുടെ രീതിയിൽ കാവി വസ്ത്രം

ഉപയോഗിക്കുന്ന ആളായിരുന്നില്ല വാഗ്ഭടാനന്ദൻ. കുറച്ചകാലം അത് ധരിച്ചിരുന്നവെങ്കിലും 1923-ൽ പാലക്കാട് വച്ച് നടന്ന സമ്മേളനത്തിൽ കാവി വസ്ത്രം അദ്ദേഹം ഉപേക്ഷിച്ചു. വെളുത്ത വസ്ത്രമായിരുന്നു പിന്നീട് ധരിച്ചിരുന്നത്. അദ്ദേഹം വിവാഹിതനുമായിരുന്നു.

ജാതിവ്യവസ്ഥയ്ക്കെതിരായി ശക്തമായ നിലപാട് അദ്ദേഹം സ്വീകരിച്ചു. ഈ നിലപാട് അന്നത്തെ യാഥാസ്ഥിതികർക്ക് അംഗീകരിക്കാൻ പറ്റുന്നതായിരുന്നില്ല. അതിന്റെ അടിസ്ഥാനത്തിൽ അദ്ദേഹത്തിന്റെ ശിഷ്യന്മാർക്ക് തൊഴിൽ നിഷേധിക്കപ്പെടുന്ന സ്ഥിതിയുണ്ടായി. ഈ സാഹചര്യത്തിലാണ് ഐക്യനാണയസംഘം രൂപീകരിക്കുന്നത്. അതാണ് ഇന്ന് വളർന്ന വികസിച്ച് ഊരാളുങ്കൽ ലേബർ കോൺട്രാക്റ്റ് സൊസൈറ്റി ആയത്.

ദേശീയ പ്രസ്ഥാനത്തെ പിന്തുണക്കുന്ന സമീപനം അദ്ദേഹം സ്വീകരിച്ചു. ദേശീയ സ്വാതന്ത്ര്യ സമരത്തിൽ പങ്കെടുക്കുന്നതിന് തന്റെ ശിഷ്യ്യമാരെ പ്രോത്സാഹിപ്പിക്കുന്ന സമീപനം സ്വീകരിച്ചു. ഗാന്ധിജിയെ വിമർശിച്ചുകൊണ്ട് അക്കാലത്തെ യാഥാസ്ഥിതികർ സനാതന ഹിന്ദു എന്ന പേരിലുള്ള പത്രത്തിൽ വിമർശനമുന്നയിച്ചു. ഇതിന് മറുപടിയായി തന്റെ പത്രമായ ആത്മാവിദ്യാ കാഹളത്തിൽ മറ്റൊരു ലേഖനം തന്നെ അദ്ദേഹം എഴുതുകയുണ്ടായി. ബ്രിട്ടീഷ് സർക്കാരിന്റെ നിലപാടുകൾക്കെ തിരായി പ്രവർത്തിച്ചതുകൊണ്ട് 1930 ലും 31 ലും ബ്രിട്ടീഷ് സർക്കാരിന്റെ താക്കീത് ഏറ്റുവാങ്ങേണ്ടിവന്നു.

വാഗ്ഭടാനന്ദൻ തൊഴിലാളി പ്രസ്ഥാനങ്ങളെയും പിന്തുണക്കുന്ന നിലപാട് സ്വീകരിച്ചു. 1932 ൽ കോഴിക്കോട് കോമൺ വെൽത്ത് കമ്പ നിയിൽ തൊഴിലാളിയെ മർദ്ദിച്ചതിനെതിരെ അദ്ദേഹം ലേഖനമെഴുതി. 1934 ൽ ഏ വി കുഞ്ഞമ്പു ആരംഭിച്ച അഭിനവ ഭാരത യുവസംഘത്തിന്റെ ഒന്നാം വാർഷിക സമ്മേളനത്തിൽ അദ്ദേഹം പങ്കെടുക്കുകയുമുണ്ടായി. കർഷക തൊഴിലാളികളെ സംഘടിപ്പിച്ചുകൊണ്ട് സ്വാതന്ത്ര്യ പ്രസ്ഥാ നത്തിൽ പങ്കെടുത്ത യുവജന സംഘമായിരുന്നു അത്.

രാജ്യത്തെ സാമൂഹ്യ രാഷ്ട്രീയ പ്രശ്നങ്ങളിൽ ഇടപ്പെട്ടുകൊണ്ട് പ്ര വർത്തിച്ചതിനാൽ തന്നെ ഇദ്ദേഹത്തിന്റെ ശിഷ്യന്മാർ പലരും പിന്നീട് തൊഴിലാളി കർഷക പ്രസ്ഥാനത്തിന്റെ ഭാഗമായി തീർന്നു. സി എച്ച് കണാരനെപ്പോലുള്ള കമ്മ്യൂണിസ്റ്റ്കാർ ഇദ്ദേഹത്തിന്റെ ആശയങ്ങ ളിൽ ആകൃഷ്ടരായവരായിരുന്നു. മലബാറിലെ ആദ്യ കാല കമ്മ്യൂണിസ്റ്റ് നേതാക്കൾക്ക് ഇദ്ദേഹത്തിന്റെ പ്രസ്ഥാനവുമായി ബന്ധമുണ്ടായിരുന്നു.

നവോത്ഥാന പ്രസ്ഥാനത്തെ തൊഴിലാളി കർഷക പ്രശ്നങ്ങളുമായി

ബന്ധിപ്പിച്ചു പ്രവർത്തിച്ചു എന്നത് അദ്ദേഹത്തിന്റെ സവിശേഷതയായി രുന്നു. മലബാറിന്റെ സാമൂഹ്യ അന്തരീക്ഷത്തെ രൂപപ്പെടുത്തുന്നതിൽ സവിശേഷ പങ്കുവഹിച്ച വാഗ്ഭടാനന്ദൻ 1938 ഒക്ടോബർ 20 നു അന്തരിച്ചു. മലബാറിലെ നവോത്ഥാന നായകൻ എന്ന് വിശേഷിപ്പിക്കാവുന്ന ആളാണ് വാഗ്ഭടാനന്ദൻ.

പൊയ്കയിൽ അപ്പച്ചൻ: മതങ്ങളിലെ സാമൂഹ്യ നീതിയുടെ പോരാളി

മനുഷ്യനെ തമ്മിൽ ഭിന്നിപ്പിക്കുന്ന ഘടകങ്ങളെ തട്ടിമാറ്റി ആധുനിക ജീവിതത്തിലേക്ക് അവരെ കൈപിടിച്ചയർത്താനുള്ള പ്രക്രിയ കൂടിയായിരുന്നു അത്. അതുകൊണ്ട് തന്നെ നവോത്ഥാനം വ്യത്യസ്തമായ കൈവഴികളിലൂടെ മുന്നേറിയ ഒന്നാണെന്ന് കാണാം. അത്തരത്തിലുള്ള ഒരു ധാരയെ രൂപപ്പെടുത്തുകയും, നയിക്കുകയും ചെയ്തുവെന്നതാണ് പൊയ്കയിൽ അപ്പച്ചനെ സവിശേഷമായി കാണുന്ന നിലരൂപപ്പെടുത്തുന്നത്.

പൊയ്കയിൽ അപ്പച്ചന്റെ സവിശേഷമായ പ്രവർത്തന രീതി വേണ്ടത്ര ചർച്ച ചെയ്യപ്പെട്ടിട്ടില്ല. തന്റെ ബഹുമുഖ പോരാട്ടത്തിലൂടെ മുന്നേറിയതായിരുന്ന അദ്ദേഹത്തിന്റെ രീതി. അടിമത്ത ജീവിതം നിലനിന്ന ഒരുകാലത്ത് അത്തരം വിഭാഗത്തിന്റെ പ്രതിനിധി കൂടിയാ യിരുന്ന പൊയ്കയിൽ അപ്പച്ചൻ. ജാതീയമായ അടിച്ചമർത്തലിൽനിന്ന് മോചനമെന്ന നിലയിലാണ് യൂറോപ്യൻ മിഷണറിമാരുടെ പ്രവർത്ത നത്തെഅടിച്ചമർത്തപ്പെട്ട വിഭാഗങ്ങൾ കണ്ടിരുന്നത്. ക്രിസ്തുമതം സ്വീകരിക്കുന്നതിന് ഇടയായ സാമൂഹ്യ സാഹചര്യം ഇതായിരുന്നു. എന്നാൽ മതം മാറ്റമുണ്ടായിട്ടും തങ്ങളുടെ അവശതകൾ അതിനകത്തും തുടരുന്നുവെന്ന പ്രശ്നത്തെയാണ്പൊയ്കയിൽ അപ്പച്ചൻ അഭിമുഖീക രിച്ചത്. പൊയ്കയിൽ കൊമരൻ പൊയ്കയിൽ യോഹന്നാനാകുന്നതും തുടർന്ന് കുമാര ഗുരുദേവനായി മാറുകയും ചെയ്തത്. ഓരോ പേര് മാറ്റവും

സാമൂഹ്യ പരിഷ്ക്കരണ പോരാട്ടത്തിന്റെ വിവിധമുഖങ്ങളെയാണ് വെളിപ്പെടുത്തുന്നത് എന്ന് കാണാം.

1879 ഫെബ്രുവരി 17-ന് പത്തനംതിട്ട ജില്ലയിലെ തിരുവല്ലയിലെ ഇരവിപേരൂരിൽ മന്നക്കയിൽ പൊയ്ക്കയിൽ കുടുംബത്തിലാണ് കൊമരൻ ജനിച്ചത്. മല്ലപ്പള്ളി പുതുപ്പുറമ്പിൽ കണ്ണനായിരുന്ന അച്ഛൻ. അമ്മ മന്നക്കയിൽ പൊയ്ക്കയിൽവീട്ടിൽ കുഞ്ഞേളച്ചിയും. അടിമക്കച്ചവടം 1812-ലും, 1855-ൽ അടിമത്തവും നിയമം മൂലം നിരോ ധിക്കപ്പെട്ടിരുന്നുവെങ്കിലും ഒരു ആചാരമെന്ന നിലയിൽ അത് തുടരുന്ന രീതിയാണുണ്ടായിരുന്നത്. ഇത്തരമൊരു സാഹചര്യത്തിൽജനിച്ച കൊമരന് ജാത്യാചാരമനുസരിച്ച് യജമാനന്റെ കന്നുകാലികളെമെ യ്ക്കയായിരുന്നു ചുമതല.

ജാതി വ്യവസ്ഥയുടെ സവിശേഷതയെന്നത് അത് പുലർത്തുന്ന പരി മിതിയില്ലുള്ള സമീപനമാണ്. സവർണ്ണർക്ക് അവർണ്ണരോട് മാത്രമല്ല തീണ്ടിക്കൂടായ്മയും, തൊട്ടുകൂടായ്മയും നിലനിന്നിരുന്നത് അവർണ്ണർ എന്ന് വിളിക്കുന്ന വിഭാഗത്തിനകത്ത് തന്നെ തൊട്ടുകൂടായ്മയും, തീണ്ടി ക്കൂടായ്മയും നിലനിന്നിരുന്നു. ഇങ്ങനെ പരസ്പരം ഇടപെടാൻ പറ്റാത്ത ഒരു വ്യവസ്ഥയായിരുന്നു ജാതി വ്യവസ്ഥ. ഇവ പാലിക്കുകയെന്നതാണ് ജീവിത വ്രതമെന്ന് കരുതുകയും ജാത്യാചാരം ലംഘിക്കുകയെന്നത് വലിയ അപരാധമായിതോന്നുകയും ചെയ്യുന്ന രീതിയായിരുന്നു നില നിന്നിരുന്നത്. അടിമജാതിയെന്ന് വിളിക്കപ്പെട്ടന്നവയിൽ തന്നെ അയിത്തങ്ങൾ നിലനിന്നിരുന്നുവെന്നതും ഈവ്യവസ്ഥയുടെ സവിശേ ഷതയായിരുന്നു. ഇത്തരമൊരു സാഹചര്യത്തിലായിരുന്നു കൊമരന്റെ ജനനം. ഇത്തരം വ്യവസ്ഥകളേയെല്ലാം ലംഘിച്ചുകൊണ്ട് ജീവിക്കുന്ന രീതിയാണ് തുടക്കത്തിലെ കൊമരൻ സ്വീകരിച്ചിരുന്നത്. ഇങ്ങനെ വിവിധതരം വിലക്കുകളുടെ ഇടയിലാണ് തേവർകാട് കുടിപ്പള്ളിക്കൂട ത്തിൽ കൊമരൻഎത്തിച്ചേരുന്നത്. കേരളത്തിൽ വിദ്യാഭ്യാസ മുന്നേറ്റ ത്തിന് നേതൃത്വം കൊടുത്ത സി.എം.എസ് മിഷണറിമാരായിരുന്ന ആ സ്ഥാപനത്തിന്റെ നടത്തിപ്പുകാർ.

അടിമത്തം പേറിയിരുന്ന കൊമരനെ സംബന്ധിച്ചിടത്തോളം എഴുത്തും വായനയും പഠിക്കുകയെന്ന്പറയുന്നത് വലിയ ഭാഗ്യമായാണ് അനുഭവപ്പെട്ടത്. 1850-ലാണ് അടിമോധാരണ മിഷനം, ആദ്യത്തെ അടിമ സ്കൂളം സ്ഥാപിക്കപ്പെടുന്നത്. അടിമകളുടെ ജീവിതാവസ്ഥ കണ്ടുകൊണ്ടാണ് റാം ഗ്ലണ്ടം,ഹോക്കസ്വർത്തും, ജോർജ് മാത്തനം കൂടി ഇത്തരമൊരു സംവിധാനം ആരംഭിച്ചത്. അടിമത്താവസ്ഥയിൽ

ജീവിക്കുന്ന കുട്ടികളെ വിദ്യാഭ്യാസം ചെയ്യിക്കുന്നതിന് വിവിധ വിഭാഗങ്ങ
ളിൽപ്പെട്ട യജമാനന്മാർ എതിരായിരുന്നു. ഇതിനെയെല്ലാം നേരിട്ടുകൊ
ണ്ടാണ് മിഷണറിമാർ ഇവർക്ക് വിദ്യാഭ്യാസം നൽകിയത് എന്നതും
ചരിത്രത്തിന്റെ ഭാഗമാണ്. മിഷണറിമാർക്കും തങ്ങളുടെവിദ്യാഭ്യാസ
പ്രവർത്തനങ്ങൾ മുന്നോട്ടുകൊണ്ടുപോകുന്നതിന് വലിയ പോരാട്ടം
നടത്തേണ്ടി വന്നിട്ടുണ്ട്. പഠിച്ച കാര്യങ്ങൾ തന്റെ കൂട്ടുകാർക്ക് പകരു
ന്നതിനും, വായിക്കുന്നവ മറ്റുള്ളവർക്ക് അതീവ രസകരമായി പറഞ്ഞു
കൊടുക്കുകയും ചെയ്യുന്ന രീതി അദ്ദേഹം സ്വീകരിച്ചിരുന്നു. വേദപുസ്ത
കങ്ങൾ വായിക്കാനും ബൈബിളിലെ കഥകൾ പറയുന്നതിനുമെല്ലാം
അസാമാന്യമായ ശേഷി ആർജ്ജിക്കുന്നതിന് ഇദ്ദേഹത്തിന് കഴിഞ്ഞു.

കാര്യങ്ങൾ അവതരിപ്പിക്കാനുള്ള കഴിവും ബൈബിൾ മാർഗ്ഗത്തി
ലൂടെ സഞ്ചരിക്കുന്നരീതിയും ക്രിസ്തുമതത്തിൽ ചേരുന്നതിന് ഇടയാക്കി.
അങ്ങനെ കൊമരൻ സ്വയം യോഹന്നാൻ എന്ന പേര് സ്വീകരിച്ചു.
അവന്റെ കുടുംബവും ക്രിസ്തുമതത്തിന്റെ വഴിയിലേക്ക് നീങ്ങി. ജാതി
വ്യവസ്ഥയിൽ നിന്ന് മോചനം നേടാനുള്ള വഴിയെന്ന നിലയിലാണ്
ഇത്തരമൊരു മാറ്റം സ്വീകരിച്ചത്. വിമോചന കാഴ്ചപ്പാടുകൾ മുന്നോട്ടുവെ
ക്കുന്നവെന്ന നിലയിൽ ക്രിസ്തുമതത്തെ അവർ സ്വീകരിച്ചു. വൈദികസാ
ഹിത്യം ഇഷ്ടം പോലെ ലഭ്യമായതോടെ അവ വായിക്കുകയും, സ്വന്തം
വ്യാഖ്യാനത്തോടെ അവതരിപ്പിക്കുകയും ചെയ്യുന്ന രീതി സ്വീകരിച്ചു.
ബൈബിളിലെ വിമോചന കാഴ്ചപ്പാടുകളെ ചേർത്തുപിടിച്ചുകൊണ്ട്
സാമൂഹ്യമായി അടിച്ചമർത്തപ്പെട്ട ഒരു ജനതയുടെ മോചനം അദ്ദേഹം
സ്വപ്നം കണ്ടു. സുവിശേഷ പ്രസംഗത്തിനിടയിൽ അടിമത്തം അനുഭവി
ച്ചുകൊണ്ടിരുന്ന ജനതയുടെ പ്രശ്നവും അവതരിപ്പിച്ചുകൊണ്ടിരുന്നു.

സുവിശേഷ പ്രസംഗികനായി സമത്വത്തെക്കുറിച്ച് സംസാരിച്ച്
കഴിയുമ്പോഴേക്കും പ്രയോഗ തലത്തിൽ അതിൽ നിന്നും വ്യത്യസ്ത
മായ സമീപനം യോഹന്നാന്റെ മനസ്സിൽ വല്ലാതെ മഥിച്ചു. തങ്ങളുടെ
സഹപ്രവർത്തകർ അവരിലൊരാളായി തന്നെ കണക്കാക്കുന്നില്ലെന്ന
തോന്നൽ യോഹന്നാനിൽ സജീവമായി. ഭക്ഷണം നൽകുന്ന കാര്യങ്ങ
ളിൽപ്പോലും ഇത്തരം അവഗണന അനുഭവപ്പെടുന്ന സ്ഥിതിയുണ്ടായി.
താൻ വിമോചന സ്വപ്നത്തോട്ടുകൂടി എത്തിപ്പെട്ടയിടത്തും ഇത്തരത്തില്ല
ള്ള പ്രശ്നങ്ങളാണെന്നും ഉള്ള പ്രതിസന്ധി അദ്ദേഹത്തെ വേട്ടയാടി.
സുവിശേഷ പ്രസംഗത്തിൽ സമത്വത്തേയും, സ്വാതന്ത്ര്യത്തേയും
കുറിച്ച് പ്രസംഗിക്കുമ്പോഴും യാഥാർത്ഥ്യം മറ്റൊന്നായി തീരുമ്പോഴും
വിശ്വാസികളെ വഞ്ചിക്കുകയാണെന്ന ചിന്താഗതി യോഹന്നാനിൽ

ഋഢമൂലമായി. ഇത്തരം സമീപനത്തിനെതിരെയുള്ള മനസ്സമായി പ്രതികരിച്ച യോഹന്നാനുമായി സംസാരിക്കാൻ സഭ പാതിരിയെ ച്ചമതലപ്പെടുത്തുകയും ചെയ്തു. യോഹന്നാന്റെ നിലപാട് ശരിയല്ലെന്ന ശുപാർശ ഈ ഘട്ടത്തിൽ സഭയ്ക്ക് ലഭിക്കുകയുണ്ടായി. ഇതിനിടയിൽ ക്രൈസ്തവരുടെ ശ്മശാനത്തിൽ സംസ്കരിക്കപ്പെട്ട അടിച്ചമർത്തപ്പെട്ട വിഭാഗത്തിൽ നിന്നും വന്ന ഒരാളുടെ മൃതദേഹം മാന്തിയെടുത്ത് പുറ ത്തേക്ക് മാറ്റി മറവുചെയ്ത സംഭവമുണ്ടായി. ഇത്തരം സംഭവങ്ങൾ കൂടി വന്നതോടെ സഭയിൽ നിന്ന് മാറിനിൽക്കുന്ന നില യോഹന്നാൻ സ്വീകരിച്ചു.

വേദ പുസ്തകത്തിൽ യോഹന്നാൻ കണ്ടെത്തിയ സമത്വവും, സാഹോദര്യവും ലഭിക്കുമെന്ന കാഴ്ചപ്പാടോടെ ബ്രദർ മിഷൻ (വേർപാട് സഭ) ലേക്ക് അദ്ദേഹം എത്തിച്ചേർന്നു. വീണ്ടും തന്റെ സുവിശേഷ പ്രസംഗങ്ങൾ തുടർന്നു. ഈ സഭയിലും തനിക്ക് സമാന പരിഗണന ലഭിക്കുന്നില്ലെന്ന ചിന്ത യോഹന്നാനുണ്ടായി. അതിനിടയിൽ ഒരു ക്രിസ്ത്യൻ യുവതിയുടേയും മതം മാറി വന്ന യുവാവിന്റേയും വിവാഹം നടത്തുന്നതിന് യോഹന്നാൻ നേതൃത്വം നൽകി. എന്നാൽ ഇതിന്റെ പേരിലും പലവിധ സംഘർഷങ്ങളുണ്ടായി. ഈ പുതിയ സംഘർഷവും പുതിയ വഴികളിലേക്ക് സഞ്ചരിക്കുന്നതിന് ഇടയാക്കി. 1905-ൽ സഭയിൽ തുടർന്നുകൊണ്ട് തന്നെ സ്വതന്ത്ര വ്യക്തിത്വവുമായി അദ്ദേഹം മുന്നോട്ടുപോയി. ഈ ഘട്ടത്തിൽ ദൈവ സന്തതികളും, ദുഷ്ട സന്തതിക ളും എന്ന വിഷയത്തെ ആസ്പദമാക്കിയുള്ള പ്രസംഗ പരമ്പര ആരംഭിച്ചു. ഇത്തരം പ്രസംഗങ്ങൾ സഭയിലെ ചിലർക്ക് ആവേശവും, മറ്റ് ചിലർക്ക് പ്രയാസവും സൃഷ്ടിച്ചു. യോഹന്നാന്റെ സുവിശേഷ പ്രസംഗങ്ങളിൽ ആളുകൾ തിങ്ങിക്കൂടി. ഇദ്ദേഹത്തിന്റെ സുവിശേഷ പ്രസംഗങ്ങൾ നടക്കുന്ന ഇടം തന്നെ വലിയ കലാപശാലകളായി മാറി.

വാകത്താനം ലഹള (1907), മുണ്ടക്കയം ലഹള (1908), കൊഴക്കുച്ചിറ ലഹള (1913), മംഗലം ലഹള തുടങ്ങിയവയെല്ലാം ഇത്തരത്തിലുള്ള രീതികളുടെ ഭാഗമായുണ്ടായതാണ്. ആദ്യത്തെ ലഹള നടന്ന വാക ത്താനത്ത് പ്രസംഗിക്കുമ്പോൾ ഇദ്ദേഹത്തിന്റെ പ്രായം 29 വയസ്സായി രുന്നു. ആ ഘട്ടത്തിലാണ് ഈ സംഭവങ്ങളെല്ലാം ഉണ്ടായത്. വിവിധ സഭകളുടെ ഭാഗമായി പ്രവർത്തിക്കുകയും, തുടർന്ന് അവ ഉപേക്ഷിക്ക കയും ചെയ്തിരുന്നെങ്കിലും സവിശേഷമായ ഏതെങ്കിലും സഭയിലേക്ക് പോകുന്നതിന് അദ്ദേഹം തയ്യാറായിരുന്നില്ല. എങ്കിൽപ്പോലും വലിയ അനുഭാവി വൃന്ദം ഇദ്ദേഹത്തിനുണ്ടായിരുന്നു. പൊതുവിൽ കൂട്ടർ,

 പഴമയുടെ പുതുവായനകൾ

അപ്പച്ചൻ സഭ, യോഹന്നാൻ സഭ എന്നെല്ലാമായിരുന്ന അവരെ അറി
യപ്പെട്ടിരുന്നത്. ജാതി രഹിതമായ ഒരുസമൂഹമായിരുന്ന അദ്ദേഹം
വിഭാവനം ചെയ്തത്. ജാതിക്കതീതമായിചിന്തിക്കുന്നവരായിരിക്കണ
മെന്ന കാഴ്ചപ്പാടായിരുന്ന അദ്ദേഹത്തിനുണ്ടായിരുന്നത്. അതുകൊണ്ട്
തന്നെ ജാതിയുടെ അർത്ഥ ശൂന്യത ഓർമ്മിപ്പിച്ചുകൊണ്ടേയിരുന്നു.
അടിമജാതിക്കാരെല്ലാം ഒറ്റ ഗോത്രത്തിൽപ്പെട്ടവരായിരുന്നുവെന്ന
കാഴ്ചപ്പാടും അദ്ദേഹം മുന്നോട്ടവെച്ചു.

പൊയ്കയിൽ അപ്പച്ചന്റെ, താൻ സ്ഥാപിച്ച സഭയ്ക്ക്, പ്രത്യക്ഷര
ക്ഷാ സഭയെന്ന് പേര വന്നത് യാദൃച്ഛികമായിരുന്നു. ഒന്നാം ലോക
മഹായുദ്ധം ആരംഭിച്ചതോടെ ജർമ്മൻ ചാരനെന്ന് മുദ്രകുത്തി
പൊയ്കയിൽ യോഹന്നാനോട് കോടതിയിൽ ഹാജരാവാൻ പറഞ്ഞു.
കോടതിയിൽ മജിസ്ട്രേറ്റിന്റെ ചോദ്യങ്ങൾക്ക് അദ്ദേഹം മറുപടി
നൽകി. ബ്രിട്ടനെയും, ക്രിസ്തുമതത്തേയും വിമർശിക്കുന്നതായി കേൾക്ക
ന്നുവെന്നത് നേരാണോയെന്ന് മജിസ്ട്രേറ്റിന്റെ ചോദ്യമുണ്ടായി. അടി
മജാതികളെ പ്രീണിപ്പിക്കുന്ന സവർണ്ണ ക്രിസ്ത്യാനികളെയാണ് താൻ
വിമർശിക്കുന്നതെന്ന് മറുപടി നൽകുകയും ചെയ്തു. ഇത്തരം ചോദ്യങ്ങൾ
ആവർത്തിക്കുന്നതിനിടയിൽ മജിസ്ട്രേറ്റ് ഒരു ചോദ്യം ചോദിച്ചു.
നിങ്ങളുടെ സഭയുടെ പേരെന്തായിരുന്നുവെന്നാണ് ആ ചോദ്യം. അതിന്
അദ്ദേഹം പെട്ടന്ന് ഉത്തരം നൽകി, പ്രത്യക്ഷരക്ഷാ ദൈവസഭ എന്ന്.
ഇങ്ങനെ മനസ്സിൽ നിന്ന് പെട്ടന്ന് വന്ന പേരാണ് അദ്ദേഹത്തിന്റെ
സംഘടനയുടെ പേരായി പിന്നീട് പരിണമിച്ചത്.

ഇദ്ദേഹത്തിന്റെ സഭയുടെ ആശയങ്ങൾ വിവിധ തരത്തിൽ
പിൽക്കാലത്ത് വ്യാഖ്യാനിക്കപ്പെട്ടിട്ടുണ്ട്. എന്തായാലും സാമൂഹ്യവും,
സാമ്പത്തികവുമായ അടിച്ചമർത്തലിനെതിരെ നിലകൊണ്ട ചിന്തക
ളായിരുന്ന പൊയ്കയിൽ യോഹന്നാന്റേത് എന്ന് പറയാം. ഗാന്ധിജി
യെയും പൊയ്കയിൽ യോഹന്നാൻ സന്ദർശിച്ചിരുന്നു. ഗാന്ധിജിയുടെ
സ്വാതന്ത്ര്യ സമരത്തെ ഒരു വിമോചന സമരമായാണ് താൻ കാണ
ന്നതെന്ന് പൊയ്കയിൽ യോഹന്നാൻ പറയുകയുണ്ടായി. ജാതീയമായി
ചിതറിക്കിടക്കുന്ന ജനതയെ ഒരുമിച്ച് കൊണ്ടുവരാനുള്ള വിഷമതകളെ
ക്കുറിച്ച് സംസാരിച്ചതായി പിന്നീട് രേഖപ്പെടുത്തുന്നുണ്ട്. രവീന്ദ്രനാഥ
ടാഗോറിന്റെ പ്രൈവറ്റ്സെക്രട്ടറി സി.എഫ് ആൻഡ്രൂസ് ഇദ്ദേഹത്തെ
കാണുന്നതായി രേഖപ്പെടുത്തിയതായികാണുന്നുണ്ട്.

1888-ൽ ശ്രീമൂലം തിരുനാൾ ആരംഭിച്ച പ്രജാസഭയിലുംഅ
ദ്ദേഹം അംഗമാകുന്നുണ്ട്. 1921-ലാണ് പൊയ്കയിൽ യോഹന്നാൻ

പ്രജാസഭയിൽ അംഗമാകുന്നത്. പ്രത്യക്ഷരക്ഷാ ദൈവസഭയുടെ പേരിൽ ഉണ്ടായ ഒരു നിവേദനത്തിന്റെ അടിസ്ഥാനത്തിലാണ് അത്തരമൊരു നിയമനം ഉണ്ടാകുന്നത്. 1931-ൽ വീണ്ടും അദ്ദേഹത്തെ അംഗമായി തെരഞ്ഞെടുക്കുന്നുണ്ട്. അടിച്ചമർത്തപ്പെട്ടവിഭാഗത്തിന്റെ വിദ്യാഭ്യാസത്തിനും, ഉദ്യോഗത്തിനും വേണ്ടി അദ്ദേഹം വാദിച്ചിരുന്നു. കുട്ടികൾക്ക് ഉച്ചക്കഞ്ഞിയും, പുസ്തകം വാങ്ങാൻ പ്രത്യേക ഗ്രാന്റ് നൽക ണമെന്ന ആവശ്യവും ഉന്നയിക്കുകയുണ്ടായി. ക്രിസ്തു മതത്തിലേക്ക് പരിവർത്തനം ചെയ്യപ്പെട്ട അടിച്ചമർത്തപ്പെട്ട ജാതിക്കാരുടെ പ്രശ്നം അവിടെയും പിന്തുടരുന്നതിനാൽ അവർക്ക് അതാത് ജാതിക്കുള്ള എല്ലാ ആനുകൂല്യങ്ങളും നൽകണമെന്ന ആവശ്യവും അദ്ദേഹം മുന്നോ ട്ടുവെച്ചു. ഇത്തരം വിഭാഗങ്ങൾക്ക് രണ്ട് ഏക്കർ ഭൂമി നൽകണമെന്ന ആവശ്യവും അദ്ദേഹം മുന്നോട്ടുവച്ചിരുന്നു.

പ്രജാസഭയിൽ ഇത്തരം ആവശ്യങ്ങളുന്നയിച്ച അദ്ദേഹം ഒരു കവി കൂടിയായിരുന്നു. കേരള സാഹിത്യ അക്കാദമി ഇത് പ്രത്യക്ഷര ക്ഷാ ദൈവസഭാ പാട്ടുകൾ എന്ന പേരിൽപ്രസിദ്ധീകരിച്ചിട്ടുണ്ട്. ഈ കവിതകളിലെല്ലാം അടിച്ചമർത്തപ്പെട്ട വിഭാഗത്തിന്റെ വേദനകളും, രോഷങ്ങളുമെല്ലാം നിലനിന്നിരുന്നുവെന്ന് കാണാൻ പറ്റും. ജീവിത ത്തിൽ വ്യത്യസ്തമായ പോരാട്ടങ്ങൾക്ക് നേതൃത്വം നൽകിയ അദ്ദേഹം 1939ജൂലൈ 3-ാം തീയ്യതിയാണ് അന്തരിക്കുന്നത്.

പൊയ്കയിൽ യോഹന്നാന്റെ മരണ ശേഷവും പി.ആർ.ഡി.എസിന്റെ പ്രവർത്തനം മുന്നോട്ടുവന്നു. അദ്ദേഹത്തിന്റെ മരണ ശേഷം ഞാലി യാക്കുഴി സൈമൺ യോഹന്നാൻ അദ്ധ്യക്ഷനായി. പി.എ തോമസ് പള്ളം സെക്രട്ടറിയായി, 17 അംഗ കമ്മിറ്റിയും, സഭ നടത്തിപ്പുമായി മുന്നോട്ടുപോയി. അപ്പച്ചന്റെ ജന്മദേശവും സമാധി മന്ദിരം സ്ഥിതി ചെയ്യുന്നതുമായ ഇരവിപേരൂരാണ് ഇപ്പോൾ ഇതിന്റെ ആസ്ഥാനമായി പ്രവർത്തിക്കുന്നത്. അദ്ദേഹത്തിന്റെ വിശ്വാസികൾ അവിടെ വന്ന് സ്മരണ പുതുക്കി തിരിച്ചപോകുന്നുണ്ട്. കേരളത്തിലെ നവോത്ഥാന പ്രസ്ഥാനത്തിന്റെ ചരിത്രത്തിൽ അടിയാള വിഭാഗത്തിന്റെ ഭാഗമായി നിന്നുകൊണ്ട് മതപരിവർത്തനം സിദ്ധിച്ചവർ അനുഭവിക്കുന്ന പ്രതി സന്ധികളേയും,പ്രശ്നങ്ങളേയും അവതരിപ്പിച്ചുകൊണ്ട് മുന്നോട്ടുവന്ന വെന്ന സവിശേഷതയും ഇതിനുണ്ട്. സാമ്പത്തികവും, സാമൂഹ്യവുമായ അവശതകൾ പരിഹരിക്കുന്നതിലൂടെ മാത്രമേ മനുഷ്യർക്ക് മുന്നോട്ടുവ രാനാവൂ എന്ന് ഓർമ്മപ്പെടുത്തുന്നതാണ് പൊയ്കയിൽ യോഹന്നാന്റെ ജീവിതം. നവോത്ഥാന മുന്നേറ്റത്തിലെ മറ്റൊരു സവിശേഷ ധാരയായി ഇതിനെ കാണാനാവും.

     പഴമയുടെ പുതുവായനകൾ

ഭക്ഷണ ചരിത്രവും നാനാത്വത്തെ ഓർമ്മപ്പെടുത്തുന്നു

ഏറെ അംഗങ്ങളുള്ള വീട്ടിൽ അടുക്കളയിൽ തളക്കപ്പെട്ട അമ്മയോടുള്ള സ്നേഹത്തിൽ നിന്നാണ് അവിടെ സഹായിയായി നിൽക്കുന്ന ശീലം ചെറുപ്പത്തിൽ രൂപപ്പെട്ടത്. പിന്നീട് അത് വൈവിധ്യങ്ങളായ വിഭവങ്ങളെ മനസ്സിലാക്കുകയും ഉണ്ടാക്കുകയും ചെയ്യുന്ന സ്വഭാവമായി വളർന്നു. 'കേരള ഭക്ഷണ ചരിത്രം' എന്ന പുസ്തകം കണ്ടപ്പോൾ തന്നെ അത് വാങ്ങി വായിച്ചത് അതുകൊണ്ടായിരുന്നു.

ഭക്ഷണം രൂപപ്പെട്ട സംസ്കാരത്തെയും വന്ന വഴികളെയും വിശ ദീകരിച്ചുകൊണ്ട് കൊണ്ടുകൊടുക്കലിലൂടെയാണ് നമ്മുടെ സംസ്കാരം വികസിക്കുന്നത് എന്ന് ഓർമ്മപ്പെടുത്തുന്നത് കൂടിയാണ് ഈ പുസ്തകം. പരസ്പരം കൊണ്ടും കൊടുത്തുമാണ് എല്ലാ സംസ്കാരവും വികസിച്ച വന്നതെന്ന യാഥാർത്ഥ്യം നമുക്ക് മുമ്പിൽ അവതരിപ്പിക്കുന്നതിന് ഇതിലൂടെ കഴിയുന്നുണ്ട്.

വേവിക്കാത്ത ഭക്ഷണങ്ങളിൽ നിന്ന് തീയുടെയും, ലോഹത്തിന്റെ കണ്ടുപിടിത്തത്തിലൂടെ ആഹാരം വേവിച്ചും ചുട്ടും തിന്ന് മുന്നേറുന്ന സാഹചര്യവുമുണ്ടായി. കൃഷിയുടെയും കന്നുകാലി വളർത്തലിന്റെയും വികാസത്തോടെ ജീവിതത്തിന് പുതിയ രൂപവും ഭാവവും വന്നുചേർന്നു. ഈ വളർച്ച ഭക്ഷണക്രമത്തിലും മാറ്റങ്ങൾ രൂപപ്പെടുത്തി. സമൂഹ ത്തിൽ രൂപപ്പെട്ടുവന്ന ആധിപത്യ സ്വഭാവങ്ങൾ ഭക്ഷണക്രമങ്ങളെയും

സ്വാധീനിച്ചു. സമൂഹത്ത് ന്റെ ജനാധിപത്യവത്ക്കരണത്തിന് അനസ്യൂ തമായി വികസിച്ചുവന്നതാണ് ആഹാരപദാർത്ഥങ്ങളുടെ സാർവ്വത്രിക മായ ഉപയോഗമെന്നും ഈ പുസ്തകം ഓർമ്മിപ്പിക്കുന്നു.

ഓരോ കൂട്ടായ്മയുടെയും വിശ്വാസങ്ങൾ, അനുഷ്ഠാനങ്ങൾ, ഉത്സ വങ്ങൾ, വിശേഷ അവസരങ്ങൾ, പ്രാദേശിക സവിശേഷതകൾ ഇവയെല്ലാം ആഹാരക്രമത്തിന്റെ രീതികളെയും നിയന്ത്രിച്ചിട്ടുണ്ട്. പൊതുവെ ജനങ്ങൾ രണ്ട് നേരത്തെ ആഹാരമായിരുന്നു മുമ്പ് കഴിച്ചി രുന്നത്. അക്കാലത്ത് ചോറ് തന്നെ അപൂർവ്വമായിരുന്നു. ചാമ, തിന, മുളനെല്ല്, കൂവരക്, മുതിര, പയർ ഇതുകൊണ്ടുള്ള കഞ്ഞിയോ കാടിയോ പുഴുക്കോ ആയിരുന്നു പൊതുവിൽ നമ്മുടെ നാട്ടിൽ ഉണ്ടായിരുന്ന ഭക്ഷണം.

പഞ്ഞ മാസങ്ങളിൽ കൃഷി മാത്രം ഉപജീവനമായിരുന്ന ഘട്ടത്തിൽ പട്ടിണിയുടെ കാലമായിരുന്നു. ആ കാലങ്ങളെ മലയാളി നേരിട്ടത് വിവിധങ്ങളായ സസ്യ ഇലകൾ കൊണ്ടാണ്. ക്ഷാമകാലങ്ങളിൽ സാധുജനങ്ങൾ ആഹാരമായി ഉപയോഗിച്ചവയെ സംബന്ധിച്ച് വില്യം ലോഗൻനൽകിയ പട്ടികയും ഇതിൽ രേഖപ്പെടുത്തിയിട്ടുണ്ട്. പുഴക്ക് പോല്പുള്ളവയാവട്ടെ അദ്ധ്വാനത്തിന്റെയും പട്ടിണിയുടെയും ഭ്രതകാലം പറയുന്ന ഭക്ഷണമെന്ന നിലയിലാണ് അടയാളപ്പെടുത്തിയിരിക്കുന്നത്.

ആധുനികമായ കണ്ടെത്തലുകളും പുതിയ സാങ്കേതികവിദ്യകളും നമ്മുടെ ഗൃഹോപകരണ സംസ്കാരത്തെയും ഭക്ഷണ വിഭവ സംസ്കാ രത്തെയും പ്രാദേശിക സംസ്കാരത്തെയും മാറ്റിമറിച്ചിട്ടുണ്ട്. അത് ഭക്ഷണത്തെയും സ്വാധീനിച്ചു. പതിനെട്ടാം നൂറ്റാണ്ടിന്റെ മധ്യത്തിൽ മനോലി പൂജാജി എന്ന മഹാരാഷ്ട്രക്കാരനായ വ്യാപാരിയാണ് ആദ്യമായി കറിപ്പൊടി വിപണിയിലെത്തിക്കുന്നത്. തുടർന്ന് ഇന്ത്യൻ അച്ചാറുകളും ചട്ടിണിയും കുപ്പികളിലേക്ക് മാറ്റപ്പെടുകയും ചെയ്യുന്നു. ഇപ്പോൾ ഇത്തരം കറിപൊടികളിൽ വ്യാപാര താത്പര്യത്തോടെ വിഷാംശങ്ങൾ കലർത്തിയതോടെ മാരകരോഗങ്ങൾ ജനങ്ങൾക്ക് നൽകുന്ന ഒന്നായി പലതും മാറിക്കഴിഞ്ഞിട്ടുണ്ട്. കൃത്രിമ രുചിക്കായി ചേർക്കപ്പെടുന്നവയും ഇതേ ആപത്താണ് നമുക്ക് നൽകുന്നതെന്നും ഇത് ഓർമ്മിപ്പിക്കുന്നുണ്ട്.

പ്രധാനിയായി നിൽക്കുന്ന നിരവധി വിഭവങ്ങളുടെ ചരിത്രത്തിലൂടെ ഇത് കടന്നുപോകുന്നുണ്ട്. സാംബോജി എന്ന ശിവജിയുടെ മകനെ തഞ്ചാവൂരിൽ സൽക്കരിച്ചപ്പോൾ നിർമ്മിച്ചതാണ് സാമ്പാർ എന്നല്ല തൊട്ടുള്ള വിവിധ കേട്ടുകേൾവികൾ വിശദീകരിക്കുന്നുണ്ട്. തമിഴ്

പഴമയുടെ പുതുവായനകൾ

വിഭവമായ സാമ്പാറിലെ തുവര പരിപ്പ് മറാത്താ സ്വാധീനത്തിന്റെ അടയാളമാണെന്നും ഓർമ്മപ്പെടുത്തുന്നു.

കറി എന്നത് തമിഴ്നാടത്തിന്റെ ആംഗലേയവത്ക്കരണമാണ്. പോർച്ചഗീസ് പാചക സാഹിത്യത്തിലാണ് ആദ്യമായി കറി എന്ന വാക്കും വിഭവവും പ്രത്യക്ഷപ്പെടുന്നത്. ഈസ്റ്റ് ഇന്ത്യാ കമ്പനിയിലൂടെ അത് യൂറോപ്പിലേക്ക് എത്തിച്ചേരുന്നു. കറിയിൽ നിന്ന് കറിപ്പൊടിയി ലേക്ക് ഉള്ള സഞ്ചാരം യൂറോപ്യൻ സംഭാവനയാണത്രേ. പുളിംകറിയെ കേരളത്തിന്റെ തനത് കറിയായി ഇതിൽ വിലയിരുത്തുന്നുണ്ട്.

നമ്മുടെ തീൻമേശകളിൽ പ്രമുഖ സ്ഥാനമുള്ള ഫിഷ്മോളി ഒരു പോർച്ചഗീസ് സംഭാവനയാണത്രേ. കുരുമുളക് തേടി ഇന്ത്യയിലെ ത്തിയ പോർച്ചഗീസുകാർ പകരം നമുക്ക് നൽകിയതാണ് കപ്പൽ മുളകും തക്കാളിയും ഉരുളക്കിഴങ്ങുമെല്ലാം. നമ്മുടെ ഭക്ഷണത്തിലെ പ്രധാനിയായ ബിരിയാണി പേർഷ്യൻ സാംസ്കാരിക സ്വാധീനത്തി ന്റെ ഫലമായി വന്നതും നമ്മുടെ ആഘോഷങ്ങളിൽ ഒഴിച്ചുകൂടാത്ത ഒന്നായി മാറിയതുമാണ്. പുലാവ് എന്ന പേർഷ്യൻ വിഭവത്തിന്റെ ഇന്ത്യൻ രൂപമാറ്റമാണ് ബിരിയാണി എന്ന വാദക്കാരുമുണ്ട്. കട്ട്ലറ്റ് ആവട്ടെ യൂറോപ്പ് സംഭാവന ചെയ്തതാണ്.

മുഗൾ പാചകരീതികൾ ഒരുപാട് വിഭവങ്ങളെ നമുക്ക് നൽകിയി ട്ടുണ്ട്. എല്ലാ സംസ്കാരങ്ങളെയും സമന്വയിപ്പിച്ച മുഗൾ ചക്രവർത്തി അക്ബറിന്റെ അടുക്കളയിലാണത്രേ ഇപ്പോൾ നമുക്ക് ലഭിക്കുന്ന പല വിഭവങ്ങളും രൂപപ്പെട്ടത്. വിവിധ അച്ചാറുകൾ, മധുരപലഹാരങ്ങൾ, ചട്ടിണികൾ തുടങ്ങിയവ ഈ കാലഘട്ടത്തിന്റെ ഭാഗമായി വന്നതാണ്.

നമ്മുടെ നാട്ടിൽ സാർവ്വത്രികമായ കഞ്ഞി കിഴക്കൻ രാജ്യങ്ങളിലും പടിഞ്ഞാറൻ രാജ്യങ്ങളിലും പ്രചാരത്തിലുള്ള ഒന്നാണ്. പെട്ടെന്ന് ദഹി ക്കുന്ന കഞ്ഞി അതിന്റെ കൂടെ മറ്റ വിഭവങ്ങൾ കൂടി ചേർത്ത് സമീകൃത ആഹാരമാക്കി ഉപയോഗിക്കാമെന്ന സവിശേഷതയെയും ഇവിടെ ഓർമ്മിപ്പിക്കുന്നുണ്ട്. യുദ്ധ കാലഘട്ടത്തിൽ വറുതിയിലായ നമ്മുടെ നാട്ടിൽ ഉയർന്നുവന്ന രണ്ട് വിഭവങ്ങളായിരുന്നു മാങ്ങാണ്ടി കഞ്ഞിയും പുളിംകുരു പുട്ടും.

നവോത്ഥാന ചിന്തകൾ സ്വാധീനം ചെലുത്തുകയും ജാതി, മത ചിന്തകൾക്ക് അതീതമായ പൊതുഭക്ഷണശാലകളും ക്യാന്റീൻ സംസ്കാരവും വിഭവങ്ങളുടെ ജനാധിപത്യവത്ക്കരണം സംഭാവന ചെയ്ത. ജാതീയമായ ചിലരുടെ ഭക്ഷണമായി മാറിയ വിഭവങ്ങളെ എല്ലാവർക്കുമായി ലഭ്യമായത് ഈ മാറ്റത്തിന്റെ ഭാഗമാണ്. അടയും

കൊഴക്കട്ടയും ചുട്ടടയും വട്സൻ, തിരളി, ഉണ്ണിയപ്പം തുടങ്ങിയവയെല്ലാം ഇത്തരത്തിൽ പ്രചരിക്കപ്പെട്ടതാണ്. മഹാരാഷ്ട്ര വിഭവമായ മോദകത്തി ന്റെ മറ്റൊരു വകഭേദമാണ് ചില്ല് അലമാരകളിൽ കാണുന്ന സുഖിയൻ. ബുദ്ധ, ജൈന സ്വാധീനങ്ങളും കേരളത്തിലെ ഭക്ഷണരീതികളിലേക്ക് കടന്നുവരുന്നുണ്ട്. കച്ചവട ജനതയായ ഗുജറാത്തുകാരുടെ സ്വാധീനവും നമ്മുടെ വിഭവങ്ങളെ വൈവിധ്യപൂർണ്ണമാക്കിയിട്ടുണ്ട്. ഗുജറാത്തി സ്വാ ധീനമാണ് മിഠായികളുടെയും ഹലുവകളുടെയും ലോകം നമുക്ക് തുറന്ന തന്നത്. യൂറോപ്യൻ സംസ്കാരത്തെ സ്വീകരിക്കുന്നതിന്റെ ഭാഗമായി അവരുടെ ഭക്ഷണക്രമത്തെയും സ്വാധീനിക്കുകയുണ്ടായി.

പാചക പുസ്തകങ്ങളുടെ ചരിത്രത്തിൽ ഓർക്കേണ്ട പേരാണ് നിമാത്നാമ. മാണ്ടു സുൽത്താനായ ഗിയാത്ത് ഷായുടെയും അദ്ദേഹ ത്തിന്റെ പിൻതുടർച്ചക്കാരുടെയും ശേഖരമാണ് ഇത്. പാനീയങ്ങളിൽ സർബത്ത് മുഗൾ സംഭാവനയും ചായ ചൈന നൽകിയ വരദാനവു മാണ്. കേക്കുകളും ചോക്ലേറ്റുകളും ബിസ്ക്കറ്റുകളുമെല്ലാം യൂറോപ്യൻ സ്വാധീനത്തിന്റെ ബാക്കിപത്രങ്ങളായി നിൽക്കുന്നു. അച്ചാറുകൾക്ക് നാലായിരം വർഷം പഴക്കമുള്ളതും ലോകത്തെമ്പാടും ഉണ്ടായതുമാണ്. എന്നാൽ ഉപ്പുമാങ്ങയും കടുമാങ്ങയും മലയാളികളുടെ തനത് സംഭാവ നയായി ഇതിൽ വിലയിരുത്തുന്നു.

നമ്മുടെ നാടിന്റെ സംസ്കാരം വൈവിധ്യങ്ങളായ നിരവധി ധാരകളെ ഉൾക്കൊണ്ടുകൊണ്ട് വികസിച്ചതാണ്. നമ്മുടെ ഭക്ഷണ സംസ്കാരവും ഇതിൽ നിന്ന് വ്യത്യസ്തമായ പാഠമല്ല നമുക്ക് നൽകു ന്നത്. നാനാത്വത്തിലുള്ള ഏകത്വമാണ് കേരളീയഭക്ഷണ സംസ്കാ രത്തിന്റെ അടിത്തറ എന്ന് നിസ്സംശയം പറയാം.

ക്രിസ്ത്യൻ നവോത്ഥാനത്തിന്റ സവിശേഷതകൾ

കേരള നവോത്ഥാനത്തിന്റെ മുന്നോട്ടപോക്കിന് 19-ാം നൂറ്റാണ്ടിൽ മിഷണറിമാർ ആരംഭിച്ച പ്രവർത്തനങ്ങൾ വഴികാട്ടിയായി നിലനിൽക്കുന്നുണ്ട്. ക്രിസ്ത്യൻ മിഷണറിമാരുടെ പ്രവർത്തനത്തെക്കുറിച്ച് ചർച്ച ചെയ്യുമ്പോൾ സാമൂഹ്യ നീതിക്കും, മതനിരപേക്ഷ വിദ്യാഭ്യാസത്തിനും, മലയാള ഭാഷയ്ക്ക് അവർ നൽകിയ സംഭാവനയുമാണ് പ്രധാനമായും കണക്കിലെടുക്കേണ്ടത്.

കേരളത്തിലെത്തിയ പ്രൊട്ടസ്റ്റന്റ് മിഷണറി സമൂഹങ്ങൾ, ബാസൽ മിഷൻ, ചർച്ച് മിഷൻ സൊസൈറ്റി, ലങ്കൻ മിഷൻ സൊസൈറ്റി തുടങ്ങിയവയാണ് ഇത്തരത്തിൽ പ്രധാനം. മിഷണറിമാർ പൊതുവിൽ പ്രവർത്തിച്ചത് സഭാ നേതൃത്വവുമായി സഹകരിച്ചാണ്. സഭക്കുള്ളിൽ നിന്ന് തന്നെ പ്രവർത്തനം മുന്നോട്ടുകൊണ്ടുപോകുന്ന ശൈലിയും ഇവർ സ്വീകരിച്ചു. മിഷണറിമാർ മുന്നോട്ടുവെച്ച നവീകരണ ആശയങ്ങൾ തള്ളപ്പെടുന്ന സ്ഥിതി പല സഭാ നേതൃത്വത്തിന്റെ ഭാഗത്ത് നിന്നും അക്കാലത്തുണ്ടായി.

മിഷണറിമാരുടെ നവീകരണ ശ്രമങ്ങളെ പിന്താങ്ങിക്കൊണ്ടാണ് തിരുകൊച്ചി ആംഗ്ലോലിക്കൽ സഭ രൂപീകരിക്കപ്പെട്ടത്. ആംഗ്ലോലിക്കൽ സഭയുടെ ആരാധന മലയാളത്തിലായിരുന്നു. ആരാധനയുടെ ഭാഷ മലയാളത്തിലാക്കണമെന്നതായിരുന്ന അവരുടെ പ്രധാന നിർദ്ദേശം. മിഷണറിമാരുടെ പ്രവർത്തനങ്ങളെ പിന്തുണച്ചുകൊണ്ട്

ആംഗ്ലോലിക്കൽ സഭയിൽ ചിലർ ചേർന്നുവെങ്കിലും മറ്റ് ചിലർ സുറിയാനി സഭയിൽ നിന്നുകൊണ്ട് തന്നെ നവീകരണത്തിന് ശ്രമിച്ചു. അതോടൊപ്പം തന്നെ ക്രിസ്തീയ സുവിശേഷത്തിന് നിരക്കാത്ത തരത്തിൽ പലവിധ വിശ്വാസങ്ങളും, കാഴ്ചപ്പാടുകളും സഭയ്ക്കകത്ത് നില നിൽക്കുന്നുവെന്നതിന്റെ അടിസ്ഥാനത്തിൽ മാരാമൺ പാലിക്കുന്നത്ത് എബ്രഹാം മൽപ്പൻ ഇത്തരം വിഭാഗത്തിന് നേതൃത്വം നൽകി. 1837 ആഗസ്റ്റ് 27-ാം തീയ്യതി സ്വന്തം ഇടവകയിൽ മലയാളത്തിൽ വിശുദ്ധ ഖുറാൻ അനുഷ്ഠിക്കുന്ന സ്ഥിതി കൊണ്ടുവന്നു. ഇത് ഈ രംഗത്തെ വിപ്ലവകരമായ കാഴ്ചയായിരുന്നു.

വിദ്യാഭ്യാസ രംഗത്തും വലിയ ചുവടുവെപ്പുകൾ ഉണ്ടായി. എല്ലാ മതവിശ്വാസികൾക്കും ഉൾക്കൊള്ളാൻ പറ്റാത്ത വിധം വിദ്യാഭ്യാസ സമ്പ്രദായങ്ങൾ രൂപീകരിക്കപ്പെട്ടു. ക്രിസ്തീയ സഭകളാരംഭിച്ച സ്കൂളുകൾ നിലനിൽക്കുന്നത് സർക്കാരിന്റെ നയത്തിനനുസരിച്ചും, അവരുടെ സഹായത്തോടും കൂടിയായിരുന്നു. ജാതിയുടേയും, മതത്തി ന്റേയും വിവേചനങ്ങളില്ലാതെ വിദ്യാഭ്യാസ സമ്പ്രദായം നടപ്പിലാക്കി യെന്നതാണ് ഇതിന്റെ പ്രത്യേകത.

മലയാള ഭാഷയുടേയും, സാഹിത്യത്തിന്റേയും വികാസത്തിന്റെ കാര്യത്തിലും വലിയ സംഭാവനയാണ് മിഷണറിമാർ നൽകിയത്. കേരളത്തിൽ ഇന്നത്തെ നിലയിലുള്ള ഒരു ഗദ്യശൈലി വളർത്തിയെ ടുക്കുന്നതിന് അവർ ചെയ്ത സംഭാവനകൾ ഏറെ വലുതാണ്. മിഷണറി മാരെ ഇത്തരമൊരു ശൈലി ആവിഷ്ക്കരിക്കുന്നതിന് ഇടയാക്കിച്ചത് സാധാരണക്കാർക്ക് സുവിശേഷ സന്ദേശം അവർക്ക് മനസ്സിലാകുന്ന ഭാഷയിൽ നൽകുകയെന്നതായിരുന്നു. ബൈബിൾ പോലുള്ള ഗ്രന്ഥ ങ്ങൾ മലയാളത്തിലേക്ക് വിവർത്തനം ചെയ്യപ്പെട്ടതോടെ ഭാഷയ്ക്ക് ഏത് വിവർത്തനത്തേയും കൈകാര്യം ചെയ്യാൻ പറ്റമെന്ന സ്ഥിതിവി ശേഷം രൂപപ്പെട്ടു. നിലവ് ലുണ്ടായിരുന്ന സംസ്കൃതപദത്തിന് കൂടുതൽ പ്രാധാന്യം നൽകിക്കൊണ്ട് ഉണ്ടായ ഭാഷയെ ജനജീവിതത്തോട് ചേർത്ത് നിർത്താൻ പറ്റാവുന്ന സ്ഥിതി ഇത് ഉണ്ടാക്കിയെടുത്തു. ഡോ. ഗുണ്ടർട്ടിനേയും, റവർലർ ജോർജ്ജ് മാത്തനും, ആർച്ച്ഡിക്കൻ കോശിയും നടത്തിയ രചനകൾ ഇക്കാര്യത്തിൽ ഏറെ സഹായകമാ യിത്തീർന്നു. ഡോ. ഗുണ്ടർട്ട് മലയാളത്തിലെ ആദ്യത്തെ നിഘണ്ടുവി നും നേതൃത്വം നൽകി. വിവിധ ഭാഷകളിൽ പരിജ്ഞാനമുണ്ടായിരുന്ന ആവർ കേരളത്തിലെ ജനങ്ങളുടെ ഭാഷയിൽ നിന്നുള്ള പദങ്ങളെ സ്വീകരിച്ച് പുതിയ മലയാളത്തിന് രൂപം നൽകി.

  പഴമയുടെ പുതുവായനകൾ

ഗദ്യസാഹിത്യത്തിന്റെ ഈ വളർച്ച നവോത്ഥാന മുന്നേറ്റത്തിന് പശ്ചാത്തലമൊരുക്കി. അച്ചടി സമ്പ്രദായവും, പുസ്തക നിർമ്മാണവും, പത്ര പ്രവർത്തനവ്വുമെല്ലാം ആരംഭിച്ചത് മിഷണറിമാരായിരുന്നു. 1847-ൽ ഹെർമൻ ഗ്രുണ്ടർട്ട് രാജ്യസമാചാരമെന്ന ആദ്യത്തെ വൃത്താന്ത പത്രത്തിന് നേതൃത്വം നൽകി. മലയാളത്തിൽ അച്ചടിച്ച ആദ്യത്തെ പത്രം ജ്ഞാനനിക്ഷേപമായിരുന്നു. പിൽക്കാല മലയാള ഗദ്യ ഭാഷയിൽ ഉയർന്നുവന്ന വിവിധ സാഹിത്യ രൂപങ്ങളുടെ വികസിച്ച മാതൃക ഇതിൽ കാണാവുന്നതാണ്. മിഷണറിമാർ മുന്നോട്ടുവെച്ച നവോത്ഥാന മുന്നേറ്റങ്ങളെ തടയുന്ന സമീപനവും ഇക്കാലത്ത് പല സഭകളുടേയും ഭാഗത്ത് നിന്നും ഉയർന്നുവരികയും ചെയ്തു.

കേരളത്തിലെ ക്രിസ്ത്യൻ നവോത്ഥാന മുന്നേറ്റത്തിൽ പ്രധാനപ്പെട്ട സംഭവമാണ് കൂനൻ കുരിശ് സത്യാഗ്രഹം. മലങ്കര സുറിയാനി ക്രിസ്ത്യാനികളിൽ അക്കാലത്ത് രണ്ട് വിഭാഗങ്ങളുണ്ടായിരുന്നു. സ്വയം പഴകിയവർ എന്നവകാശപ്പെട്ടിരുന്ന മലങ്കര സുറിയാനി യാക്കോബ സഭയാണ് ഒന്ന്. മറ്റൊന്ന് പരമ്പരാഗത മലങ്കര സഭയിൽ നിന്ന് വേറിട്ടുപോയ സിറിയൻ കത്തോലിക്ക സഭയുമാണ്. പോർച്ചഗീസുകാരുടെ അധിനിവേശ രീതികൾക്ക് സുറിയാനി കത്തോലിക്ക വഴങ്ങിയിരുന്നില്ല. അതിന്റെ അടിസ്ഥാനത്തിലാണ് കൂനൻ കുരിശ് സത്യാഗ്രഹം പോലുള്ള ചെറുത്ത് നിൽപ്പുകൾ ഉയർന്നുവന്നത്.

ക്രിസ്ത്യൻ നവോത്ഥാന പ്രസ്ഥാനത്തിന്റെ മറ്റൊരു മുഖമാണ് ചാവറ കുര്യാക്കോസ് എലിയാസ് അച്ചൻ. സഭയ്ക്കകത്ത് കലോചിതമായ പരിഷ്ക്കാരത്തിനുവേണ്ടി അദ്ദേഹം നിലകൊണ്ടു. ക്രിസ്ത്യൻ സഭകൾക്കകത്ത് ഇത്തരം തർക്കങ്ങളുണ്ടാകുന്ന കാലത്താണ് ചാവറ അച്ചൻ തന്റെ പ്രവർത്തനം ആരംഭിക്കുന്നത്. ഇംഗ്ലീഷ് വിദ്യാഭ്യാസം ലത്തീൻ കത്തോലിക്ക സഭ അംഗീകരിച്ചിരുന്നില്ല. ഇംഗ്ലീഷ് പഠിച്ചാൽ അവർ കത്തോലിക്ക പാരമ്പര്യത്തിൽ നിന്നും അകലുമെന്നവർ കരുതിയിരുന്നു. ചാവറ അച്ചൻ അതുകൊണ്ട് തന്നെ ആദ്യം തുടങ്ങിയത് സംസ്കൃത വിദ്യാഭ്യാസമായിരുന്നു. മാതൃഭാഷയായ മലയാളത്തിന് അദ്ദേഹം വലിയ പ്രാധാന്യം നൽകി. 1861-ൽ സുറിയാനി കാത്തോലിക്ക സഭയുടെ വികാരി ജനറലായി അദ്ദേഹം ഉയർത്തപ്പെട്ടു. അത്തരമൊരു സാഹചര്യത്തിൽ സുറിയാനി കത്തോലിക്ക പുരോഹിത പരിശീലനത്തിനുള്ള സെമിനാരികളും ആരംഭിച്ചു.

ജനകീയ വിദ്യാഭ്യാസം മുന്നോട്ടുകൊണ്ടുപോകണമെങ്കിൽ ഒരു അച്ചുകൂടം സ്ഥാപിക്കണമെന്ന് അദ്ദേഹത്തിന് മനസ്സിലായി. അതിന്റെ

അടിസ്ഥാനത്തിൽ 1846-ൽ മാന്നാനത്ത് ഒരു അച്ചുകൂടം അദ്ദേഹം പ്രവ
ർത്തിച്ചു. ഇന്നത്തെ മലയാള പത്രങ്ങളിൽ ഏറ്റവും പഴക്കമുള്ള ദീപിക
പത്രം 1887-ൽ നസ്രാണി ദീപിക എന്ന പേരിൽ പുറത്തുവന്നു. പിന്നീട്
അദ്ദേഹം മറ്റൊരു അച്ചുകൂടം കൂടി സ്ഥാപിച്ചു.

അച്ചുകൂടം സ്ഥാപിക്കുക മാത്രമല്ല മലയാളത്തിലെ വിവിധ
സാഹിത്യ ഗ്രന്ഥങ്ങളും അദ്ദേഹം പുറപ്പെടുവിച്ചു. മലയാള ഭാഷയിൽ
ചാവറ അച്ചൻ അനസ്ലോയുടെ രക്തസാക്ഷ്യം എന്ന കൃതി തന്നെ
എഴുതുകയുണ്ടായി. പുത്തൻ പാന എഴുതിയ അർണോസ് പാതിരി
ഇദ്ദേഹത്തിന്റെ മുൻഗാമിയെന്ന നിലയിൽ കാണപ്പെടുന്നയാളാണ്.
ഇങ്ങനെ മലയാള ഭാഷയ്ക്കും, സാഹിത്യത്തിനും വലിയ സംഭാവന
നൽകിയ ഒരാളെന്ന നിലയിൽ കേരളത്തിന്റെ നവോത്ഥാന ചരിത്ര
ത്തിൽ സുപ്രധാനമായ സ്ഥാനം അദ്ദേഹത്തിനുണ്ട്.

നവോത്ഥാന മുന്നേറ്റം ലക്ഷ്യംവെച്ചുകൊണ്ട് വിവിധ സംഘടനകളും
പിൽക്കാലത്ത് രൂപീകൃതമായി. 1938-ൽ സ്ഥാപിച്ച കേരളാ യൂത്ത്
ക്രിസ്ത്യൻ കൗൺസിൽ ഓഫ് ആക്ഷൻ (കെ.യു.സി.സി.എ) ഇത്തര
ത്തിലുള്ള ഒന്നാണ്. ക്രിസ്തീയ ദർശനത്തിന്റെ അടിസ്ഥാനത്തിൽ സാമ്പ
ത്തികവും, സാമൂഹികവുമായ തുല്യതയെക്കുറിച്ച് ചിന്തിച്ച ഇവരിൽ
മാർക്സിസമുൾപ്പെടെയുള്ള സമീപനങ്ങൾ സ്വാധീനം ചെലുത്തിയിരു
ന്നു. എം.എം തോമസ് ഇത്തരം ചിന്താഗതിക്കാരിൽ പ്രമുഖനായിരുന്നു.
ഇവർ ഇടതുപക്ഷ പ്രസ്ഥാനങ്ങളുമായി സഹകരിക്കുന്ന നിലയുമുണ്ടായി.
വ്യത്യസ്തമായ സമീപനങ്ങളും ഇവർ സ്വീകരിക്കുകയുണ്ടായി.

സർ സി.പിയുടെ ഷഷ്ടിപൂർത്തി ആഘോഷത്തിൽ സഭകൾ പലരും
മംഗളപത്രം സമർപ്പിച്ചപ്പോൾ യൂത്ത് ക്രിസ്ത്യൻ കൗൺസിൽ ഓഫ്
ആക്ഷൻ ഇത്തരം നിലപാടെടുത്ത സഭകളെ വിമർശിക്കുന്ന നിലയു
മുണ്ടായി. തിരുവിതാംകൂറിൽ ക്രൈസ്തവ സഭകളുടെ പേരിൽ തിരുവ
നന്തപുരത്ത് സർ സി.പിയുടെ പ്രതിമ സ്ഥാപിക്കാനുള്ള ശ്രമത്തെ
കെ.യു.സി.സി.എ എതിർത്ത് പരാജയപ്പെടുത്തി. ഇത്തരം നിലപാടു
കൾക്ക് അനുയോജ്യമായി നിന്നിരുന്ന സഭയായിരുന്നു അക്കാലത്ത്
മാർത്തോമ സഭ. 1976 ആഗസ്റ്റ് 15-ാം തീയ്യതി ഈ സഭയുടെ അധിപൻ
യുഹാനോൻ മാർത്തോമ പ്രധാനമന്ത്രി ഇന്ദിരാഗാന്ധിക്ക് ഒരു കത്ത
യച്ചു. ആ കത്തിൽ ഈ നാട്ടിലെ ജനങ്ങളും മനുഷ്യാവകാശവും, തടവു
കാരുടെ മോചനവും ആവശ്യപ്പെടുന്ന സ്ഥിതിയുണ്ടായി.

കേരളത്തിന്റെ നവോത്ഥാന മുന്നേറ്റത്തിന് അടിസ്ഥാനമിട്ടന്നതിന്
പ്രധാന പങ്കുവഹിച്ചത് മിഷണറിമാരുടെ പ്രവർത്തനം കൂടിയായിരുന്നു.

 പഴമയുടെ പുതുവായനകൾ

എന്നാൽ മിഷണറിമാർക്ക് തങ്ങളുടെ കാഴ്ചപ്പാടുകൾ നടപ്പിലാക്കുന്ന തിന് ശക്തമായ പോരാട്ടങ്ങൾ നടത്തേണ്ടിവന്നിട്ടുണ്ട് എന്ന കാര്യം നാം ഓർക്കേണ്ടതുണ്ട്. ഇത്തരത്തിൽ ദ്വിമുഖമായ ഇടപെടലുകളിലൂടെ പ്രവർത്തിച്ചതാണ് ക്രിസ്ത്യൻ നവോത്ഥാന ചിന്തകളെന്ന് തിരിച്ചറിയേ ണ്ടതുണ്ട്.

മുസ്ലീങ്ങളും നവോത്ഥാനവും

കേരളത്തിൽ ഇസ്ലാം സന്ദേശമെത്തുന്നത് മുസ്ലീം പണ്ഡി തന്മാരായ സൂഫികളിലൂടെയും, വ്യാപാര സമൂഹങ്ങ ളിലൂടെയുമാണ്. പുരാതനകാലംതൊട്ട് തന്നെ അറേബ്യയുമായി നിലനിന്നിരുന്ന വ്യാപാര ബന്ധം ഇതിന് സാഹചര്യമൊരുക്കി. ബുദ്ധ മതം ക്ഷയിച്ചതോടെ അതസ്ഥിത വിഭാഗത്തിന്റെ അടിച്ചമ ർത്തലിലൂന്നി നിന്ന ചാർത്തുർവർണ്യാധിഷ്ഠിതമായ ആശയങ്ങൾക്ക് മേൽക്കൈയ്യുണ്ടാക്കി. ഈ ഘട്ടത്തിലാണ് ജാതീയമായ അടിച്ചമ ർത്തലുകളിൽ നിന്ന് മാറി നിന്നുകൊണ്ടുള്ള സമീപനം സ്വീകരി ക്കുന്ന ഇസ്ലാമിന്റെ രംഗപ്രവേശനം കേരളത്തിൽ പ്രചരിക്കാൻ തുടങ്ങിയത്. ഇക്കാലത്ത് ഇവിടെ നിലനിന്ന രാജാക്കന്മാരുടേയും, കച്ചവടക്കാരുടേയും പ്രോത്സാഹനങ്ങളും ഇസ്ലാമിന്റെ വളർച്ചക്ക് അനുകൂലമായ സാഹചര്യം സൃഷ്ടിച്ചു.

കേരളത്തിൽ നിലവ്‌ല്ലള്ള സംസ്കാരവും ഇസ്ലാമിക ദർശനങ്ങൾ മുന്നോട്ടുവെച്ച കാഴ്ചപ്പാടുകളും സമന്വയിക്കപ്പെട്ട് ഒരു പുതിയ സാമൂഹ്യ വിഭാഗത്തിന്റെ രൂപീകരണവും ഇവിടെയുണ്ടായി. കേരളീയ ഇസ്ലാം രൂപീകരിക്കപ്പെട്ടുന്നത് ഈ സാഹചര്യത്തിലാണ്. യൂറോപ്യന്മാർ നമ്മുടെ സംസ്ഥാനത്ത് കടന്നുവരികയും രാഷ്ട്രീയ ലക്ഷ്യങ്ങളോടെ നാടിനെ കീഴ്പ്പെടുത്താനുള്ള പരിശ്രമങ്ങളുമാണ് മുന്നോട്ടുവെച്ചത്. എന്നാൽ ഇത്തരത്തിലുള്ള യാതൊരു ലക്ഷ്യവും കേരളത്തിലെ ത്തിയ ഇസ്ലാമിനുണ്ടായില്ല. അവർ പ്രാദേശിക ഭരണവുമായി ചേർന്ന്

തങ്ങളുടെ സാമൂഹ്യവും, സാമ്പത്തികവുമായ അഭിവൃദ്ധി നേടുന്നതിനുള്ള പരിശ്രമങ്ങളാണ് നടത്തിയത്. വിദേശ കച്ചവടം കൈകാര്യം ചെയ്യി രുന്ന മുസ്ലീം ജനവിഭാഗത്തിന്റെ സാന്നിദ്ധ്യം തങ്ങളുടെ സാമ്പത്തിക അടിത്തറ മെച്ചപ്പെടുന്നതിന് സഹായിക്കുമെന്ന കാഴ്ചപ്പാടായിരുന്ന ഇവിടുത്തെ രാജാക്കന്മാർ സ്വീകരിച്ചത്. അതുകൊണ്ട് തന്നെ ആധി പത്യത്തിനുവേണ്ടിയുള്ള പരിശ്രമമില്ലാതെ പരസ്പരം സഹായിച്ച് നിൽക്കുന്ന സംവിധാനം ഇതിലൂടെ രൂപപ്പെട്ടു.

അറേബ്യയിലെ വ്യാപാര സമൂഹത്തിന്റെ ഭാഗമായി നിലനിന്നതു കൊണ്ട് തന്നെ അത് തീരപ്രദേശങ്ങളിൽ കേന്ദ്രീകരിച്ച് നിൽക്കുന്ന നിലയുണ്ടായി. ഇത്തരത്തിൽ നിലനിന്നിരുന്ന സാഹചര്യത്തിൽ നിന്ന് വ്യത്യസ്തതയുണ്ടാകുന്നത് മാലിക് ദിനാറിന്റെ വരവോട് കൂടിയാണ്. കേര ളത്തിലെ വിവിധ കൃതികളിൽ ഇക്കാര്യം പരാമർശിച്ചിട്ടുണ്ട്. അതോട് കൂടി പള്ളികൾ കേന്ദ്രീകരിച്ച് ആശയ പ്രചരണവും ആരംഭിച്ചു. ഇവയി ലാവട്ടെ പരസ്പര സൗഹാർദത്തോട് കൂടിയുള്ള ഇടപെടലാണുണ്ടായിര ന്നത്. വെള്ളിയാഴ്ചത്തെ പ്രസംഗത്തിൽ ഇസ്ലാമിലെ ഖലീഫമാരോടൊ പ്പം സാമൂതിരിയുടെ പേര് കൂടി ഉൾപ്പെടുത്തുന്ന രീതിയാണ് പള്ളിയിലെ പ്രാസംഗികർ സ്വീകരിച്ചപോന്നിരുന്നത്. വ്യാപാര പ്രവർത്തനത്തി നായി പേർഷ്യയിൽ നിന്നെത്തിയ കോയമാർ കോഴിക്കോട് സാമൂതി രിയുമായി ബന്ധം സ്ഥാപിക്കുകയും, തുറമുഖ അധിപനായി കോയയെ നിയമിക്കുന്ന സ്ഥിതിയുമുണ്ടായി. നായർ മാടമ്പിയുടെ എല്ലാ പദവികളും ഇവർക്ക് നൽകുന്ന സ്ഥിതിയുമുണ്ടായി. ഇത്തരത്തിൽ സൗഹാർദപര മായ ഒരു കൂടിച്ചേരലിന്റെ ഭാഗമായി ഇസ്ലാമിന്റെ കാഴ്ചകളും കേരളീയ സമൂഹത്തിൽ ഇഴകിച്ചേർന്നു.

മലബാറിന്റെ മേഖലയിൽ തമിഴ് ദേശത്തെ കായൽ പട്ടണത്തിൽ നിന്ന് സൂഫികളും, പണ്ഡിതന്മാരുമായ മശൂമുകളും കേരളത്തിലെത്തു കയുണ്ടായി. ഇവരിൽ ഷെയ്ഖ് സൈനുദ്ധീൻ മശൂം പൊന്നാനിയിൽ ഒരു വിദ്യാലയത്തിന് തുടക്കം കുറിക്കുകയും ചെയ്തു. ഈ കൂട്ടത്തിലാണ് പറങ്കികൾ കടൽത്തീരങ്ങളിൽ വലിയ അക്രമങ്ങൾ അഴിച്ചുവിട്ടത്. ഇത്തരത്തിലുള്ള അക്രമണം നേരിടുന്നതിനുള്ള സംവിധാനം സാമൂ തിരിക്കുണ്ടായിരുന്നില്ല. നായർ പടയാളികളാവട്ടെ കടലിലിറങ്ങി യുദ്ധം ചെയ്യുന്ന സ്ഥിതിയുമുണ്ടായിരുന്നില്ല. ഈ ഘട്ടത്തിൽ ഷെയ്ഖ് സൈനുദ്ധീൻ പറങ്കികൾക്കെതിരായുള്ള യുദ്ധത്തിന് മുസ്ലീം വിഭാഗത്തെ സജ്ജമാക്കുന്ന സ്ഥിതിയുമുണ്ടായി. ഇത് കേരളീയ സമൂഹത്തിൽ പരസ്പര യോജിപ്പിന്റെ പുതിയ സംസ്കാരത്തെ രൂപപ്പെടുത്തി.

ഇസ്ലാമിക സാഹിത്യങ്ങൾ മതപരമായ വിഷയങ്ങൾ തൊട്ട് സമകാലീന ചെറുത് നിൽപ്പിന്റെ കൃതികളിലേക്ക് കടക്കുന്ന സ്ഥിതി യുണ്ടായി. വിദ്യാഭ്യാസപരമായ വലിയ പുരോഗതിക്കം ഈ കാലത്ത് മശ്ശം ഇടപെടുന്ന നിലയുണ്ടായി. വിവിധ രാജ്യങ്ങളിൽ നിന്ന് വിദ്യാ ർത്ഥികൾ ഇവ സന്ദർശിക്കുന്ന നിലയുണ്ടായി. ഈ വിദ്യാലയങ്ങളിൽ നിന്ന് പഠനം പൂർത്തിയാക്കിയ വിദ്യാർത്ഥികൾ മുസലിയാർ എന്ന പേരിൽ അറിയപ്പെടാൻ തുടങ്ങി. ഇവർ പ്രാഥമിക വിദ്യാഭ്യാസത്തി നായി ഓത്ത് പള്ളികളും, ഉന്നത വിദ്യാഭ്യാസത്തിനായി ദറസുകളം ആരംഭിച്ചു. പഠനത്തിനാവശ്യമായ സിലബസുകളും രൂപീകരിക്കപ്പെട്ടു. കേരളീയ സമൂഹമായി ഇടപെടുന്നതിന് പുതിയ ഭാഷയും ഇവർ രൂപീ കരിച്ചു. അറബി മലയാളം ഉണ്ടാകുന്നത് അങ്ങനെയാണ്. അങ്ങനെ പൊന്നാനിയിലെ മശ്ശം അറബി മലയാള ഭാഷയുടെ പ്രചാരകനമായി മാറി. അടുത്ത ഘട്ടത്തിൽ യമനിൽ നിന്ന് ബാഅലവി സൂഫിമാരും കേര ളത്തിലെത്തിച്ചേർന്നു. ഇത്തരത്തിലുള്ള വിവിധ ആശയങ്ങളുടേയും, അവയുടെ സംഘർഷങ്ങളുടേയും വേദികൾ ഇടർന്നുണ്ടായി.

17-ാം നൂറ്റാണ്ടിൽ നേർച്ച ഉത്സവങ്ങൾ രൂപപ്പെട്ടതോടെ പേർഷ്യൻ ആചാരങ്ങളെ കേരളീയ ആചാരങ്ങളുമായി ബന്ധിപ്പിക്കുന്ന നേർച്ച ഉത്സവങ്ങൾ അഥവാ ഊസുകൾ ഉയർന്നുവരാൻ തുടങ്ങി. ഈ ഉത്സവ ങ്ങൾ ആ പ്രദേശത്തിന്റെ വിവധ സാംസ്കാരിക രൂപങ്ങൾ സ്വീകരിച്ച് സമന്വയത്തിന്റെ രീതി ഉയർന്നുവരുന്ന നിലയുണ്ടായി. ഇത്തരത്തിൽ സാംസ്കാരികമായ കൂടിച്ചേരലുകൾ ഇതിന്റെ ഭാഗമായി രൂപീകരിക്ക പ്പെട്ടു.

ബ്രിട്ടീഷ് സർക്കാരിന്റെ കീഴിൽ എക്സൈസ് ഇൻസ്പെക്ടറാ യിരുന്ന സെയ്യിദ് സനാഉല്ലാ മക്തി തങ്ങൾ മുസ്ലീങ്ങളുടെ ഇടയിൽ സജീവമായി പ്രവർത്തനമാരംഭിച്ചു. മലയാള ഭാഷ പഠിക്കാൻ തയ്യാറാവാതിരുന്ന മുസ്ലീങ്ങളെ അത് പഠിപ്പിക്കാനുള്ള ആഹ്വാനം അദ്ദേഹം നൽകി. സ്ത്രീ വിദ്യാഭ്യാസത്തെ പ്രോത്സാഹിപ്പിക്കുന്ന സമീപനവും അദ്ദേഹം സ്വീകരിച്ചു. സ്ത്രീ വിദ്യാഭ്യാസത്തേയും അദ്ദേഹം പ്രോത്സാഹിപ്പിച്ചു. ഇംഗ്ലീഷ് വിദ്യാഭ്യാസ പ്രചരണത്തിനും അദ്ദേഹം നേതൃത്വം നൽകി. അറബി മലയാളം ലിപി അദ്ദേഹം പരിഷ്കരിച്ചു. ഖുറാൻ മാതൃഭാഷയിൽ തർജ്ജമ ചെയ്യുന്നതുൾപ്പെടെയുള്ള നടപടി കളിലേക്ക് കടക്കുന്ന സ്ഥിതിയുണ്ടായി. ബ്രിട്ടീഷുകാർ മുന്നോട്ടുവെച്ച പരിഷ്കരണ ശ്രമങ്ങളുമായി ആ സമൂഹത്തിനകത്ത് പ്രവർത്തിക്കുക കൂടിയായിരുന്ന അദ്ദേഹം ചെയ്തത്. ചാലിലകത്ത് കുഞ്ഞമ്മദ് ഹാജി

വിദ്യാഭ്യാസ രംഗത്ത് മുസ്ലീം വിഭാഗങ്ങളിൽ പരിഷ്ക്കരണത്തിനുവേണ്ടി നിലകൊണ്ടയാളാണ്. അറബി മലയാളം ലിപി അദ്ദേഹം പരിഷ്ക്കരിച്ചു. പരമ്പരാഗതമായ വിദ്യാഭ്യാസ രീതികളേയും മാറ്റിമറിക്കുന്നതിനുള്ള നടപടികൾ സ്വീകരിച്ചു. ഇവ പ്രാവർത്തികമാക്കുന്നതിനുള്ള പരിശീലന കളരിയായി മലപ്പുറത്തെ വാഴക്കാട്ട് അദ്ദേഹം ദാറുല്ലും അറബി കോളേജ് ആരംഭിക്കുകയുണ്ടായി. മദ്രസയിൽ ബോർഡിൽ ചോക്ക് കൊണ്ട് എഴുതി പഠിപ്പിക്കുന്നത് ശരിയല്ലെന്ന വിശ്വാസമായിരുന്ന ഒരുകാലത്തുണ്ടായിരുന്നത്. വിശുദ്ധ ഖുറാനിലെ വാക്കുകൾ എഴുതിയ ചോക്കിന്റെ പൊടി നിലത്ത് വീഴുന്നത് ശരിയെല്ലെന്ന കാഴ്ചപ്പാടായിരുന്നു ഇതിന് പിന്നിൽ. ഇത് മാറ്റി ബോർഡിൽ എഴുതണമെന്ന ആവശ്യം ഇദ്ദേഹമാണ് മുന്നോട്ടുവെച്ചത്. അറബി ഭാഷയിൽ മത പരിശീലനത്തിന് പുറമേ ഗണിതം, ഭൂമിശാസ്ത്രം, ഗോളശാസ്ത്രം, ചരിത്രം, തത്വചിന്ത എന്നീ വിഷയങ്ങൾ പാഠ്യപദ്ധതിയുടെ ഭാഗമാക്കണമെന്ന കാഴ്ചപ്പാടും അദ്ദേഹം മുന്നോട്ടുവെച്ചു. മറ്റ് മതങ്ങളെപ്പറ്റി പഠിക്കാൻ അവയുമായി താരതമ്യപ്പെടുത്തണമെന്ന നിലപാടും അദ്ദേഹം മുന്നോട്ടുവെച്ചു. ഇത്തരത്തിലുള്ള കാഴ്ചപ്പാടുകൾ മുന്നോട്ടുവെച്ചതാണ് അദ്ദേഹത്തിന്റെ മറ്റൊരു പ്രധാന സവിശേഷത.

അറേബ്യയിൽ 18-ാം നൂറ്റാണ്ടിൽ ആരംഭിച്ച മതനവീകരണത്തിന്റെ ചിന്തകൾ വക്കം അബ്ദുൾ ഖാദർ മൗലവിയാണ് കേരളത്തിലേക്ക് എത്തിക്കുന്നത്. സംഗീതത്തിൽ വലിയ താൽപര്യം പുലർത്തിയിരുന്ന ഇദ്ദേഹമാണ് സ്വദേശാഭിമാനി പ്രവർത്തിച്ച സ്വദേശാഭിമാനി പത്രത്തിന്റെ പത്രാധിപരായിരുന്നത്. ഈജിപ്തിലെ സലഫി പരിഷ്ക്കർത്താവായ മുഹമ്മദ് അബ്ദുവിന്റെ ചിന്തകളിൽ നിന്നാണ് ഇദ്ദേഹത്തിന്റെ കാഴ്ചകൾ രൂപപ്പെട്ടുവന്നത്. ആധുനിക ശാസ്ത്രത്തിന്റേയും, വിജ്ഞാനത്തിന്റേയും വെളിച്ചത്തിൽ കാര്യങ്ങൾ കാണണമെന്ന നിലപാടാണ് വക്കം മൗലവി മുന്നോട്ടുവെച്ചത്. മുസ്ലീം സ്ത്രീകളുടെ വിദ്യാഭ്യാസ കാര്യത്തിലുൾപ്പെടെ പുരോഗമനപരമായ സമീപനം അദ്ദേഹം മുന്നോട്ടുവെച്ചു.

1922-ൽ മുസ്ലീം ഐക്യസംഘം ഇതോടൊപ്പം കൊടുങ്ങല്ലൂരിലുണ്ടായി. അവിടെ കക്ഷി വഴക്കുകൾ പരിഹരിക്കാൻ വേണ്ടി ഉണ്ടാക്കിയ സംഘമായിരുന്ന ഇത്. മുസ്ലീങ്ങളുടെ വിദ്യാഭ്യാസ പുരോഗതിക്ക് ഇത് വലിയ സംഭാവന നൽകി. പലിശക്ക് അനുകൂലമായി സംഘം നിലപാടെടുത്തതിന്റെ പേരിലും, മരുമക്കത്തായം തുടങ്ങിയ സമ്പ്രദായങ്ങളെ വിമർശിക്കാത്തിന്റെ പേരിലും മുഹമ്മദ് അബ്ദുറഹ്മാനെപ്പോലുള്ളവർ ഇതിനെതിരെ രംഗത്തുവന്നു. 12 വർഷം തികയും മുമ്പേ ഈ സംഘം പിരിച്ചുവിടപ്പെട്ടു.

ബ്രിട്ടീഷ് സർക്കാർ മാപ്പിള വിദ്യാഭ്യാസത്തിന് സ്പെഷ്യൽ ഓഫീസറായി ഖാൻ ബഹദൂർ മുഹമ്മദിനെ മാപ്പിള വിദ്യാഭ്യാസത്തിന ള്ള സ്പെഷ്യൽ ഓഫീസറായി നിയമിക്കുകയുണ്ടായി. അദ്ദേഹത്തിന്റെ വീക്ഷണങ്ങൾ പ്രചരിപ്പിക്കുന്നതിന് മാപ്പിള റിവ്യൂ എന്ന മാസികയും പ്രസിദ്ധീകരിച്ചു.

മത നവീകരണമെന്ന കാഴ്ചപ്പാടോട് കൂടിയാണ് മുജാഹിദ് പ്രസ്ഥാനം ഉയർന്നവരുന്നത്. വിദ്യാഭ്യാസ രംഗത്ത് ആധുനിക വിദ്യാ ഭ്യാസത്തിനും, സ്ത്രീ വിദ്യാഭ്യാസത്തിനും അവർ പ്രാധാന്യം നൽകി. പ്രാദേശിക സംസ്കൃതിയുമായി ചേർന്ന് നിന്നുകൊണ്ട് കേരള മുസ്ലീ ങ്ങൾ വളർത്തിയെടുത്ത സമന്വയ സംസ്കാരത്തിനെതിരായുള്ള നിലപാടുകളാണ് അനിസ്ലാമികം എന്ന പേരിൽ മുജാഹിദുകാർ ചോദ്യം ചെയ്യുന്ന സ്ഥിതിയുമുണ്ടായി. മാപ്പിള കലാ രൂപങ്ങളേയും, നേർച്ച ഉത്സ വങ്ങളേയും കേരളീയ സംസ്കാരവുമായി ചേർന്ന് നിന്ന് വികസിച്ച കലാ രൂപങ്ങളേയും ബഹുദൈവാരാധനയെന്ന രീതിയിലാണവർ കണ്ടത്. മുജാഹിദുകളുടെ പ്രവർത്തനത്തെ അറേബ്യൻ വഹാബിസം കൊണ്ടുവരാനുള്ള പ്രവർത്തനമെന്ന നിലയിലാണ് ഈ രംഗത്തെ പാരമ്പര്യ വിശ്വാസികൾ കണക്കിലാക്കിയത്. അറബി മലയാളത്തിന് പകരം മലയാളത്തിൽ തന്നെ ഇസ്ലാമിക സാഹിത്യങ്ങൾ രചിക്കുന്ന നിലയുണ്ടായി.

'വിശുദ്ധ ഖുറാൻ' മലയാളത്തിലേക്ക് തർജ്ജമ ചെയ്ത സി.എൻ മുഹമ്മദ് മൗലവി മുജാഹിദ് ആശയങ്ങളുമായി ബന്ധപ്പെട്ടാണ് പ്രവ ർത്തിച്ചത്. വിശുദ്ധ ഖുറാൻ മലയാളത്തിലേക്ക് തർജ്ജമ ചെയ്യാനുള്ള ശ്രമങ്ങൾ നേരത്തെ നടത്തിയപ്പോൾ അവയെല്ലാം പരാജയപ്പെട്ടുക യായിരുന്നു. ആദ്യമായി ഇത് തർജ്ജമ ചെയ്ത അറക്കൽ രാജ കുടുംബ വുമായി ബന്ധപ്പെട്ട വ്യക്തി ശക്തമായ എതിർപ്പിനെത്തുടർന്ന് അത് കടലിൽ ഉപേക്ഷിക്കുകയാണ് ചെയ്തത്. ഇത്തരം എതിർപ്പുകളെയെ ല്ലാം മറികടന്ന് മലയാളത്തിൽ തർജ്ജമ നിർവ്വഹിക്കുന്നതിന് സി.എൻ അഹമ്മദ് മൗലവിക്ക് കരുത്തായി നിന്നത് മുഹമ്മദ് അബ്ദുറഹ്മാൻ സാഹിബായിരുന്നു.

മലബാറിലെ മുസ്ലീം വിഭാഗത്തെ ആധുനിക വിദ്യാഭ്യാസവുമായി അടുപ്പിക്കുന്നതിൽ പ്രധാന പങ്കുവഹിച്ചത് സൂഫി ചിന്തകനായ മൗലാനാ അബ്ദുസ്സഹബാഹ് മൗലവിയുടെ പ്രവർത്തനങ്ങളാണ്. ഇദ്ദേഹത്തിന്റെ പ്രചോദനത്തിന്റെ ഫലമായാണ് 1948-ൽ ഫറൂഖ് കോളേജ് സ്ഥാപിക്കപ്പെടുന്നത്. ഈ ഗണത്തിൽപ്പെടാവുന്ന മറ്റൊര

 പഴമയുടെ പുതുവായനകൾ

ഇടപെടലായിരുന്നു 1964-ൽ രൂപംകൊണ്ട മമ്പാട് കോളേജ്. സി.എൻ അഹമ്മദ് മൗലവിയുടേയും, അത്തൻമൊയി അധികാരിയുടേയും ശ്രമഫലമായാണ് ഈ കോളേജ് ഉണ്ടായത്. 1964-ൽ ഡോ. പി.കെ അബ്ദുൾ ഗഫൂറിന്റെ നേതൃത്വത്തിൽ രൂപീകരിക്കപ്പെട്ട എം.ഇ.എസിന്റെ പ്രവർത്തനം ഈ രംഗത്തെ പുതിയ ചുവടുവെപ്പായിരുന്നു. മണ്ണാർക്കാടെ കോളേജ് രണ്ട് വർഷത്തിന് ശേഷം ഏറ്റെടുത്തുവെന്ന് മാത്രമല്ല വിവിധ പ്രദേശങ്ങളിൽ പുതിയ കോളേജുകൾ ആരംഭിക്കുകയും ചെയ്തു. എം.ഇ.എസിന്റെ പ്രവർത്തനങ്ങളെ തടസ്സപ്പെടുത്തുന്നതിന് മുസ്ലീം ലീഗിന്റെ പരിശ്രമവും, അതിനെതിരായുള്ള എം.ഇ.എസിന്റെ നിലപാടുകളും മുസ്ലീം നവോത്ഥാന ചരിത്രത്തിലെ മറ്റ് ഏടുകളാണ്.

കേരളത്തിന്റെ നവോത്ഥാന ചരിത്രം പഠിക്കുമ്പോൾ മുസ്ലീം സമൂഹത്തിനകത്ത് നടന്ന നവോത്ഥാന പരിഷ്ക്കാരങ്ങൾ പലപ്പോഴും വിഷയമാവാതെ പോവുകയാണ് ചെയ്തിട്ടുള്ളത്. ജാതി വിവേചനങ്ങൾക്കെതിരെ സ്വയം നവോത്ഥാനമായി മാറിയ ഇസ്ലാമിക ചിന്തകൾ ആധുനികവൽക്കരിക്കുന്നതിന് നടത്തിയ ഇടപെടലും കൂടിച്ചേരുന്നതാണ് മുസ്ലീം നവോത്ഥാനമെന്ന് കാണാം. അത്തരം ഇടപെടലുകൾ ഇപ്പോഴും നടന്നുകൊണ്ടിരിക്കുകയാണ്. വിഭിന്നങ്ങളായ കാഴ്ചപ്പാടുകൾ മുന്നോട്ടുവെച്ചുകൊണ്ട് പ്രവർത്തിക്കുന്ന ഇത്തരം സംഘടനകളുടെ ഇടപെടൽ പൊതുവിൽ വിദ്യാഭ്യാസപരമായ വലിയ മുന്നേറ്റം ആ സമൂഹത്തിനിടയിൽ സൃഷ്ടിക്കുന്നതിന് വലിയ പങ്കുവഹിച്ചിട്ടുണ്ട് എന്ന് കാണാം.

കേരളത്തിലെ സ്ത്രീ മുന്നേറ്റങ്ങൾ

നവോത്ഥാന രംഗത്തെ സവിശേഷമായ ഒന്നാണ് സ്ത്രീകളുടെ പങ്കാളിത്തം. കേരളത്തിലെ എല്ലാ വിഭാഗങ്ങളിൽ നിന്നും ഇത്തരം മുന്നേറ്റത്തിന് നേതൃത്വപരമായ പങ്ക് ഉയർന്നുവന്നിട്ടുണ്ട്. സ്ത്രീ വിമോചനത്തിന്റെ മുന്നേറ്റങ്ങൾ പ്രധാനമായും ആദ്യഘട്ടത്തിൽ ഉയർന്നുവന്നത് നമ്പൂതിരി യോഗക്ഷേമ സഭയുമായി ബന്ധപ്പെട്ടുകൊ ണ്ടായിരുന്നു. ആ സമരത്തിൽ പങ്കെടുത്ത നിരവധി സ്ത്രീകളെ നമുക്ക് കാണാനാവും.

നിരവധി സ്ത്രീകളും ഈ പോരാട്ടത്തിൽ പങ്കെടുത്തിട്ടുണ്ട്. എടുത്തുപ റയാൻ പറ്റുന്ന നിരവധി പേരുകൾ കണ്ടെത്താനുമാകും. ഇതിൽ പ്രധാ നപ്പെട്ടതാണ് പാർവ്വതി നെന്മനിമംഗലം (1911-1947). ഇരിങ്ങാലക്കുട ക്കടുത്ത് ഒരു യാഥാസ്ഥിതിക കുടുംബത്തിൽ നിന്നാണിവർ വരുന്നത്. വിവാഹനാന്തരം നിലവിലുള്ള ആചാരങ്ങളെ വെല്ലുവിളിക്കുന്ന നില യിലേക്ക് അവർ മാറി. മറക്കുട ഉപേക്ഷിച്ചു. ബ്ലൗസ് ധരിച്ചു. കാതിൽ കമ്മലിട്ടു. ഘോഷ ബഹിഷ്ക്കരിച്ച് രംഗത്തുവന്നു. 1931-ൽ അന്തർജന സമാജം രൂപീകരിച്ചുകൊണ്ട് ആ രംഗത്ത് സജീവ സാന്നിദ്ധ്യമായി. കൊച്ചിയിൽ നമ്പൂതിരി ബില്ലിന്റെ നിയമ നിർമ്മാണ സഭയിൽ അവർ പ്രത്യേക അംഗവുമായിരുന്നു.

നവോത്ഥാന ചരിത്രത്തിലെ മറ്റൊരു പ്രധാനപ്പെട്ട വ്യക്തിത്വമായി രുന്നു ആര്യ പള്ളത്തിന്റത്. ബ്ലൗസ് ഇടാൻ ആരംഭിക്കുകയും, മറക്കുട തല്ലിയൊടിക്കുകയും ചെയ്തുകൊണ്ട് ഇവർ രംഗത്തുവന്നു. ഘോഷ

 പഴമയുടെ പുതുവായനകൾ

ബഹിഷ്ക്കരിച്ച നമ്പൂതിരി സ്ത്രീകളുടെ ഘോഷയാത്ര തന്നെ നടത്തി ക്കൊണ്ട് സാമൂഹ്യ മുന്നേറ്റത്തിന് ഒരു പുതിയ കാൽവെപ്പ് അവർ സംഭാവന ചെയ്തു. അയിത്തോച്ചാടനത്തിലും, ക്ഷേത്ര പ്രവേശന സമര ത്തിലുമെല്ലാം ഇവർ സജീവ സാന്നിദ്ധ്യമായി. കേളപ്പന്റെ അയിത്തോ ച്ചാടന ജാഥ പള്ളത്ത് മനയ്ക്കൽ എത്തി മിശ്രഭോജനം സംഘടിപ്പിച്ചു. മനയിലെ ഊണ് കഴിഞ്ഞാൽ ഇലയെടുത്ത് കളയുന്നത് നായന്മാരായ ദാസിമാരായിരുന്നു. എന്നാൽ ഈ സംഭവത്തിന് ശേഷം ദാസികൾ പിണങ്ങിപ്പോയി. ഹരിജനങ്ങളായ കുട്ടികളെ ക്ഷേത്ര പ്രവേശനത്തി നായി കൊണ്ടുപോകുന്നതിനും ഇവർ നേതൃത്വപരമായ പങ്കുവഹിച്ചു. ഗുരുവായൂർ സത്യഗ്രഹത്തിൽ കെ കേളപ്പന് ശേഷം സത്യഗ്രഹത്തിന് കിടക്കാൻ തയ്യാറായത് ഇവരായിരുന്നു. പാലിയം സത്യഗ്രഹത്തിന്റെ സമയത്തും ഇവർ സജീവമായി രംഗത്തിറങ്ങുകയുണ്ടായി. മലബാർ ഡിസ്ട്രിക്ട് ബോർഡ് തെരഞ്ഞെടുപ്പിൽ ഇവർ വിജയിക്കുകയും ചെയ്തി രുന്നു.

1940-കളോടെ യോഗക്ഷേമ സഭയുടെ കീഴിൽ സജീവമായിത്തീർന്ന അന്തർജന സമാജത്തിന്റെ പ്രവർത്തനങ്ങൾക്കും ഇവർ നേതൃത്വം നൽകി. ഏകഭാര്യത്വം, വിധവാ വിവാഹം, ഋതുമതികൾക്കും പഠിക്കാൻ ഉള്ള അവകാശം തുടങ്ങിയവ അവർ മുന്നോട്ടുവച്ചു. പാലക്കാട് ജില്ലയിൽ തിരുത്തുമ്മൽ ഇല്ലത്ത് നെയ്ത്ത് കേന്ദ്രം ആരംഭിച്ച് സ്ത്രീകളുടെ കമ്മ്യൂൺ തന്നെ ആരംഭിക്കുന്നതിന് ഇവർ നേതൃത്വം കൊടുത്തു. നമ്പൂതിരി സ്ത്രീ കളുടെ സ്വാതന്ത്ര്യത്തിനുവേണ്ടിയുള്ള പ്രവർത്തനത്തിൽ സജീവമായ പങ്കാളിത്തം ഇവർ വഹിക്കുകയുണ്ടായി. കേരളത്തിലെ സ്ത്രീ വിമോചന ചരിത്രത്തിൽ മറക്കാനാവാത്ത പേരാണ് ആര്യ പള്ളത്തിന്റേത്.

സ്ത്രീ മുന്നേറ്റത്തിനകത്ത് മറക്കാനാവാത്ത പേരുകളാണ് വി.ടി ഭട്ട തിരിപ്പാടിന്റേത്. 1929-ലെ അടുക്കളയിൽ നിന്നും അരങ്ങത്തേക്ക് എന്ന നാടകം ഈ രംഗത്ത് എടുത്തുപറയേണ്ടതാണ്. എം.ആർ.ബി എഴുതിയ മറക്കുടക്കുള്ളിലെ മഹാനരഗം, പ്രേംജിയുടെ സുഗ്രമതി, മുത്തിരിങ്ങോട്ടെ ഭവത്രാതൻ നമ്പൂതിരിപ്പാടിന്റെ അപ്പന്റെ മകൾ, ലളിതാംബിക അന്ത ർജനത്തിന്റെ പുനർജനം തുടങ്ങിയവയെല്ലാം ഈ രംഗത്തേക്കുള്ള കാൽവെപ്പുകളായിരുന്നു.

സ്ത്രീ വിമോചനത്തിനായി ശബ്ദിച്ച വക്കം മൗലവിയുടെ പേരും ആർക്കും തള്ളിക്കളയാവുന്നതല്ല. സ്വദേശാഭിമാനി പത്രം ആരംഭിച്ച ഇം, അതിനുവേണ്ട സൗകര്യങ്ങളൊരുക്കിയതുമെല്ലാം അദ്ദേഹമായി രുന്നു. സ്ത്രീകൾ മലയാളത്തിലെഴുതിയ മതസംബന്ധമായ കാര്യങ്ങൾ

വായിക്കാൻ വിമുഖത കാണിച്ചിരുന്ന കാലത്ത് അവർക്കവേണ്ടി അൽ ഇസ്ലാം എന്ന അറബി മലയാള വാരിക തന്നെ അദ്ദേഹം ആരംഭിച്ചു. ലിംഗ സമത്വത്തിനുവേണ്ടിയുള്ള ഇസ്ലാമിലെ പോരാട്ടങ്ങൾക്ക് വക്കം മൗലവി നേതൃത്വം നൽകി. ഇസ്ലാമിനെ സ്ത്രീ പക്ഷത്ത് നിന്നുകൊണ്ട് വായിച്ചെടുക്കുന്നതിനും വലിയ ശ്രമങ്ങൾ ഇദ്ദേഹത്തിന്റെ ഭാഗത്ത് നിന്നുണ്ടായിരുന്നു. ആദ്യമായി ഇസ്ലാം സ്വീകരിച്ചത് ഒരു സ്ത്രീയായിരു ന്നുവെന്നും, ഖദീജയെ ചൂണ്ടിക്കാണിച്ചുകൊണ്ട് വക്കം മൗലവി പറയു കയുണ്ടായിരുന്നു. ഖുറാനിലെ ഇസ്ലാമിക കാലഘട്ടത്തിലെ നിരവധി സ്ത്രീകളുടെ സംഭാവനകളെ എടുത്തുകാണിച്ചുകൊണ്ട് ഇദ്ദേഹം സ്ത്രീ വിമോചനത്തിനായുള്ള പാതയൊരുക്കുകയാണ് ചെയ്തത്.

ഇസ്ലാമിനകത്തെ മറക്കാനാവാത്ത പേരാണ് ഹലീമ ബീവിയുടേത്. സ്വന്തമായി പത്രം നടത്തിയും, അതിന്റെ പ്രവർത്തനങ്ങളിൽ സജീവമായി ഇടപെടുകയും ചെയ്തുകൊണ്ട് നടത്തിയ ഇടപെടലുകൾ സവിശേഷ പ്രാധാന്യമുള്ള പേരാണ് അവരുടേത്. കേരളത്തിലെ മുസ്ലീം സ്ത്രീകളിൽ ആദ്യമായി നഗരസഭാംഗമായതും ഇവരാണ്. സ്ത്രീകളുടെ പുരോഗതിക്കായി സ്ത്രീകൾ തന്നെ മുന്നിട്ടിറങ്ങേണ്ടതിന്റെ പ്രാധാന്യം ഇവർ ഓർമ്മിപ്പിച്ചുകൊണ്ടേയിരുന്നു. തന്റെ പത്രത്തിലൂടെ മുസ്ലീം പിന്നോക്കാവസ്ഥയെക്കുറിച്ച് നിരന്തരം ഓർമ്മിപ്പിച്ചുകൊണ്ടിരുന്ന എഴുത്തുകാരി കൂടിയായിരുന്നു ഹലീമ.

അടിമ സമാനമായ ജീവിതമായിരുന്ന സ്ത്രീകൾക്ക് കേരളത്തിലുണ്ടാ യിരുന്നത്. അതിനെതിരെ പ്രതിരോധങ്ങളും പലപ്പോഴും ഉയർന്നുവ നിട്ടുണ്ട്. സ്ത്രീകളുടെ ഇടയിൽ ഇത്തരം പ്രവർത്തനങ്ങൾക്ക് നേതൃത്വം കൊടുത്ത ആളായിരുന്നു ശകുന്തളാ ദേവി. ഞായറാഴ്ചയിൽ തുണി നെയ്യാൻ തയ്യാറാവാതിരുന്ന ശകുന്തളാ ദേവിയുടെ വീട് സവർണ്ണ മേധാവികൾ അക്രമിച്ചു. ശകുന്തളാ ദേവിയുടെ വീട്ടിലും അക്രമണമു ണ്ടായി. മേൽമുണ്ട് മാത്രം ധരിച്ചിരുന്ന അവരോട് പുറത്തിറങ്ങാൻ ആവശ്യപ്പെട്ടു. ഈ ഘട്ടത്തിൽ ചുമരിലെ ഉടവാളെടുത്ത് അവർ വീശി. പക്ഷെ അവർക്ക് പിടിച്ച് നിൽക്കാനായില്ല. കൈകൾ പിറകിൽ കെട്ടി ഒരു കുതിരയുടെ കാലിൽ കെട്ടി അവരെ വലിച്ചിഴച്ചു. വസ്ത്രങ്ങൾ അഴിച്ചുമാറ്റി അവരെ തലകീഴായി കെട്ടിത്തൂക്കി. തുടർന്ന് നടന്ന സംഘർഷത്തിൽ വിവിധ വിഭാഗങ്ങളിലായി 300 പേർ കൊല്ലപ്പെട്ടു. 1851-ൽ ഊഴിയ വേല അവസാനിപ്പിച്ചുകൊണ്ട് വിളംബരമുണ്ടായി. 1860-കളോടെ ഇത്തരമൊരു അവസ്ഥയ്ക്ക് മാറ്റമുണ്ടായി. മേൽമുണ്ട് സമരത്തിലും നിരവധി സ്ത്രീകൾ പങ്കെടുക്കുകയുണ്ടായി.

   പഴമയുടെ പുതുവായനകൾ

മറ്റ് നിരവധി സ്ത്രീകളേയും ഈ രംഗത്തെ പ്രവർത്തനങ്ങളിൽ സജീവമായി നിൽക്കുന്നതായി നമുക്ക് കാണാനാവും. ബ്രഹ്മാനന്ദ ശിവ യോഗിയുടെ ആശയങ്ങളിൽ പ്രചോദനമുൾക്കൊണ്ട് ബ്രഹ്മചര്യത്തിന്റെ വഴി സ്വീകരിച്ച ബ്രഹ്മാനന്ദ ശിവയോഗിയുടെ പ്രീയ പത്നിയും ഈ രംഗത്ത് സജീവമായ പങ്കുവഹിച്ചു. സ്ത്രീ വിമോചനത്തിന്റെ ആശയ ങ്ങളെ മുറുകെ പിടിച്ചുകൊണ്ടാണ് 1899-ൽ സ്ത്രീ പോഷിണിയെന്ന പുസ്തകമെഴുതിയത്. വാഗ്ഭടാനന്ദന്റെ ആത്മവിദ്യാസംഘം സ്ത്രീകളുടെ ഉന്നമനത്തിനുവേണ്ടി സജീവമായി പ്രവർത്തിച്ചിരുന്നു. സ്ത്രീകളുടെ പുരോഗതി ലക്ഷ്യംവച്ചുകൊണ്ടുള്ള നിരവധി പ്രവർത്തനങ്ങൾ ഉയർന്നു വന്നിട്ടുണ്ട്.

നവോത്ഥാന പ്രസ്ഥാനങ്ങൾ നമ്മുടെ നാട്ടിൽ സ്ത്രീകളുടെ ജീവിതത്തെ മുന്നോട്ട് കൊണ്ടുപോകുന്നതിന് നടത്തിയ ഇടപെടലു കൾ ഇനിയുമേറെ ജനങ്ങളിലെത്തേണ്ടതുണ്ട്. അരുതുകളുടെ പുതിയ ലോകം സ്ത്രീകൾക്ക് ചുറ്റും ഉയർത്തപ്പെടുന്ന വർത്തമാന കാലത്ത് ഇത് പ്രധാനമാണ് താനും.

പ്രതിരോധ പ്രവർത്തനങ്ങൾ

ഗുരുവായൂർ സത്യഗ്രഹവും ക്ഷേത്രമടച്ചിടലും

ഗുരുവായൂർ ക്ഷേത്രത്തിൽ പിന്നാക്ക വിഭാഗങ്ങൾക്കും പട്ടിക ജാതി-പട്ടികവർഗവിഭാഗങ്ങൾക്കും പ്രവേശനം നൽകണമെന്ന് ആവശ്യപ്പെട്ടുകൊണ്ടുള്ള സമരമായിരുന്ന ഗുരുവായൂർ സത്യഗ്രഹം. ഈ പ്രക്ഷോഭം കേരളത്തിന്റെ നവോത്ഥാന ചരിത്രത്തിലെ സുപ്ര ധാനമായ അധ്യായങ്ങളിലൊന്നായി വിലയിരുത്തപ്പെട്ടുന്നു.

സത്യഗ്രഹം സജീവമായപ്പോൾ യാഥാസ്ഥിതികരിൽ നിന്ന് കടുത്ത പീഡനമാണ് സത്യഗ്രഹികൾക്കുണ്ടായത്. എകെജിക്കും കൃഷ്ണപ്പിള്ളയ്ക്കുമുൾപ്പെടെ ഭീകരമായ മർദ്ദനം ഏൽക്കേണ്ടിവന്നു. ഇത്തരം മർദ്ദനത്തിലൂടെ സമരത്തെ തളർത്തിക്കളയാമെന്ന് കരുതിയ യാഥാ സ്ഥിതികർക്ക് പ്രക്ഷോഭം കരുത്താർജ്ജിക്കുന്നതായി കാണേണ്ടിവ രികയായിരുന്നു.

ഇതിൽ പ്രതിഷേധിച്ചുകൊണ്ട് സമരക്കാർ മുന്നോട്ടുവന്നപ്പോൾ ഗുരുവായൂർ ക്ഷേത്രമടച്ചിടാൻ 1932 ജനുവരി 1 ന് സാമൂതിരി ഉത്തരവിട്ടു. അമ്പലം അടച്ചുപൂട്ടുന്നത് ഏത് ശാസ്ത്രരീതി അനുസരിച്ചാണെന്നും ശാങ്ക രസ്മൃതി അനുവദിക്കുന്നുണ്ടോ എന്നുള്ളതൊന്നും ഒരു യാഥാസ്ഥിതിക വിഭാഗത്തിനും അക്കാലത്ത് പ്രശ്നമായി തോന്നിയതുമില്ല. ക്ഷേത്രം അടച്ചുപൂട്ടേണ്ടിവന്നാലും ഒരു അവർണ്ണനെയും അമ്പലത്തിൽ പ്രവേ ശിപ്പിക്കില്ല എന്ന ധാർഷ്ട്യവും ധിക്കാരവുമാണ് അവർ പ്രകടിപ്പിച്ചത്.

അയിത്താചാരണമാണ് പ്രധാനമെന്നും അത് ദൈവഹിതമാ ണെന്നും പ്രചരിപ്പിക്കാൻ കേരളത്തിന് പുറത്തുള്ള പല വേദജ്ഞരും അക്കാലത്ത് ഗുരുവായൂരിൽ എത്തിയിരുന്നു. അവർണ്ണരെ ബഹുദൂരം ക്ഷേത്രമതിൽക്കെട്ടിന് പുറത്തുനിർത്തണമെന്ന് ഉപദേശവും അവർ നൽകുകയും ചെയ്തു. ക്ഷേത്രമടച്ചിട്ടതോടെ ഭക്തർ ക്ഷേത്രത്തിൽ വരാതായി. സത്യഗ്രഹം അവസാനിപ്പിക്കാൻ സമരക്കാർ തയ്യാറായി ല്ല എന്ന് മാത്രമല്ല, കൂടുതൽ പ്രചരണജാഥകളും യോഗങ്ങളും നടത്തി ക്യാമ്പ് സജീവമാക്കുകയാണ് ചെയ്തത്.

ഇന്ത്യൻ രാഷ്ട്രീയം ഏറെ കലുഷിതമായിരുന്ന അക്കാലത്ത് കോൺഗ്ര സ്സിന്റെ പ്രവർത്തനത്തെ തന്നെ നിരോധിച്ചിരുന്നു. കെപിസിസി പ്ര സിഡന്റായിരുന്ന കെ. കേളപ്പൻ അതിനൊരു പ്രതിവിധി കണ്ടെത്തി. കെപിസിസി പിരിച്ചുവിട്ടതിനെത്തുടർന്ന് ഗുരുവായൂർ ക്ഷേത്രപ്രവേശന സത്യഗ്രഹസമിതിയും പിരിച്ചുവിട്ടു. ഗുരുവായൂർ സത്യഗ്രഹം മേലാൽ 12 അംഗങ്ങളുള്ള ഒരുപുതിയ ക്ഷേത്ര സത്യഗ്രഹ കമ്മിറ്റിയായിരിക്കുമെന്നും പ്രഖ്യാപിച്ചു.

ഗുരുവായൂർ ക്ഷേത്ര സത്യഗ്രഹികൾ ദേശീയ സമരത്തിലേർപ്പെട്ട കയല്ല, സത്യഗ്രഹം തുടർന്നുകൊണ്ടുപോകുകയാണ് വേണ്ടത് എന്ന് ഗാന്ധിജി ഉപദേശിച്ചിരുന്നു. അതിന്റെ അടിസ്ഥാനത്തിൽ കേളപ്പന്റെ നേതൃത്വത്തിലുള്ള പുതിയ കമ്മറ്റി ആ ഉത്തരവാദിത്തം ഏറ്റെടുക്കുകയും ചെയ്തു. ക്ഷേത്രം അടച്ച അവസരത്തിലും സത്യഗ്രഹം തുടരുക തന്നെ ചെയ്തു.

എ.കെ.ജിയെ ഉൾപ്പെടെ ഗവൺമെന്റ് വിരോധവും നിയമലംഘന വും കുറ്റം ചുമത്തി അന്ന് അറസ്റ്റ് ചെയ്ത് ആറ് മാസം തടവിന് ശിക്ഷിച്ചു. ജനങ്ങളാവട്ടെ ക്ഷേത്രത്തിന് പകരം സത്യഗ്രഹപന്തൽ സന്ദർശി ക്കുന്ന സ്ഥിതിയും സംജാതമായി. ക്ഷേത്രം അടച്ചിട്ടതിനെതിരെ കെ. കേളപ്പൻ ഒരു കത്ത് നൽകുകയുണ്ടായി. ശക്തമായ ഇടപെടലും പ്ര ചരണവും തുടർന്നു. അങ്ങനെ 1932 ജനുവരി 1 ന് അടച്ചിട്ട ഗുരുവായൂർ ക്ഷേത്രം ജനുവരി 28 ന് വീണ്ടും തുറക്കേണ്ടിയും വന്നു.

ക്ഷേത്രമടച്ചിട്ട് സത്യഗ്രഹികൾക്ക് നേരെ ജനരോഷം ഉണ്ടാക്കാ നുള്ള സാമൂതിരിയുടെ നീക്കം അക്കാലത്ത് വലിയ തിരിച്ചടിയാണ് അവർക്ക് നൽകിയത്. ക്ഷേത്രത്തിൽ കൂടുതൽ ജനവിഭാഗങ്ങൾക്ക് പ്രവേശനത്തിന് വേണ്ടിയുള്ള പ്രക്ഷോഭമായിരുന്ന 1930 കളിൽ കേര ളത്തിലുയർന്നുവന്നത്. സവർണ വിഭാഗങ്ങളെ ഉൾപ്പെടെ ഇത്തരം കാഴ്ചപ്പാടിന്റെ പിന്നിലണി നിരത്താൻ നവോത്ഥാന ആശയങ്ങൾക്ക്

കഴിഞ്ഞിരുന്നു.

ഇതുമായി ബന്ധപ്പെട്ട് നടന്ന റഫറന്റത്തിൽ ഭൂരിപക്ഷം പേരും ക്ഷേത്ര പ്രവേശനത്തിന് ഉണ്ടായിരുന്നു. യാഥാസ്ഥിതിക വിഭാഗത്തിന്റെ കാഴ്ചപ്പാടുകൾക്കെതിരെ ആ വിഭാഗത്തിനിടയിൽ തന്നെ വൻ തിന്നുണ നേടാനായി എന്നത് ആശയപരമായി നവോത്ഥാന നടത്തിയ മുന്നേ റ്റത്തിന്റെ ഫലമായിരുന്നു. സത്യഗ്രഹ സമയത്ത് ക്ഷേത്രം തുറന്ന് കിട്ടിയില്ലെങ്കിലും പിൽക്കാലത്ത് ക്ഷേത്ര പ്രവേശനത്തിനിടയാക്കിയത് ഇത്തരം സമരങ്ങളും അത് ഉയർത്തിക്കൊണ്ടു വന്ന ആശയങ്ങളുമാ യിരുന്നു. ചില സമരങ്ങൾ അങ്ങനെയാണ്. ആ ഘട്ടത്തിൽ നേട്ടം കൈവരിച്ചില്ലെങ്കിലും പിൽക്കാല സാമൂഹ്യ മാറ്റങ്ങൾക്ക് അവ കാരണ മായിത്തീരും.ഗുരുവായൂർ സത്യഗ്രഹവുമായി ബന്ധപ്പെട്ട് നടന്ന റഫറ ന്റത്തെ സംബന്ധിച്ച് ഗാന്ധിജിയുടെ അഭിപ്രായം അനുബന്ധമായി നൽകിയിട്ടുണ്ട്.

കുട്ടംകുളം - പാലിയം സമരങ്ങൾ

നവോത്ഥാന പ്രസ്ഥാനങ്ങളോട് കമ്മ്യൂണിസ്റ്റ് പാർടി സ്വീകരിച്ച സമീപനം എന്തായിരുന്ന എന്നതിന്റെ നേർ സാക്ഷ്യ പത്രങ്ങളാണ് കുട്ടംകുളം- പാലിയം സമരങ്ങൾ. നവോത്ഥാന പ്രസ്ഥാനങ്ങൾ പൊതുവിൽ മുന്നോട്ട വെച്ച സാമൂഹ്യ നീതിയുടെ കാഴ്ചപ്പാടുകളെ കമ്മ്യൂണിസ്റ്റ് പാർടി ശക്തമായി മുന്നോട്ടുകൊണ്ടുപോയി. അതിന്റെ ഭാഗമായി കമ്മ്യൂണിസ്റ്റ് പാർടി നേരിട്ട് അയിത്തത്തിനെതിരെയുള്ള പ്രക്ഷോഭങ്ങൾ ഏറ്റെടുത്തു. ഇതിന്റെ ഭാഗമായി നടന്ന രണ്ട് പ്രക്ഷോ ഭങ്ങളാണ് കുട്ടംകുളം- പാലിയം സമരങ്ങൾ. വടക്കേ മലബാറിലെ കുളി സമരങ്ങളും ഈ വിഭാഗത്തിൽ പെടുന്നവയാണ്.

കുട്ടംകുളം: തൃശ്ശൂർ(1946 ജൂലൈ 6).

ഇരിങ്ങാലക്കട കൂടൽമാണിക്യം ക്ഷേത്രത്തിന മുൻവശമുള്ള നടപ്പാത അവർണ്ണർക്കായി ഇറന്ന കിട്ടവാനും 1910ൽ ജില്ലാ മജിസ്ട്രേ റ്റ് ഒരു ഉത്തരവിന്റെ അടിസ്ഥാനത്തിൽ സ്ഥാപിയ്ക്കപ്പെട്ടിരുന്ന ഒരു തീണ്ടൽപ്പലക മാറ്റിക്കിട്ടവാനും ആണ് ഈ സമരം നടന്നത്.

കമ്യൂണിസ്റ്റ് പാർടിയുടെയും എസ്എൻഡിപിയുടെയും പുലയമ ഹാസഭയുടെയും നേതൃത്വത്തിൽ നടന്ന സമരമാണിത്. കൊച്ചിരാജ്യ പ്രജാമണ്ഡലത്തിന്റെ പിന്തുണയും ഇതിനുണ്ടായിരുന്ന. 1946 ജൂലൈ ആറിന് അയ്യങ്കാവ് മൈതാനത്ത് ക്ഷേത്രപ്രവേശന സമരം സംഘ ടിപ്പിച്ചു. പി ഗംഗാധരനായിരുന്ന സമ്മേളനാധ്യക്ഷൻ. പ്രജാമണ്ഡല പ്രതിനിധി പുള്ളൂർ അച്യുതമേനോൻ, കമ്യൂണിസ്റ്റ് പാർടി നേതാവ് പി

കെ ചാത്തൻമാസ്റ്റർ എന്നിവരായിരുന്ന പ്രസംഗകർ.

അക്കാലത്ത് വഴിനടക്കൽ നിരോധിച്ച് കൂട്ടംകുളത്തിന സമീപം സ്ഥാപിച്ച ബോർഡ് ആരോ ഇളക്കിമാറ്റി. ജനങ്ങൾ അങ്ങോട്ട് മാർച്ച് ചെയ്യുന്ന സ്ഥിതിയുണ്ടായി. ഈ മാർച്ചിനെ ഭീകരമായാണ് പൊലീസ് നേരിട്ടത്. പലരേയും തലയ്ക്കടിച്ച വീഴ്ത്തി. പി ഗംഗാധരനേയും കെ വി ഉണ്ണിയേയും തോർത്തുമുണ്ടകൊണ്ട് പോസ്റ്റിൽകെട്ടിയിട്ട് തല്ലി. പിറ്റേന്ന് ഇരുവരേയും തൃശ്ശൂർ സബ് ജയിലിലേക്ക് മാറ്റി. അടുത്ത ദിവസം എം കെ തയ്യിലിനെ അറസ്റ്റ് ചെയ്തു. രണ്ടദിവസത്തിന് ശേഷം പി കെ ചാത്തൻമാസ്റ്ററേയും അറസ്റ്റ് ചെയ്തു. അറസ്റ്റിൽ പ്രതിഷേധിച്ച് കെ വി കെ വാര്യരുടേയും സുബ്രഹ്മണ്യ അയ്യരുടേയും നേതൃത്വത്തിൽ ഇരി ങ്ങാലക്കുടയിൽ നടത്തിയ പ്രകടനത്തെയും റാണാവിൽ പൊലീസ് തല്ലിച്ചതച്ചു. ഇരിങ്ങാലക്കുടയെ ചോരകൊണ്ടു ചുവപ്പിച്ച കൂട്ടംകുളം സമരംനടന്ന് ഏറെക്കഴിയുംമുമ്പേ കൊച്ചിരാജ്യത്ത് ക്ഷേത്രപ്രവേശന വിളംബരവും ഉത്തരവാദ ഭരണ പ്രഖ്യാപനവുമുണ്ടായി.

പാലിയം സമരം

പാലിയം കൊട്ടാരത്തിന്റെ ചുറ്റപാട്ടുമുള്ള വഴികൾ നാനാ മതസ്ഥ ര്ക്ക് ഇറന്ന കിട്ടണം എന്നാവശ്യപ്പെട്ടുകൊണ്ട് നടന്ന പ്രക്ഷോഭ സമരമാണ് പാലിയം സമരം. പാലിയം റോഡിൽ പ്രവേശനം ആവശ്യ പ്പെട്ടുകൊണ്ട് പാലിയം റോഡ് സമരസമിതി രൂപീകരണം നടന്നു. സമരസമിതി അംഗവും കമ്യൂണിസ്റ്റ് പ്രവർത്തകനുമായ രാഘവനെ ഒരു ഗുണ്ട മാരകമായി കുത്തിപ്പരിക്കേൽപ്പിച്ച സംഭവം വലിയ ഒച്ചപ്പാടുകളു ണ്ടാക്കി. പാലിയം നടയിലും പരിസരത്തും രോഷാകുലരായ ജനങ്ങൾ വന്നുനിറഞ്ഞു. സഹോദരൻ അയ്യപ്പനും പനമ്പള്ളിയും കമ്യൂണിസ്റ്റ് നേതാവ് ജി ഗോപാലകൃഷ്ണമേനോനും ചേന്ദമംഗലത്ത് കതിച്ചെത്തി ജനങ്ങളെ സമാധാനിപ്പിച്ച് തിരിച്ചയച്ച എങ്കിലും ഈ ആവശ്യം ഉന്ന യിച്ച കൊണ്ടുള്ള പ്രക്ഷോഭം കൂടുതൽ ശക്തമായി മുന്നോട്ട് കൊണ്ടു പോവാനുള്ള പ്രവർത്തനങ്ങൾ തുടർന്ന് നടന്നു. .

കമ്മ്യൂണിസ്റ്റ് പാർടി നേതാക്കളായിരുന്ന ഈ പ്രക്ഷോഭത്തിന്റെ മുമ്പിൽ നേതൃത്വമായി ഉയർന്ന വന്നത്. സമരം ഉദ്ഘാടനംചെയ്യാൻ സഹോദരൻ അയ്യപ്പനെ ഉദ്ദേശിച്ചിരുന്നുവെങ്കിലും അദ്ദേഹം അതിന തയ്യാറായില്ല. "ഭരണത്തിൽനിന്ന് ഇറങ്ങിയശേഷം സമരത്തിലാകാം" എന്നായിരുന്ന അദ്ദേഹത്തിന്റെ ഉത്തരം. പകരം സാക്ഷാൽ സി കേശവൻ തന്നെ വകവെക്കാതെ സമര രംഗത്തേക്ക് വന്നു.

സമരത്തിന്റെ രണ്ടാംഘട്ടം എ കെ ജി ആണ് ഉദ്ഘാടനം ചെയ്തത്. എകെജിയുടെ വരവ് മാധ്യമങ്ങൾ വലിയ പ്രാധാന്യത്തോടെ പ്രസിദ്ധീ കരിച്ചു.ഇന്നത്തെ പോലെ തന്നെ വലതുപക്ഷ മാധ്യമങ്ങൾ തെറ്റായ വാർത്തകൾ പ്രചരിപ്പിക്കാനും തുടങ്ങി. സത്യഗ്രഹികൾക്കുനേരെ നടക്കുന്ന ഭീകരമർദനം ഒളിച്ചവയ്ക്കുകയും 'കമ്യൂണിസ്റ്റ് അക്രമ'ഭീതി പരത്തുകയുമാണ് എന്ന പ്രചരണം വ്യാപകമാക്കി .

പാലിയം സമരത്തിന്റെ പ്രധാനപ്പെട്ട ഒരു സവിശേഷതയായി മാറിയത് ഇല്ലങ്ങളിൽ നിന്നും കോവിലകങ്ങളിൽ നിന്നുമുള്ള സ്ത്രീ പങ്കാ ളിത്തമായിരുന്നു. പാലിയംനടയിലേക്കുള്ള സ്ത്രീകളുടെ മാർച്ച് നയിച്ചത് ആര്യാ പള്ളം ആയിരുന്നു. പ്രിയദത്ത, ഐ സി പ്രിയദത്ത, ഇ എസ് സരസ്വതി എന്നിവർ ആര്യാ പള്ളത്തോടൊപ്പം ഉണ്ടായിരുന്നു. സത്യ ഗ്രഹികളായ സ്ത്രീകൾക്കും മൃഗീയമർദനം ഏൽക്കേണ്ടിവന്നു. കൊച്ചി രാജകുടുംബാംഗങ്ങളായ രവിവർമ, കേരളവർമ എന്നിവർ സമരവേദി യിൽ എത്തുകയും ക്രൂരമായ മർദനത്തിന് വിധേയമാവുകയും ചെയ്തു.

സമരത്തിന്റെ മൂന്നാം ഘട്ടമെന്ന നിലയിൽ മാർച്ച് 9ാം തീയതി വലിയ മാർച്ച് സംഘടിപ്പിക്കണമെന്നായിരുന്നു തീരുമാനം. വടക്കൻ കൊച്ചി (തൃശ്ശൂർ ജില്ല)യിൽനിന്നും, തെക്കൻകൊച്ചി (എറണാകുളം) യിൽനിന്നും രണ്ടുജാഥകൾ പുറപ്പെട്ട് ചേന്ദമംഗലത്ത് എത്തിച്ചേരാനും തീരുമാനിച്ചു. തെക്കൻജാഥയെ നയിച്ചിരുന്നത് എ എസ് പുരുഷോത്ത മൻ, എം കെ കൃഷ്ണൻ, സത്യവ്രതൻ തുടങ്ങിയവരായിരുന്നു. വൈപ്പിൻക രയിൽവച്ചാണ് എ ജി വേലായുധൻ എന്ന അമ്പലപ്പറമ്പിൽ ഗോവിന്ദൻ വേലായുധൻ ജാഥയിൽ ചേർന്നത്. വടക്കൻജാഥയെ നയിച്ചതാവട്ടെ കമ്മ്യൂണിസ്റ്റ് കാരായ എ എസ് കുമാരൻ, എം എൻ നായർ എന്നിവ രായിരുന്നു.

പാലിയം നടയിൽ ജാഥകൾ എത്തിയതോടെ പൊലീസ് ഭീകരമായ മർദനം അഴിച്ചവിട്ടു. ക്ഷേത്രനടയിലേക്ക് കുതിച്ചെത്തിയ എ ജി വേലായുധൻ പൊലീസ് പിടിയിലായി. പൊലീസിന്റെ ഭീകരമായ മർദനത്തിനിരയായ എ ജി വേലായുധൻ മരണപ്പട്ടു. നവോത്ഥാന സമരത്തിലെ രക്തസാക്ഷിയായി എ ജി വേലായുധൻ മാറി.

കമ്മ്യൂണിസ്റ്റ് പാർടി നയിച്ച ഈ സമരത്തിൽ പാലിയം കുടുംബാം ഗങ്ങൾപ്പെടെ പങ്കെടുത്തു എന്നത് ഇതിന്റെ സവിശേഷതയാണ് . സ്ത്രീകളുടെ വിപുലമായ പങ്കാളിത്തവും ഈ സമരത്തിന്റെ മറ്റൊരു സവി ശേഷതയാണ്. നവോത്ഥാനപരമായ പോരാട്ടങ്ങളെ വർഗ പരമായ സമീപനങ്ങളുമായി കണ്ണിചേർത്തു എന്നത് പാലിയം സമരത്തിന്റെ

     പഴമയുടെ പുതുവായനകൾ

സവിശേഷതയായി നിലനിൽക്കുന്ന

കുട്ടംകുളം - പാലിയം സമരങ്ങളെന്നപോലെ തൊഴിലാളി പ്രസ്ഥാന ങ്ങളുടെ നേതൃത്വത്തിൽ നടന്ന അയിത്തത്തിനെതിരായുള്ള സമരമാണ് വടക്കേ മലബാറിലെ കുളി സമരങ്ങൾ എന്ന കാണാം. ലോകനാർ കാവില്യം വടകരക്കടുത്ത് കീഴിലില്യമെല്ലാം ഇത്തരം പ്രക്ഷോഭങ്ങൾ ശക്തി പ്രാപിച്ചു. നവോത്ഥാന പ്രസ്ഥാനങ്ങൾ തെക്കൻ കേരളത്തിൽ നടത്തിയ ഇത്തരം പ്രവർത്തനങ്ങൾ മലബാറിൽ പ്രധാനമായി തൊഴിലാളി കർഷക പ്രസ്ഥാനങ്ങളാണ് ഏറ്റെടുത്തത്. അത്തരം സമരങ്ങളിലൊന്നായിരുന്ന പയ്യന്നൂരിനടുത്ത് എ കെ ജി ക്കും കെ എ കേരളീയനും അബോധാവസ്ഥയിതാകുന്നത് വരെ മർനദമേറ്റ കണ്ടോത്തെ കുറുവടി എന്ന് പ്രസിദ്ധമായ സംഭവം. എ കെ ജി തന്റെ ആത്മകഥയിൽ ഈ സംഭവത്തെ സംഭവിച്ച് ഇങ്ങനെ എഴുതുന്നുണ്ട്.

"എന്തായാലും അനിഷ്ടസംഭവങ്ങൾ ഉണ്ടാകാതിരിക്കാൻ സ്ഥലത്തെ നേതാക്കളമായി സംഭാഷണം നടത്താൻ തീരുമാനിച്ചു. വേങ്ങയിൽ അപ്പക്കുട്ടൻനായരുടെ അടുത്തേക്ക് കെ.വി.കുഞ്ഞിരാമ പ്പൊതുവാളെ പറഞ്ഞയച്ച് സ്ഥലത്തെ പ്രമാണികളെ വിളിച്ചു. ഈ സംഭാഷണത്തിൽ എന്താണ് സംഭവിച്ചതെന്ന് ഇന്നും ആർക്കുമറിഞ്ഞു കൂട. ഘോഷയാത്ര നടത്താമെന്നും അനിഷ്ടസംഭവങ്ങൾ ഉണ്ടാവുക യില്ലെന്നും പൊതുവാൾ ഞങ്ങളെ അറിയിച്ചു. പഴയങ്ങാടിയിൽനിന്ന് കേരളീയന്റെ നേതൃത്വത്തിൽ ഒരു ചെറിയ സംഘം ഹരിജനങ്ങൾ വന്നിട്ടുണ്ടായിരുന്നു. ഞാനും കേരളീയനും ചേർന്ന നയിച്ച ഘോഷയാ ത്രയിൽ സ്ത്രീകൾ ഉൾപ്പെടെ വളരെ പേർ പങ്കെടുത്തു.

കണ്ടോത്തെ ജനങ്ങൾ ഘോഷയാത്രയെപ്പറ്റി അറിഞ്ഞ് മുൻകൂട്ടി ഒരുക്കങ്ങൾ ചെയ്തു. ഘോഷയാത്ര റോഡിന സമീപം എത്തിയപ്പോൾ വൃദ്ധരും ചെറുപ്പക്കാരും സ്ത്രീകളും അടങ്ങിയ ഒരു വലിയ ജനക്കൂട്ടം ഓടിവന്ന് ഞങ്ങളെ തല്ലാൻ തുടങ്ങി. സ്ത്രീകൾ വലിയ ഉലക്കകള മായിട്ടാണ് വന്നത്. കേരളീയനും ഞാനും നിന്നിടത്തുതന്നെ നിന്ന് അടികൊണ്ടു. ചിലർ ഓടിപ്പോയി. ഞങ്ങൾ സ്ത്രീകളോട് ഓടി രക്ഷ പ്പെടാൻ ആവശ്യപ്പെട്ടു. ആക്രമണം അരമണിക്കൂർ നീണ്ടുനിന്നു. കണ്ടോത്തെ കുറുവടി കുപ്രസിദ്ധമായി. വളരെയധികം പേർക്ക് പരിക്കേറ്റു. കേരളീയനും ഞാനും ബോധം കെട്ടുവീണു. ഞങ്ങളെ ഒരു കാറിൽ ആശുപത്രിയിലെത്തിച്ചു. അനേകം മണിക്കൂർ സമയം ഞങ്ങൾ അതേനിലയിൽ കിടന്നു. കേരളീയന്റെ മരണമൊഴിപോല്യമെടുത്തു. പിറ്റേന്ന് രാവിലെ അദ്ദേഹത്തെ വീട്ടിലേക്ക് കൊണ്ടുപോയി.

എന്റെ രാഷ്ട്രീയജീവിതത്തിലെ ആദ്യത്തെ ശാരീരികാക്രമണമാ യിരുന്നു ഇത്. എന്നാൽ കണ്ടോത്തെ ആക്രമണം പത്രങ്ങളിൽ ഒരു പ്രധാനവാർത്തയായി എന്നത് സംതൃപ്തി നൽകി. ഇത് ഗുരുവായൂർ ക്ഷേത്രപ്രവേശന സത്യഗ്രഹത്തിന് ലഭിച്ച് ഏറ്റവും നല്ല പ്രചാരണമാ യിരുന്നു. ഈ സംഭവം ജനങ്ങളുടെ കണ്ണുതുറപ്പിച്ചു. ഡിസ്ട്രിക്ട് ബോർഡ് അധികാരികൾ സ്ഥലം പരിശോധനയ്ക്ക് വന്നു. എല്ലാവർക്കും യാത്ര ചെയ്യാൻ അധികാരമുണ്ടെന്ന് പറയുന്ന ഒരു ബോർഡ് അവിടെവെച്ചു. ഏതാനം ആളുകളുടെ പേരിൽ പോലീസുകാർ കേസ് ചാർജ് ചെയ്തു. ജനങ്ങൾ തീണ്ടലിന്റെ നഗ്നതാണ്ഡവത്തെപ്പറ്റി ചിന്തിച്ചുതുടങ്ങി."

കേരളത്തിലെ നവോത്ഥാന മുന്നേറ്റത്തിന്റെ സവിശേഷത ദേശീയ പ്രസ്ഥാനം തന്നെ ആ മുദ്രാവാക്യത്തെ ഏറ്റെടുത്തുകൊണ്ട് മുന്നോട്ട വന്നു എന്നതാണ്. തുടർന്ന് ആ പോരാട്ടത്തെ തൊഴിലാളി-കർഷക പ്രസ്ഥാനങ്ങൾ മുന്നോട്ട് കൊണ്ട പോയി .നവോത്ഥാന പ്രസ്ഥാനം, ദേശീയ പ്രസ്ഥാനം, തൊഴിലാളി-കർഷക പ്രസ്ഥാനം എന്നനിലയിൽ മുന്നോട്ട കൊണ്ട പോയി. കേരളത്തിലെ രാഷ്ട്രീയ പ്രസ്ഥാനങ്ങളുടെ കേന്ദ്ര മുദ്രാവാക്യമായിരുന്നു നവോത്ഥാനമെന്നത്. എന്നാൽ പിൽക്കാലത്ത് വലതു പക്ഷ രാഷ്ട്രീയ ശക്തികൾ ഈ ആശയങ്ങൾ കയ്യൊഴിയുകയും തൊഴിലാളി കർഷക പ്രസ്ഥാനങ്ങളെ ദുർബലപ്പെ ടുത്തുന്നതിനായി യാഥാസ്ഥിതിക ശക്തികളുമായി കൂടിച്ചേരുകയും നവോത്ഥാന മൂല്യങ്ങൾക്കെതിരെ നിലകൊള്ളുന്നു എന്ന പ്രശ്നവും വർത്തമാനകാലത്ത് നിലനിൽക്കുകയാണ്.

വടകരയിലെ നവോത്ഥാന മുന്നേറ്റങ്ങളും ശിവാനന്ദ പരമഹംസരും

സ്വാമി വിവേകാനന്ദൻ ഭ്രാന്താലയം എന്ന് വിശേഷിപ്പിച്ച കേരളം ഇന്ന് ലോകത്തിനുമുന്നിൽ തലയുയർത്തി നിൽക്കുന്നുണ്ട്. ഇതിനുപിന്നിൽ യാഥാസ്ഥിതികത്വത്തിനെതിരെ നവോത്ഥാന സന്ദേശമുയർത്തിപ്പിടിച്ചുകൊണ്ട് നടന്ന നിരവധി പോരാട്ടങ്ങളുണ്ട്. ഓരോ നാട്ടും ഇത്തരത്തിലുള്ള അനേകം ഓർമ്മ കളുടെ അനർഘഖനിയായിരിക്കും.

നവോത്ഥാന മുന്നേറ്റങ്ങളാൽ ശ്രദ്ധേയമായിരുന്ന എന്റെ നാടായ വടകരയും. 1927 ൽ അയിത്തോച്ചാടനത്തിനായി എകെജിയുടെ നേതൃ ത്വത്തിൽ നടന്ന ജാഥ വടകരയുടെ ഉൾപ്രദേശങ്ങളെ ഇളക്കിമറിച്ചാണ് വടകരയിൽ എത്തിയത്. 1933 ൽ ജൂൺ 6 ന് സഞ്ചാര സ്വാതന്ത്ര്യം ലഭിക്കാൻ വേണ്ടി എം. രാമക്കുറുപ്പിന്റെ നേതൃത്വത്തിൽ പട്ടികജാതി-പട്ടി കവർഗ വിഭാഗങ്ങളെയും കൂട്ടി വടകരയിലെ ചേരാപ്പുരത്ത് നിരോധിക്ക പ്പെട്ട വഴികളിലൂടെ സഞ്ചരിച്ചതും അക്കാലത്തെ കോളിളക്കം സൃഷ്ടിച്ച സംഭവങ്ങളിലൊന്നായിരുന്ന. ഈ വിഭാഗത്തിലെ കുട്ടികളെ സ്കൂളിൽ പ്രവേശിപ്പിക്കാൻ വേണ്ടി മൊകേരിയിൽ നടന്ന സമരം കർഷ പ്രസ്ഥാ നത്തിന്റെ നേതൃത്വത്തിലുമായിരുന്ന.

കർഷകസംഘത്തിന്റെ നേതൃത്വത്തിൽ അമ്പലകുളങ്ങളിൽ

കളിക്കാനുള്ള അവകാശങ്ങൾക്കുവേണ്ടി നടന്ന 'കളംകളി' സമര ങ്ങളും ഈ രംഗത്തെ മറ്റൊരു ചുവടുവയ്പ്പായിരുന്നു. 1938 ജൂൺ 9 ന് മലബാറിൽ ക്ഷേത്ര പ്രവേശന ദിനമായി ആചരിച്ചതും ഇത്തരം സമരങ്ങളുടെ തുടർച്ച എന്ന നിലയിലായിരുന്നു. സാമൂതിരിയാവട്ടെ ക്ഷേത്ര പ്രവേശനത്തിന് എതിർപ്പ് പ്രകടിപ്പിക്കുകയും ചെയ്തു.

വാഗ്ഭടാനന്ദന്റെ ആത്മവിദ്യാ സംഘത്തിന്റെ പ്രവർത്തനം വടക രയിലും സജീവമായിരുന്നു. മൊയ്യാരത്ത് ശങ്കരൻ, സി.എച്ച് കണാരൻ, എം.കെ കേളു തുടങ്ങിയ അക്കാലത്തെ ജനകീയ നേതാക്കൾ ആത്മവി ദ്യാ സംഘത്തിലൂടെയാണ് പൊതുപ്രവർത്തനരംഗത്തേക്ക് എത്തിയത്. ഇദ്ദേഹം ഉണ്ടാക്കിയ ഐക്യ നാണയ സംഘമാണ് ഇന്ന് പ്രസിദ്ധമായ ഊരാളുങ്കൽ ലേബർ കോൺട്രാക്ടേഴ്സ് സൊസൈറ്റിയായി വളർന്നത്.

വടകരയിലെ നവോത്ഥാന പാരമ്പര്യത്തിന് കരുത്തായിരുന്ന ശിവാനന്ദ പരമഹംസർ. അധ്യാത്മികമായ ജീവിതത്തെ സാമൂഹ്യമാറ്റ ത്തിന്റെ ചാലിലൂടെ തിരിച്ചുവിട്ടുകൊണ്ടാണ് നവോത്ഥാനം മുന്നേറിയത്. ആ പാരമ്പര്യത്തിന്റെ വടകരയുടെ സംഭാവനയായിരുന്ന അദ്ദേഹം. നവോത്ഥാന പോരാട്ടത്തിന്റെ ഭാഗമായി 1931 മെയ് 18 ന് ശിവാനന്ദ പരമഹംസരുടെ നേതൃത്വത്തിൽ ലോകനാർ കാവ് ക്ഷേത്രക്കുളത്തിൽ കുളിക്കാൻ ശ്രമിച്ചപ്പോൾ അക്കാലത്തെ യാഥാസ്ഥിതിക വിഭാഗ ങ്ങളുമായി അവർക്ക് ഏറ്റുമുട്ടേണ്ടി വന്നു. മികച്ച ആയുർവേദ മരുന്നും ചികിത്സയും ലഭിക്കുന്ന ഈ ആശ്രമത്തിന് ഇത്തരമൊരു പാരമ്പര്യം കൂടിയുണ്ട്.

വടക്കൻപാട്ടുകളിലെ സജീവ സാന്നിധ്യമാണ് ലോകനാർ കാവ്. തച്ചോളി ഒതേനന്റെ ജീവിതത്തെ സംബന്ധിച്ച പാട്ടുകളിലെല്ലാം ഈ ക്ഷേത്രം നിറഞ്ഞുനിൽപ്പുണ്ട്. മറ്റെല്ലാ ക്ഷേത്രങ്ങളിലെന്ന പോലെ ലോകനാർ കാവിൽ പട്ടികജാതി-പട്ടികവർഗക്കാർക്കും പിന്നാക്ക വിഭാഗങ്ങൾക്കും മുമ്പ് പ്രവേശനമുണ്ടായിരുന്നില്ല. 1946 ഒക്ടോബർ 16 ന് കടത്തനാട്ട് രാജാവാണ് എല്ലാ ഹിന്ദുക്കൾക്കുമായി ഈ ക്ഷേത്രം തുറന്നുകൊടുത്തത്. അത് സംബന്ധിച്ചുള്ള അക്കാലത്തെ വിവരണം ചരിത്രത്തിന്റെ ഓർമ്മപ്പെടുത്തലായി മാറുന്നുണ്ട്. അന്ന് വന്ന വാർത്ത ഇങ്ങനെയായിരുന്നു.

'മദിരാശി മുഖ്യമന്ത്രി ടി. പ്രകാശത്തിന്റെ സാന്നിധ്യത്തിൽ ലോകനാർ കാവ് ക്ഷേത്രം എല്ലാ ജാതിക്കാർക്കും തുറന്നുകൊടുക്കുമെന്ന് പത്രങ്ങ ളിൽ വാർത്ത വന്നു. 1946 ഒക്ടോബർ 16 ന് രാവിലെ 7 മണിയോട്ടുകൂടി ലോകനാർ കാവ് പ്രദേശം ജനനിബിഡമായി. കോഴിക്കോട്, കണ്ണൂർ,

തലശ്ശേരി, കൂത്ത്പറമ്പ് പ്രദേശങ്ങളിൽ നിന്ന് ജനങ്ങൾ എത്തി. 10 മണി കഴിഞ്ഞ് ജനം ആർപ്പ് വിളി ആരംഭിച്ച. ആൽത്തറയിലേക്ക് കണ്ണ് നട്ട് ഒരു ജനസമുദ്രം തന്നെ ഉണ്ടായിരുന്നു. അവിടെ കേളപ്പജി, ശാം സുന്ദർദാസ്, തറമൽ കൃഷ്ണൻ എന്നിവരുടെ സാന്നിധ്യത്തിൽ വിളംബരം വായിക്കാൻ തമ്പുരാൻ ആൽത്തറയിലെത്തി. കുപ്പായമൂരിപ്പിടിച്ച് ജനം കാത്തുനിൽക്കുകയാണ്. വിളംബരത്തിൽ അവസാന വാചകം പൂർത്തിയാകും മുമ്പ് അവർ ക്ഷേത്രത്തിലേക്ക് ഓട്ടം തുടങ്ങിയിരുന്നു. ജനം സന്തോഷം കൊണ്ട് തുള്ളിച്ചാടി. ക്ഷേത്രാചാരങ്ങളൊന്നും തീരെ വശമില്ലായിരുന്നു പലർക്കും.

പരിസരത്ത് താമസിച്ചിരുന്ന ബ്രാഹ്മണരെല്ലാം ഒഴിഞ്ഞുപോയി. ശാന്തിക്കാരൻ വരാത്തയുകാരണം പൂജ പോലും ഒരു ദിവസം മുടങ്ങി. തളിപ്പറമ്പിൽ നിന്ന് ആളെ കൊണ്ടുവന്നാണ് പൂജ നടത്തിയത്.'

ഇത് വ്യക്തമാക്കുന്നത് എന്താണ്? നവോത്ഥാന നായകരും ദേശീയ പ്രസ്ഥാനത്തിന്റെ നേതാക്കളും കൊളുത്തിവിട്ട ജ്വാലകളിൽ നിന്നാണ് ക്ഷേത്രത്തിലേക്ക് എല്ലാ വിഭാഗം ജനതയ്ക്കും എത്താനായത്. ജാതീയമായ അടിച്ചമർത്തലിനെതിരായുള്ള ജനാധിപത്യമുന്നേറ്റം എന്ന നിലയിൽ കൂടിയാണ് അതിനെ വിശ്വാസികളും അവിശ്വാസികളു മെല്ലാം വീക്ഷിച്ചത്. ഇന്ന് നമുക്ക് സാധാരണമായിത്തീർന്ന ഒരു കാര്യം അക്കാലത്തെ ആചാരങ്ങളെ തട്ടിമാറ്റിയാണ് ഉയർന്നുവന്നതെന്ന് എന്തുകൊണ്ടാണ് നാം മറന്നുപോകുന്നത്.

നമ്മെ ആധുനിക മനുഷ്യരാക്കിയ ഇത്തരം അനുഭവങ്ങൾ ഒരോ നാട്ടിനും പറയാനുണ്ടാകും. ഇത്തരം പ്രാദേശിക ചരിത്രങ്ങളെ ഓർമ്മ പ്പെടുത്തുന്നതിനുള്ള ഇടപെടലുകൾ നമ്മുടെ നാട്ടിൽ ഉണ്ടാവേണ്ടതുണ്ട്. നാം മുന്നേറിയത് യാഥാസ്ഥിതികത്വത്തെ പൂജിച്ചുകൊണ്ടല്ല, അവയെ തട്ടിമാറ്റി കുതിച്ചുകൊണ്ടാണെന്ന ചരിതം നമുക്ക് മറക്കാതിരിക്കാം.

സാഹിത്യചിന്തകളിലെ നവോത്ഥാനം

തുഞ്ചത്തെഴുത്തച്ഛനും
ഭക്തിയിലെ നവോത്ഥാനവും

മലയാള ഭാഷയ്ക്ക് വലിയ സേവനം നൽകിയ തുഞ്ചത്ത് രാമാനുജൻ എഴുത്തച്ഛന്റെ വരികൾ കേൾക്കാത്തവരോ അറിയാത്തവരോ മലയാളികളായി ഉണ്ടാവില്ല. ഭക്തിയുടെ രംഗത്ത് നവോത്ഥാനത്തിന്റെ വഴികൾ തുറന്നുവച്ച ജീവിതമായിരുന്നു അത് എന്നതിനാലാണ് ഇത് ഉണ്ടായത്.

'ശൂദ്രമക്ഷര സംയുക്തം ദൂരതപരിവർജ്ജേയൻ' (അക്ഷരം പഠിച്ച ശൂദ്രനെ അകറ്റിനിർത്തേണ്ടതാണ്) എന്ന സ്തുതിവാക്യമായിരുന്ന കാലഘട്ടത്തിന് തൊട്ടുപിന്നിന്നാലെയാണ് എഴുത്തച്ഛന്റെ സാഹിത്യ ജീവിതം.

എഴുത്തച്ഛൻ എഴുതി തുടങ്ങിയ ഘട്ടത്തിൽ തന്നെ അന്നത്തെ ആഢ്യ ബ്രാഹ്മണ്യ പ്രമാണിമാർ അതീവ പുച്ഛത്തോടെ എഴുത്തച്ഛനെ അന്ന് അധിക്ഷേപിക്കുകയായിരുന്നു. 'ചക്കാല ചെറുക്കന്റെ ചക്കിൽ എത്രയാട്ടം' എന്ന ചോദ്യമായിരുന്ന അവർ ഉയർത്തിയത്. ചക്ക് ആട്ടി എണ്ണയുണ്ടാക്കി ഉപജീവനം കഴിക്കുന്ന കുടുംബത്തിൽ ജനിച്ചുവെന്നതിന്റെ ആക്ഷേപമായിരുന്ന അത്.

എഴുത്തച്ഛൻ അന്ന് വളരെ കൃത്യമായി അവർക്ക് മറുപടി പറഞ്ഞു. 'നാല്യം ആറും ആട്ടം,' എന്നായിരുന്ന ആ മറുപടി. അതായത് നാല് വേദങ്ങളും ആറ് ശാസ്ത്രങ്ങളും തനിക്ക് വഴങ്ങുമെന്ന സന്ദേശം. അതിൽ

അക്കാലത്തെ ബ്രാഹ്മണ്യ പ്രമാണിമാരുടെ ആധിപത്യത്തിനെതിരാ യുള്ള കലാപത്തിന്റെ കനലുണ്ടായിരുന്നു. ആ കനലിൽ നിന്ന് ആളി പ്പടർന്നതായിരുന്നു എഴുത്തച്ഛന്റെ സാഹിത്യ ജീവിതം.

ഹരിനാമ കീർത്തനം എഴുതിയപ്പോൾ എഴുത്തച്ഛൻ ജാതി നിരപേ ക്ഷമായ മനുഷ്യത്വത്തിന്റെ മൂല്യം അതിൽ ഉൾച്ചേർത്തു.

'ഊരുവായ പെണ്ണിനും ഇരപ്പനും ദാഹകനും,

പതിതനും അഗ്നി അജനം ചെയ്യ ഭ്രസുരനും;'

ഊരുവായ പെണ്ണിനും തെണ്ടി നടക്കുന്നവനും ചടല സൂക്ഷിപ്പുകാരനും ഒക്കെ ബ്രാഹ്മണർ എന്ന പോലെ തന്നെ ദൈവത്തിന് മേൽ അവകാ ശമുണ്ട് എന്നാണ് ഹരിനാമകീർത്തനത്തിൽ എഴുത്തച്ഛൻ പറഞ്ഞത്. പെണ്ണിനെയെന്നല്ല, ഊരുവായ പെണ്ണിനെപ്പോലും മാറ്റിനിർത്തരുത് എന്നാണ് എഴുത്തച്ഛൻ ഈ വരികളിൽ പറയുന്നത്.

എല്ലാവർക്കും ഒരുപോലെ അവകാശപ്പെട്ടതാണ് ദൈവമെന്ന ഭക്തിപ്രസ്ഥാനത്തിന്റെ ആശയഗതികളുടെ മലയാളത്തിലെ പതാക വാഹകനായിരുന്ന എഴുത്തച്ഛൻ. എല്ലാ വിഭാഗങ്ങൾക്കും അവകാശ പ്പെട്ടതാണ് ദൈവമെന്ന ആശയത്തെ എഴുത്തച്ഛൻ സ്ഥാപിക്കുകയാ യിരുന്നു.

പെണ്ണ് മാറ്റിനിർത്തിപ്പെടേണ്ടവളാണ് എന്ന അക്കാലത്തെ ആഢ്യ ചിന്തയ്ക്കെതിരെയുള്ള പ്രതിരോധമായിരുന്നു ഹരിനാമകീർത്തനം. എന്നാൽ ആ ഹരിനാമകീർത്തനം പ്രാർത്ഥനയായി ഇപ്പോഴും ആലപി ക്കുന്നവർ തന്നെയാണ് ആർത്തവമുള്ള സ്ത്രീകളെ മാറ്റിനിർത്തണമെന്ന് പറഞ്ഞുനടക്കുന്നത് എന്നതാണ് വിരോധാഭാസം. പരമഭക്തനായ എഴുത്തച്ഛന്റെ ചിന്ത ഇത്തരത്തിൽ സമഭാവനയുടെതായിരുന്നു.

അന്ന് എഴുത്തച്ഛനെ പരിഹസിച്ചവരുടെ കൃതികളില്ലൂടെയല്ല, മലയാളി ശ്രീരാമനെയും ശ്രീകൃഷ്ണനെയും അറിഞ്ഞത്, മറിച്ച് അദ്ധ്യാ ത്മരാമായണത്തില്ലൂടെയും മഹാഭാരതം കിളിപ്പാട്ടില്ലൂടെയുമാണ്. കിളിയെക്കൊണ്ട് പാട്ടുപാടിക്കേണ്ട സാഹചര്യമുണ്ടായതും അന്നത്തെ വഴക്കങ്ങളെ മറികടക്കാനുള്ള ഇടപെടലായിരുന്നു. ഇങ്ങനെ വഴക്ക ങ്ങളെ അത് ലംഘിച്ച് മുന്നേറിയതാണ് നമ്മുടെ ഭക്തി പാരമ്പര്യമെന്നും ഇത് വ്യക്തമാക്കുന്നു. കർക്കിടമാസത്തിൽ രാമായണം വായിക്കുന്നവർ പോലും ഇതൊരു സമരത്തിന്റെ ഉൽപ്പന്നമായിരുന്നുവെന്ന് ഓർക്കാ റേയില്ല.

 പഴമയുടെ പുതുവായനകൾ

എഴുത്തച്ഛനെ മലയാളികൾ ഇന്നും ഓർക്കുന്നു. മലയാളമുള്ളിട ത്തോളം അതുണ്ടാവുകയും ചെയ്യും. എന്നാൽ അന്ന് എഴുത്തച്ഛനെ പരിഹസിച്ചവർ ചരിത്രത്തിന്റെ ചവറ്റുകൊട്ടയിൽ എറിയപ്പെടുകയാ യിരുന്നു. സാമൂഹ്യമുന്നേറ്റങ്ങളെ തടുക്കാൻ ശ്രമിച്ചവർക്കെല്ലാം സംഭ വിച്ചത് ഇതെല്ലാതെ മറ്റൊന്നല്ല.

സാമൂഹ്യ മുന്നേറ്റത്തിന്റെ പതാകവാഹകരായവർ ചരിത്രത്തിൽ എന്നും തങ്കലിപികളിൽ തിളങ്ങിനിൽക്കും. അതെ എഴുത്തച്ഛൻ തില ങ്ങിനിൽക്കുന്നു. ഭക്തിയിലെ യാഥാസ്ഥിതികത്തെ ചരിത്രത്തിന്റെ ചവറ്റുകൊട്ടയിലെറിഞ്ഞുകൊണ്ട്.

ഇന്ദുലേഖയും നവോത്ഥാന ചർച്ചകളും

മലയാളത്തിലെ ആദ്യത്തെ ലക്ഷണമൊത്ത നോവലേതെന്ന് സ്കൂൾ കാലത്തെ ക്വിസ് മത്സരങ്ങളിൽ സ്ഥിരം ചോദ്യമായിരു ന്നു. അതുകൊണ്ട് തന്നെ അതിനുത്തരമായ ഇന്ദുലേഖ എന്ന നോവൽ സ്കൂൾ വിദ്യാഭ്യാസ കാലത്ത് തന്നെ മനസ്സിൽ തറച്ചതാണ്. മാത്രമ ല്ല, പിന്നീട് സ്കൂൾ പഠനകാലത്ത് ഇന്ദുലേഖ ഉപപാഠപുസ്തകമായും പഠിച്ചത് ഒരു കഥ എന്ന നിലയിൽ മനസ്സിൽ കുടിയേറി. മുതിർന്ന ക്ലാസ്സിൽ എത്തുമ്പോഴാണ് അത് സാമൂഹ്യസംഘർഷങ്ങളുടെയും സ്ത്രീകളുടെ സ്വയംനിർണ്ണയ അവകാശത്തിന്റെയും കാഴ്ചപ്പാടുകൾ ഉൾക്കൊള്ളുന്ന കൃതിയാണെന്ന് തിരിച്ചറിയുന്നത്.

ഇന്ദുലേഖ എന്ന നോവലിൽ അമ്മാവനായ പഞ്ചുമേനോൻ നടത്തു ന്ന ശപഥമാണ് നോവലിലെ ഇതിവൃത്തം. ഉപരിപഠനത്തിനായി തന്റെ സഹോദരനായ ശിന്നനെ മദ്രാസിലേക്ക് പറഞ്ഞയക്കണമെ ന്ന മാധവന്റെ അപേക്ഷയെ പഞ്ചുമേനോൻ തള്ളുന്നു. തറവാട്ടിലെ സ്വത്തിൽ നിന്ന് ഭാഗമെടുത്ത് ശിന്നനെ പഠിപ്പിക്കണമെന്നാണ് മാധവന്റെ വാദം. എന്നാലത് തള്ളപ്പെടുന്നു. തുടർന്ന് മാധവൻ പഞ്ചുമേ നോന്റെ സമ്മതമില്ലാതെ ശിന്നനെ ഉപരിപഠനത്തിന് മദ്രാസിലേക്ക് കൊണ്ടുപോകുന്നു.

മാധവനുമായി പ്രണയത്തിലായിരുന്ന പഞ്ചുമേനോന്റെ പേരമക ളായ ഇന്ദുലേഖയെ വിവാഹം കഴിപ്പിച്ച് നൽകില്ലെന്ന് മാധവനോട് പകരം വീട്ടുന്നതിനായി അദ്ദേഹം നിശ്ചയിക്കുന്നു. മാത്രമല്ല,

 പഴമയുടെ പുതുവായനകൾ

ഇന്ദുലേഖയെ കണ്ണഴി മൂർക്കില്ലത്തെ സൂരിനമ്പൂതിരിപ്പാട് എന്ന വൃദ്ധ നെക്കൊണ്ട് വിവാഹം കഴിപ്പിക്കുന്നതിനുള്ള ഇടപെടലും നടത്തുന്നു. അതിനായി സൂരിനമ്പൂതിരിപ്പാടിനെ തറവാട്ടിലേക്ക് കൊണ്ടുവരുന്നു. എന്നാൽ ഒരു കാരണവശാലും അവരെ വിവാഹം കഴിക്കില്ലെന്ന് ഇന്ദുലേഖ കടുത്ത നിലപാടെടുക്കുന്നു. അവസാനം സൂരിനമ്പൂതിരി പ്പാട് നാണംകെട്ട് കല്ല്യാണിക്കുട്ടിയെ കല്യാണം കഴിച്ച് നാട്ടുവിടുന്നു. കല്ല്യാണിക്കുട്ടിയെ കല്യാണം കഴിച്ചുപോകുമ്പോൾ പുറത്ത് ഇന്ദുലേഖ യാണ് കല്യാണം കഴിച്ചതെന്ന വാർത്തയാണ് പ്രചരിക്കുന്നത്. അത് വിശ്വസിച്ച് മാധവൻ നാട്ടുവിടുന്നു. തുടർന്ന് അദ്ദേഹത്തെ കണ്ടുപിടിച്ച് തെറ്റിദ്ധാരണ മാറ്റി ഇന്ദുലേഖയുമായി തന്നെ കല്യാണവും നടക്കുന്നു.

ഇന്ദുലേഖ എന്ന നോവൽ അക്കാലത്തെ സാമൂഹ്യ ജീവിതത്തി ന്റെ പ്രതിഫലനം കൂടിയാണ്. നായർ, നമ്പൂതിരി സമുദായത്തിലെ മരുമക്കത്തായവും ജാതി വ്യവസ്ഥയും നമ്പൂതിരിമാർ നായർ സ്ത്രീകളെ സംബന്ധം കഴിക്കുന്ന സമ്പ്രദായവും അതിലുണ്ട്. അന്നത്തെ നായർ സമുദായത്തിൽ അഭിമാനമായി കണ്ടിരുന്ന നമ്പൂതിരിമാരുമായുള്ള വിവാഹ ബന്ധത്തിന്റെ അകത്തളങ്ങളിലേക്കും ഈ നോവൽ കടന്ന ചെല്ലുന്നുണ്ട്. നായർ സമുദായത്തിലെ ഇത്തരത്തിലുള്ള നമ്പൂതിരി ബാന്ധവത്തിനെതിരായാണല്ലോ മന്നത്ത് പത്മനാഭനെപ്പോലുള്ളവർ പിൽക്കാലത്ത് രംഗത്ത് വന്നത്.

ഇന്ദുലേഖ ഉന്നയിക്കുന്ന ഏറ്റവും പ്രധാനപ്പെട്ട പ്രശ്നം പെൺകുട്ടി ആരെ വിവാഹം കഴിക്കണമെന്ന് നിശ്ചയിക്കാനുള്ള അവകാശം ആർക്കാണ് എന്നതാണ്. കന്യാദാനം പോലെ എടുത്തുകൊടുക്കപ്പെ ടുന്ന ഒന്നായി വിവാഹത്തെ കാണുന്ന ഫ്യൂഡൽ മൂല്യബോധത്തിന് എതിരെയുള്ള കലാപമാണ് യഥാർത്ഥത്തിൽ ഇന്ദുലേഖ. സ്ത്രീ എടുത്തു കൊടുക്കപ്പെടേണ്ട ഒരു വസ്തുവല്ലെന്നും മറിച്ച് അവൾ ഒരു വ്യക്തിയാ ണെന്നുമുള്ള പ്രഖ്യാപനം കൂടിയായിരുന്നു ഈ നോവൽ. പെൺകുട്ടിക ൾക്ക് അവർക്കിഷ്ടമുള്ളവർക്കൊപ്പം ജീവിക്കാനുള്ള സാഹചര്യമാണ് കുടുംബവും സമൂഹവും ഒരുക്കേണ്ടതെന്ന മൂല്യബോധമാണ് 1889 ൽ പ്രസിദ്ധീകരിച്ച ഇന്ദുലേഖ പ്രദാനം ചെയ്യുന്നത്. 1847 ൽ ജനിച്ച ചന്തു മേനോൻ ഈ ആശയത്തെ മുന്നോട്ടുവയ്ക്കുന്നതിന് കൂടിയാണ് ഇന്ദുലേഖ എഴുതിയത്.

ഇന്ദുലേഖയിലെ പതിനെട്ടാം അധ്യായം അക്കാലത്തെ രാഷ്ട്രീയ ചിന്തകളും നവോത്ഥാന മൂല്യങ്ങളും ഉൾക്കൊള്ളുന്ന ആശയങ്ങളുടെ ലോകമാണ് നമുക്ക് മുമ്പിൽ തുറന്നുതരുന്നത്. എന്നാൽ ഇപ്പോൾ

ചില നേതാക്കളുടെ നവോത്ഥാന ചിന്തകൾ 1800 കളുടെ അവസാനം ഉയർന്നുവന്ന ഇന്ദുലേഖയിലെ മൂല്യബോധത്തിന് ഒപ്പം പോലും എത്തുന്നില്ല. സ്ത്രീകളുടെ വ്യക്തിത്വം അംഗീകരിക്കാതെ എടുത്തുകൊട്ട ക്കപ്പെടുന്ന ഒരു വസ്തുവായി കാണുന്ന ചിന്തകളാണ് കേരളീയ സമൂഹം നേരിടുന്ന പ്രധാന പ്രതിസന്ധികളിലൊന്ന് എന്ന് പറയാതിരിക്കാനാ വില്ല. സ്ത്രീയും പുരുഷനെപ്പോലെ ചിന്തയും ഇഷ്ടാനിഷ്ടങ്ങളുമെല്ലാമുള്ള ഒരു വ്യക്തിയാണെന്ന് നാം മനസ്സിലാക്കാതിരിക്കില്ല.

പഴമയുടെ പുതുവായനകൾ

കറുപ്പം സൗന്ദര്യമാണ്

ഇന്ത്യയിൽ ആഫ്രിക്കയിൽ നിന്നെത്തിയ ഒരു വിദ്യാർത്ഥി തനിക്കുണ്ടായ അനുഭവങ്ങൾ വിശദീകരിക്കുകയുണ്ടായി. അപരിചിതനെപ്പോലെ ജനങ്ങൾ ഇറിച്ചുനോക്കുന്ന സ്ഥിതി മാത്ര മല്ല, കരിങ്കുരങ്ങ് എന്നൾപ്പെടെ വിളിച്ച് പരിഹസിക്കുന്ന അനുഭവ ത്തെ വേദനാജനകമായി തന്നെ ആ കുട്ടി ചിത്രീകരിക്കുകയുണ്ടായി. കഴിഞ്ഞ ദിവസം വെള്ളാപ്പള്ളി നടേശന്റെ കരിങ്കുരങ്ങ് പരാമർശം കേട്ടപ്പോൾ ഈ സംഭവമാണ് ഓർമ്മയിലെത്തിയത്.

എങ്ങനെയാണ് കറുപ്പ് നമ്മുടെ സൗന്ദര്യ സങ്കൽപങ്ങളിൽ വൈരൂപ്യത്തിന്റെ അടയാളമായി തീർന്നത്? ആരാണ് നമ്മുടെ സൗന്ദര്യസങ്കൽപങ്ങളെ ഇത്തരത്തിൽ മാറ്റി കുറിച്ചത്? വെളുപ്പായി മാറാനുള്ള വ്യഗ്രതയിൽ കോസ്മെറ്റിക്കുകളുടെ ലോകത്തേയ്ക്ക് നാം നയിക്കപ്പെട്ടത് എന്തുകൊണ്ടാണ്?

ഇന്ത്യയിൽ ആര്യന്മാരുടെ വരവോടെ തദ്ദേശവാസികളായ ദസ്യു ക്കളെ രണ്ടാംകിടയായി ചിത്രീകരിച്ച് കറുപ്പിനെ ഇകഴ്ത്തിക്കെട്ടുന്ന രീതി വികസിച്ചവരുന്നതായി കാണാവുന്നതാണ്. അവർ അവതരിപ്പിച്ച ചാതുർവർണ്ണ്യം പിന്നീട് ജാതിവ്യവസ്ഥയായി മാറ്റപ്പെട്ടതോടെ ദളിതക ളുടേയും മറ്റും നിറമായി മാറിയ കറുപ്പ് ചരിത്രത്തിലെ ആധിപത്യത്തിന്റെ ഭാഗമായി വൈകൃതത്തിന്റെ പട്ടികയിലേക്ക് സ്ഥാനം പിടിക്കുകയാണ് ഉണ്ടായത്.

ലോകത്താണെങ്കിൽ യൂറോപ്യൻ അധിനിവേശം ശക്തിപ്പെടുകയും ആഫ്രിക്കൻ അടിമകളെ തങ്ങളുടെ ഇംഗിതത്തിനായി ഉപയോഗ പ്പെടുത്തുകയും ചെയ്യുന്ന ഘട്ടത്തിൽ കറുപ്പ് രണ്ടാംകിടയായി മാറ്റുന്ന സൗന്ദര്യ സങ്കല്പങ്ങൾ സ്ഥാനം പിടിക്കുകയും ചെയ്തു. ബ്രിട്ടീഷുകാ രന്റെ ആധിപത്യം വന്നതോടെ ഇന്ത്യയിലും ഇത്തരം സമീപനങ്ങൾ കരുത്താർജ്ജിച്ചുവന്നു.

ശാസ്ത്രീയമായി വിശകലനം ചെയ്താൽ തൊലിയുടെ നിറത്തിന് അടിസ്ഥാനം അതിന് താഴെ സ്ഥിതി ചെയ്യുന്ന മെലാനിൻ എന്ന വർണ്ണ ദ്രവ്യമാണ്. അത് തൊലിയിൽ അധികമുണ്ടായാൽ അതിന്റെ നിറം കറുക്കും. കുറവാണെങ്കിൽ വെളുപ്പ്. ഇടനിലയാണെങ്കിൽ തവി ട്ടുനിറവ്വമായിരിക്കും രൂപം കൊള്ളുന്നത്. പൊതുവെ ചൂടിൽ നിന്നുള്ള പ്രതിരോധമാണ് കറുപ്പ് നിർവഹിക്കുന്നതെങ്കിൽ മഞ്ഞുകൊണ്ടുള്ള മരവിപ്പിനെ തടുക്കാൻ വെളുപ്പ് സഹായിക്കുന്നുവെന്നാണ് കരുതുന്നത്.

രാഷ്ട്രീയ ആധിപത്യത്തിന്റെ അടിസ്ഥാനത്തിൽ നടത്തിയ പ്രത്യയശാസ്ത്ര പ്രയോഗം നിമിത്തമാണ് വർണ്ണ വിവേചനം രൂപപ്പെട്ട് വരുന്നത്. മനുഷ്യപൂർവ്വികർ ഉഷ്ണമേഖലാ പ്രദേശ മായ ആഫ്രിക്കയിൽ പരിണമിച്ചുണ്ടായത് എന്നതിനാൽ കറുത്ത നിറമാണ് മനുഷ്യന്റെ പ്രകൃത്യാലുള്ള നിറമെന്ന് കാണാം. തണുപ്പ് പ്രദേശങ്ങളിൽ താമസിച്ചവർക്ക് കറുപ്പ് നിറം മെല്ലെ കുറഞ്ഞുവന്ന തായും ഊഹിക്കാവുന്നതാണ്. ലോകത്ത് വ്യത്യസ്തമായ നിറങ്ങൾ മനുഷ്യർക്ക് ഉണ്ടായതുകൊണ്ടല്ല, വർണ്ണവിവേചനങ്ങൾ രൂപപ്പെട്ടത്. വെള്ളക്കാർ ലോകം വെട്ടിപ്പിടിച്ചതിന് ശേഷമാണ് വെളുപ്പ് മാതൃകാ വർണ്ണമായി തീരുന്നത്. അങ്ങനെയാണ് നിറം വംശീയ മർദ്ദനത്തിന്റെ അടിത്തറയായി പരിണമിക്കുന്നത്.

ഇന്ത്യയിൽ തന്നെ കറുപ്പിനെ സൗന്ദര്യമായി കാണുന്ന സങ്കല്പ ങ്ങളും ഉണ്ടായിരുന്നു. കൃഷ്ണൻ കറുത്തവനാണ്. പാഞ്ചാലിയുടെ വർണ്ണവും കറുപ്പ് തന്നെ. എന്നാൽ ആധുനിക കാലത്ത് ടെലിവിഷനി ലേക്കും മറ്റും ഈ കഥാപാത്രങ്ങൾ പരിവർത്തിക്കപ്പെട്ടപ്പോൾ നിറം വെളുപ്പായി മാറി. നമ്മുടെ സൗന്ദര്യസങ്കല്പങ്ങളിൽ സംഭവിച്ചിട്ടുള്ള ഒരു അട്ടിമറിയാണ് ഇതെന്ന് കാണാം.

എസ്.എൻ.ഡി.പിയുടെ സെക്രട്ടറിയായിരുന്ന കുമാരനാശാൻ വർണ്ണത്തിന്റെയും ജാതിയുടെയും അടിസ്ഥാനത്തിലുള്ള ഇത്തരം സൗന്ദര്യദർശനങ്ങളെ തകിടംമറിച്ചുകൊണ്ടാണ് നീങ്ങിയത്. 'ദുരവസ്ഥ' പോലുള്ള കൃതികൾ അദ്ദേഹം രചിക്കുകയും ചെയ്തു. അതുകൊണ്ടാണ്

        പഴമയുടെ പുതുവായനകൾ

`ചണ്ഡാലഭിക്ഷുകി'യിൽ ആധിപത്യ സംസ്കാരത്തെ ചോദ്യം ചെയ്തു കൊണ്ടാണ് കുമാരനാശാന്റെ ബുദ്ധഭിക്ഷു ``ഒരു നീചനാരി''യെ ``പുണ്യ ശാലിനി'' എന്ന് വിളിച്ചത്. വർഗസമരത്തിന്റെ വേദിയായി വാക്കുകൾ തന്നെ മാറുമെന്ന അൽത്തുസറുടെ കാഴ്ചപ്പാടുകൾ ഇവിടെ ചേർത്ത് വായിക്കാം.

ബഹുസ്വരതയുടെ കാഴ്ചകൾക്ക് വേണ്ടിയാണ് നാം എന്നും നിലകൊള്ളേണ്ടത്. കറുപ്പും വെളുപ്പും അടക്കമുള്ള ലോകത്തെ സർവ്വ നിറങ്ങളേയും ഒരേപോലെ കാണുകയും അവയിലെല്ലാം സൗന്ദര്യം ദർശിക്കുകയും ചെയ്യുന്ന ഒരു കാലത്തെയാണ് നാം ഹൃദയത്തിൽ സൂക്ഷിക്കേണ്ടതും ഏറ്റുവാങ്ങേണ്ടതും. ലോകത്ത് അത്തരത്തിലുള്ള ജനാധിപത്യപരമായ സൗന്ദര്യ സങ്കൽപ്പങ്ങൾ വികസിക്കണമെങ്കിൽ മനുഷ്യന്റെ വർണ്ണങ്ങളെ രണ്ടാംകിടയായി കാണുന്ന ധാരണകൾക്കെ തിരെ ജനതയെ ഉണർത്തേണ്ടതുണ്ട്.

ജാതീയമായ അടിച്ചമർത്തലുകൾക്കായി വർണ്ണങ്ങളേയും മറ്റം ഉപയോഗിക്കുന്ന സംസ്കാരത്തിനെതിരെയാണ് കുമാരനാശാൻ ഉൾപ്പെടെയുള്ള എസ്.എൻ.ഡി.പി ജനറൽ സെക്രട്ടറിമാർ പൊര തിയിട്ടുള്ളത്. ശ്രീനാരായണ ദർശനത്തിന്റെ വിമോചനത്തെ മുഴുവൻ ചാതുർവർണ്ണ്യ പ്രത്യയശാസ്ത്രത്തിന്റെ വക്താക്കളായ സംഘപരിവാ റിന്റെ കാൽക്കീഴിൽ അടിയറവെച്ച വെള്ളാപ്പള്ളി നടേശനെപ്പോലെ ഒരാളിൽനിന്ന് അതിൽ കൂടുതൽ പ്രതീക്ഷിക്കേണ്ടതില്ലല്ലോ?

മനുഷ്യരെല്ലാം പരസ്പര സ്നേഹത്തോടും ബഹുമാനത്തോടും കഴിയാനും ജീവിക്കാനും പറ്റുന്ന ഒരു ലോകത്തെക്കുറിച്ച് സങ്കൽപ്പിക്ക ന്നവർക്ക് എല്ലാ വർണ്ണങ്ങളേയും ഉൾക്കൊള്ളുന്ന പൂന്തോട്ടം പോലുള്ള ഒരു ജീവിതകാഴ്ചയെ മാത്രമേ ഉൾക്കൊള്ളാനാകൂ. ആ ദിശയിലേക്ക് നമ്മുടെ സൗന്ദര്യസങ്കൽപ്പങ്ങളെ വികസിപ്പിക്കേണ്ടതില്ലേ? അതിന്റെ പ്രാധാന്യത്തിലേക്കല്ലേ ഇത്തരം സംഭവങ്ങൾ വിരൽ ചൂണ്ടുന്നത്?

ഇതിഹാസങ്ങളുടെ ആധുനികവായനകൾ

മഹാഭാരത പഠനവും പി.ജിയുടെ ചിന്തകളും

പരന്ന വായനയും അഗാധമായ ചിന്തയും കൊണ്ട് നമ്മെ വിസ്മയിപ്പിച്ച പി.ജി മഹാഭാരതത്തെ നാം കാണേണ്ട രീതിയെക്കുറിച്ച് എഴുതിയ ലേഖനമാണ് 'മഹാഭാരതമെന്ന മഹാപ്രസ്ഥാനം' എന്നത്. ഇലിയഡും ഒഡീസിയും സംസ്കാരവും സഹൃദയത്വവുമുള്ള ഏതൊരാൾക്കും വായിക്കാനാവും. എന്നാൽ ഇന്ത്യൻ സമകാലീന ജീവിതത്തിൽ വാത്മീകിയുടെ രാമനെയും സീതയെയും വ്യാസന്റെ കൃഷ്ണനെയും അർജ്ജനനെയും ദ്രൗപതിയെയും പോലെ ഗ്രീസിലെയോ യൂറോപ്പിലെയോ ജനതയ്ക്കിടയിൽ ഹെലനം അഗമെമ്മം മറ്റും സ്മരിക്കപ്പെടുന്നുണ്ടോ എന്ന പോലും സംശയമാണെന്ന കാര്യവും പി.ജി ഉന്നയിക്കുന്നു.

വിവിധ സമൂഹങ്ങൾ തലമുറയായി കൈമാറിയ മതഗ്രന്ഥങ്ങളെയും ഇതിഹാസ പുരാണങ്ങളെയും ശാസ്ത്രീയമായി വിശകലനം ചെയ്ത് പഠിക്കണം. അതിനുപകരം അക്ഷരാർത്ഥം മാത്രം ഗ്രഹിക്കകയും അന്തരാർത്ഥം അവഗണിക്കുകയും ചെയ്യുന്ന അന്ധതയാണ് മതമൗലികതാവാദത്തിന്റെയും മതഭ്രാന്തിന്റെയും വർഗ്ഗീയതയുടെയും ഉറവിടമെന്ന് പി.ജി നിരീക്ഷിക്കുന്നു. അങ്ങനെ ലോകോത്തരമായ മാനവധർമ്മങ്ങൾ പഠിപ്പിക്കാനും പ്രചരിപ്പിക്കാനും ശ്രമിച്ച ഇത്തരം കൃതികൾ പരസ്പര വിദ്വേഷത്തിന്റെയും രക്തംചീന്തലിന്റെയും ഉപാധിയായി മാറുന്ന അവസ്ഥയിലേക്ക് പി.ജി വിരൽ ചൂണ്ടുന്നു.

ഇന്ത്യയിലെ വിവിധ ഭാഗങ്ങളിൽ പ്രചരിക്കുന്ന മഹാഭാരതത്തിന്റെ ശുദ്ധപാഠം തയ്യാറാക്കാൻ പ്രൊഫ. വി.എസ് സൂക്താംഗാറാണ് നേതൃത്വം കൊടുത്തത്. ഇന്ത്യയിലെ വിവിധ ഭാഷകളിലെ പാഠങ്ങൾ ശേഖരിച്ച് താരതമ്യപ്പെടുത്തിയാണ് ഈ ശ്രമം നടന്നത്). ആർഷഭാരത പാരമ്പര്യത്തിന്റെ ആരാധകനും ഇതിഹാസങ്ങളുടെ ധാർമ്മിക മൂല്യങ്ങ ളിൽ വിട്ടുവീഴ്ചയില്ലാതെ വിശ്വസിക്കുകയും ചെയ്യന്ന വ്യക്തിയായിരുന്ന അദ്ദേഹം. പാഞ്ചാലിയുടെ അക്ഷയപാത്രം പോല്ലുള്ള കഥകളെ തള്ളി ക്കളഞ്ഞുകൊണ്ടാണ് ശുദ്ധം പാഠം തയ്യാറാക്കിയത്.

മഹാഭാരതം തന്നെ ഇത്തരം കൂട്ടിച്ചേർക്കലുകളെയും കൈമാറ്റ ങ്ങളെയും വ്യക്തമാക്കുന്നുണ്ടെന്ന് മഹാഭാരത പാഠത്തെ മുൻനിർത്തി പി.ജി പറയുന്നു. അഭിമന്യുവിന്റെ മകനായ ജനമേജയരാജാവ് സർപ്പ സത്രം എന്ന മഹായാഗം നടത്തുന്ന ഘട്ടത്തിലാണ് രാജാവിനെയും സദസ്യരെയും വൈശമ്പായൻ മഹാഭാരതം ചൊല്ലിക്കേൾപ്പിച്ചതെന്ന് മഹാഭാരത പാഠത്തിൽ തന്നെ പറയുന്നുണ്ട്. ഇതെല്ലാം വിശദീകരിക്ക ന്ന ആദിപർവ്വത്തിന്റെ ഇടക്കത്തിൽ ജനമേജയൻ സംശയ നിവാരണ ത്തിനായി ചില ചോദ്യങ്ങൾ ചോദിക്കുകയും വൈശ്യമ്പായൻ അതിന് മറുപടി പറയുകയും ചെയ്യന്നു. ഈ ചോദ്യങ്ങൾ അതിൽ എഴുതിചേ ർത്തത് ഒരിക്കലും വ്യാസൻ ആകുകയില്ലല്ലോ? ഇത് പിന്നീട് ആരെങ്കിലും എഴുതി ചേർത്ത് വ്യാസകൃതി വിപുലപ്പെടുത്തിയതാകുമല്ലോ? ഈ വൈശ്യമ്പായ പതിപ്പ് 'സൗതി' എന്ന ഇതിഹാസ ഗായകൻ ശൗനകരാജവിന്റെ നീണ്ട ഒരു യജ്ഞകാലത്ത് അദ്ദേഹത്തെയും ചൊല്ലിക്കേൾപ്പിക്കുന്നുണ്ട്. അതിലും വൈശ്യമ്പായ-ജനമേജയ പ്ര ശ്ലോത്തരി പോലെ ചോദ്യോത്തരങ്ങൾ ആവർത്തിക്കുന്നുണ്ട്. ഇങ്ങനെ മഹാഭാരതം വ്യാസമൂലകൃതിയുടെ വികസിത രൂപമാണെന്ന് വ്യക്ത മാക്കുന്നു.

വ്യാസൻ മൂന്ന് വർഷം അഹോരാത്രം പണിയെടുത്താണ് മൂലകൃതി രചിച്ചത് എന്ന് മഹാഭാരതത്തിൽ പരാമർശമുണ്ട്. അതിന്റെ അന്നത്തെ പേരാവട്ടെ 'ജയം' എന്നായിരുന്ന. ഗുരുവിൽ നിന്നു പഠിച്ച 'ജയം' എന്ന ഇതിഹാസത്തെ ജനമേജയനുവേണ്ടി ചൊല്ലിക്കൊടുക്കുകയും വിപുലീകരിക്കുകയും ചെയ്ത വൈശ്യമ്പാ യനപതിപ്പാണ് ഭാരതം. അവസാനം വൈശ്യമ്പായയന്റെ രണ്ടാം പതിപ്പായ ഭാരതം ശൗനകരാജാവിന് ചൊല്ലിക്കൊടുത്ത രൂപവും അത്തോടനുബന്ധിച്ച വിശദീകരണവും ചേർന്നപ്പോഴാണ് മഹാഭാ രതമെന്ന മഹാവടവൃക്ഷം രൂപപ്പെട്ടത്. മഹാഭാരതം എന്നത് ഒരു

മഹാപ്രസ്ഥാനമായിരുന്നു എന്ന് പി.ജി ഇതിലൂടെ വ്യക്തമാക്കുന്നു. മഹാഭാരതത്തിന്റെ ഇത്തരം വികാസ പരിണാമ ചരിത്രം മനസ്സിലാക്കിക്കൊണ്ടുവേണം അതിന്റെ പാഠങ്ങളിലേക്ക് കടക്കാ നെന്ന് പി.ജി ഓർമ്മിപ്പിക്കുന്നു. മാത്രമല്ല വിവേചനത്തോടെ സമകാലീന പ്രസക്തിയുള്ള ഭാഗങ്ങൾ പഠിക്കാനും കഴിയണം. ഇതിഹാസങ്ങളെ രാഷ്ട്രീയ പ്രയോഗത്തിന് വിധേയമാക്കാൻ ശ്രമി ക്കുന്ന വർത്തമാന കാലത്ത് അവയെ ശരിയായ രീതിയിൽ മനസ്സി ലാക്കുക എന്നത് പ്രധാനമാണ്. എങ്കിലേ അതിനെ മനുഷ്യഹത്യക്കു പയോഗിക്കുന്ന രാഷ്ട്രീയ പ്രയോഗങ്ങളെ പ്രതിരോധിക്കാൻ കഴിയൂ. വർണ്ണവ്യവസ്ഥ മനുഷ്യ ജീവിതത്തിന് ആഹ്ലാദങ്ങളല്ല വേദനകളും ഒറ്റപ്പെടലുമാണ് സമ്മാനിച്ചതെന്ന് മഹാഭാരതം നമ്മെ ഓർമ്മപ്പെട ത്തുന്നുണ്ടെന്ന് കാണാം. അത്തരം വഴികളില്ലൂട സഞ്ചരിക്കുന്നതിനുള്ള വഴികാട്ടി കൂടിയാണ് പി.ജിയുടെ ഈ ലേഖനം.

രണ്ടാമൂഴത്തിലൂടെ

അറിയാത്ത ആഴക്കടലിനേക്കാൾ അറിയുന്ന നിളാനദി യാണ് തനിക്കിഷ്ടമെന്ന് എം ടി മുമ്പേ പറഞ്ഞുവച്ചിട്ടുണ്ട്. എന്നിട്ടും മറ്റൊരു സ്ഥലത്തും കാലത്തും നടന്നതായി പറയപ്പെടുന്ന മഹാഭാരതത്തെ അടിസ്ഥാനപ്പെടുത്തി രണ്ടാമൂഴം എന്തുകൊണ്ടാണ് എം ടി എഴുതിയെന്ന് ചിലപ്പോൾ തോന്നാം.

തന്റെ നോവലിനെക്കുറിച്ച് എംടി തന്നെ പറയുന്നിടത്ത് ഈ ചോദ്യത്തിന് മറുപടിയുണ്ട്. "ശിഥിലമായ കുടുംബബന്ധങ്ങളും അവയ്ക്കി ടയിൽ പെട്ട മനുഷ്യരും, എന്റെ ഗ്രാമത്തിന്റെ പശ്ചാത്തലത്തിൽ മുമ്പ് എനിക്ക വിഷയമായിട്ടുണ്ട്. കുറേക്കൂടി പഴയ ഒരു കാലഘട്ടത്തിലെ കുടുംബകഥയാണ് ഞാൻ ഇവിടെ പറയുന്നത് എന്ന വ്യത്യാസമേ യുള്ളൂ." നാല്കെട്ടുപോല്യുള്ള നോവലിലെ സമീപനത്തെ മറ്റൊരു പശ്ചാത്തലത്തിൽ അവതരിപ്പിക്കുകയാണ് എം ടി രണ്ടാമൂഴത്തിൽ ചെയ്യുന്നത്. നാല്കെട്ടിലെ അപ്പുണ്ണിയെപ്പോലെ മഹാഭാരതത്തിലെ ഭീമനെ അതിന്റെ കേന്ദ്രത്തിൽ സ്ഥാപിക്കുന്നുവെന്നർത്ഥം.

മഹാഭാരതം എന്ന മഹത്തായ കൃതിയോട് നോവലിസ്റ്റ് നീതി പുലർത്തിയോ എന്ന ചർച്ചയും ഉയർന്നുവരാം. മഹാഭാരതത്തിലെ ചില മാനുഷിക പ്രതിസന്ധികളാണ് ആ കൃതിയെ മഹത്തരമാക്കി മാറ്റിയിട്ടുള്ളത്. ആ വഴിക്കുള്ള യാത്ര തന്നെയാണ് രണ്ടാമൂഴത്തിലും ദർശിക്കാനാവുന്നത്. മഹാഭാരത കഥയിലെ അർത്ഥഗർഭമായ നിശബ്ദതകളും പറഞ്ഞുപോയ വാക്കുകളും ഉപയോഗപ്പെടുത്തി

മുന്നോട്ടുപോകുകയാണ് യഥാർത്ഥത്തിൽ എംടി ചെയ്യുന്നത്.

മഹാഭാരതയുദ്ധത്തിൽ നേതൃത്വത്തിന് വേറെയാളകളുണ്ടായിരു ന്നു. എന്നാൽ ശത്രുവിന്റെ ആക്രമണങ്ങളുടെ കരുത്ത് ഏൽക്കുന്ന സ്ഥാനത്തു നിന്നു പൊരുതുന്നയയാളാണ് വിജയം നിർണ്ണയിക്കുന്നതിൽ പ്രധാനി. അതായിരുന്ന ഭീമൻ. അതുകൊണ്ട തന്നെ യുദ്ധാനന്തരം ഭീമനെ നായകനാക്കി തെരഞ്ഞെടുക്കാൻ ആലോചന ഉണ്ടായി രുന്നെങ്കിലും അത് എന്തുകൊണ്ടോ മാറ്റപ്പെടുകയായിരുന്നു. യുദ്ധം ജയിച്ചെങ്കിലും ഒന്നും നേടാതെ പോയ നായകനായിരുന്ന ഭീമൻ എന്നതുകൊണ്ടാണ് അദ്ദേഹത്തെ കേന്ദ്ര കഥാപാത്രമാക്കി നോവൽ എഴുതിയതെന്ന് എം ടി പറയുന്നുണ്ട്. മഹാഭാരതത്തെ വ്യത്യസ്തമായ രീതിയിൽ സമീപിക്കുകയായിരുന്ന എഴുത്തച്ഛനും കുട്ടികൃഷ്ണമാരാരുമു ശ്പെടെ ചെയ്തത്. ഭീമനെ തന്നെ കേന്ദ്രകഥാപാത്രമാക്കി മഹാഭാരതം പാട്ട് എന്ന നാടോടി സാഹിത്യവും ഉണ്ട്. രാമായണത്തിലെ സീതയെ വ്യത്യസ്ത രീതിയിലാണല്ലോ കുമാരനാശാനും കണ്ടത്. ഭീമന്റെ ജീവി തത്തിലെ ഗതിവിഗതികളെ നിയന്ത്രിക്കുന്ന കഥാപാത്രമായിരുന്ന കുന്തിയും ദ്രൗപദിയുമെന്ന് എംടി കുറിക്കുന്നുണ്ട്.

കൃഷ്ണന്റെ ദ്വാരക പ്രളയത്തിൽ അടിപ്പെട്ട ശേഷം മഹാപ്രസ്ഥാ നത്തിന് യാത്രയാകുന്ന പാണ്ഡവരുടെ അനുഭവങ്ങളിൽ നിന്നാണ് നോവലാരംഭിക്കുന്നത്. മഹാഭാരതത്തിന്റെ ഒരു സ്ത്രീപക്ഷ വായനയ്ക്ക് തുടക്കത്തിലേ തന്നെ എംടി ശ്രമിക്കുന്നുണ്ട്. "ദ്രൗപദിയും സുഭദ്രയും ചിത്രാംഗദയും ഉലൂപിയും പേർപോലും ഓർമ്മിക്കാൻ കഴിയാത്ത അസംഖ്യം സ്ത്രീകളുമെല്ലാം ജീവിതത്തിൽ ആരുമായിരുന്നില്ല. ബാല്യ ത്തിൽ ശാസ്ത്രം പഠിപ്പിച്ച ബ്രാഹ്മണർ പറയാറുള്ളതുപോലെ രേതസ്സ് ഹോമിക്കാൻ വേണ്ടി ജ്വലിപ്പിച്ച അഗ്നി ജ്വാലകൾ മാത്രം. അല്ലെങ്കിൽ വില്ലാളിക്ക് വിജയമുഹൂർത്തത്തിൽ എടുത്തുകാട്ടാനുള്ള ആഭരണങ്ങൾ മാത്രം." ഇത്തരത്തിൽ അക്കാല ജീവിതത്തിലെ സ്ത്രീകളുടെ അവസ്ഥ തുടക്കത്തിലേ എടുത്തു പറയുന്നുണ്ട്.

കുരുവംശത്തിലെ പുരുഷന്മാരെ ഗാന്ധാരിയെക്കൊണ്ട് രൂക്ഷമായി വിമർശിപ്പിക്കുന്ന ഭാഗവും നോവലിലുണ്ട്. "കുരുവംശത്തിലെ പുരുഷന്മാ ർ മുഴുവൻ സ്ത്രീകളുടെ കണ്ണീർ കണ്ട് രസിച്ചവരാണ്. എനിക്കറിയാം." തുടർന്ന ഇങ്ങനെ പറയുന്നു. "വരാൻ പോകുന്ന നിങ്ങളുടെ വധുക്കളെ ഓർത്താണ് എനിക്കിപ്പോൾ ദുഃഖം. അന്ധന്മാർക്കും ഷണ്ഡന്മാർക്കും വേണ്ടി ആത്മാഹുതി ചെയ്ത രാജാംഗനകളുടെ നെടുവീർപ്പുകൾ എന്നും ഈ കൊട്ടാരക്കെട്ടിൽ തേങ്ങിനടക്കുകയാണെന്ന" ഗാന്ധാരി

പറയുന്നുമുണ്ട്.

ദ്രൗപതിക്ക് ഏറെ ഇഷ്ടം അർജ്ജനനെ ആയിരുന്നുവെങ്കിലും അവരുടെ ആഗ്രഹ സാധിപ്പിന് എല്ലാം മറന്നുനീങ്ങിയ ഭീമന്റെ ചിത്രം മഹാഭാരതത്തിലെ നിരവധി സംഭവങ്ങളില്ലൂടെ എംടി രേഖപ്പെടുത്തുന്നുണ്ട്. ഹിഡുംബിയുമായുള്ള ഭീമന്റെ ബന്ധത്തിന്റെ ആഴവും പരപ്പും അനുഭൂതിയും ഈ നോവലിന് പുതിയ തലം നൽകുന്നുണ്ട്. അർജ്ജനനോട് പൊതുവിൽ ഉണ്ടായിരുന്ന പ്രത്യേക സ്നേഹത്തെയും ഭീമൻ തിരിച്ചറിയുന്നുണ്ട്. "കോമളമായ കറുപ്പ നിറമുള്ള അർജ്ജനനോട് എല്ലാ അന്തപുര സ്ത്രീകൾക്കും കൂടുതൽ സ്നേഹമുണ്ടായിരുന്നു" എന്ന് ഭീമൻ പറയുന്നത് അതിനാലാണ്.

ഘടോൽക്കചന്റെ ജീവിതവും യുദ്ധത്തിൽ അർജ്ജനനെ കർണനിൽ നിന്നു രക്ഷപ്പെടുത്താൻ അവനെ ബലികൊടുത്ത കൃഷ്ണന്റെ തന്ത്രജ്ഞ തയും വേദനയോടെ ഭീമൻ അറിയുന്നുണ്ട്. അഭിമന്യുവും ഭീമനും തമ്മി ലുണ്ടായിരുന്ന സവിശേഷമായ ബന്ധം ഇതിന്റെ സവിശേഷതയാണ്. ജരാസന്ധൻ, കീചകൻ, ബകൻ തുടങ്ങിയവരുടെ വധത്തിലുണ്ടായ അനുഭവങ്ങളും അയവിറക്കുന്നു. കാട്ടാളനിൽ പിറന്ന മകനാണ് താനെന്ന കാര്യം ഭീമൻ തിരിച്ചറിയുന്നതായി എംടി രേഖപ്പെടുത്തുന്നു.

രണ്ടാമൂഴം സിനിമയാക്കുന്ന ഘട്ടത്തിലാണ് വിവാദങ്ങൾ ഉയർന്നു വന്നത്. മഹാഭാരതമെന്ന പേര് നൽകുന്നതിന്റെ പേരിൽ അക്രമാസ ക്തമായ പ്രചരണവുമായി ചിലർ മുന്നോട്ടുവന്നു. മഹാഭാരതത്തിന്റെ പരിശുദ്ധിയെക്കുറിച്ചായിരുന്നു ചിലരുടെ വേവലാതി.

പല ഘട്ടങ്ങളിലായി വളർന്നു വികസിച്ച വൈവിധ്യങ്ങളെ ആഴത്തിൽ പേറിനിൽക്കുന്ന മഹത്തായ കൃതിയാണ് മഹാഭാരതമെന്ന് എന്നാണ് ഇവർ ഉൾക്കൊള്ളുക. ഗോത്രജനതയുടെ ജീവിതവും കുല പാരമ്പര്യവും വർണ്ണധർമ്മവും തുടങ്ങി ബൗദ്ധപാരമ്പര്യവും വരെയുള്ള ജീവിത സംസ്കാരങ്ങൾ ഇണങ്ങിയും പിണങ്ങിയും ഇടഞ്ഞും നിലകൊ ള്ളുന്ന വിശാലമായ ലോകമാണ് മഹാഭാരതത്തിൻറേത്.

മഹാഭാരതമെന്ന സീരിയൽ രാജ്യത്തെമ്പാടും ജനങ്ങൾ കണ്ടിരു ന്നു. കറുത്ത കൃഷ്ണനും പാഞ്ചാലിയും വെളുത്ത വർണ്ണമുള്ളവരായി മാറി. സദസ്സിൽ ഇരിക്കുന്ന ആളായി വ്യാസഭാരതത്തിൽ പ്രത്യക്ഷപ്പെട്ട കൃഷ്ണൻ ജനിച്ച കഥ ഇതിൽ ഉൾച്ചേർത്തു. എഴുത്തച്ഛന്റെ ഭാരതവും മഹാഭാരതത്തിന്റെ പദാനുപദ ആവിഷ്കാരമല്ലല്ലോ? അന്നൊന്നും പരിശുദ്ധിയെക്കുറിച്ച് ചിന്തിക്കാത്തവർക്ക് ഇന്ന് ആ ബോധോദയം ഉണ്ടായത് സങ്കുചിതമായ താത്പര്യങ്ങളുടെ മാത്രം ഭാഗമായിട്ടല്ലേ?

മഹാഭാരതത്തിന്റെ വൈവിധ്യങ്ങളിലേക്കും മാനഷിക പ്രതിസന്ധിക
ളിലേക്കും ആ കാലഘട്ടത്തിന്റെ നീതിബോധങ്ങളുടെ പരിമിതികളി
ലേക്കും വിരൽ ചൂണ്ടുന്ന ഇതിഹാസത്തിന്റെ മനോഹാരിത എന്നാണ്
ഇവർക്ക് തിരിച്ചറിയാനാവുക?

ദ്രൗപദിയുടെ ചിന്തകൾ

ഡിയ ഭാഷയിലെ എഴുത്തുകാരിയും 2011 ൽ ജ്ഞാനപീഠ അവാർഡ് ജേതാവുമായ പ്രതിഭാ റായിയുടെ നോവലാണ് യജ്ഞസേനി. വ്യാസന്റെ ദ്രൗപതിയിൽ നിന്ന് പകർന്നെടുത്തെ ങ്കിലും അതിൽനിന്നും വ്യത്യസ്തമായ പാതകളിലൂടെ ഈ നോവൽ സഞ്ചരിക്കുന്നു. മഹാപ്രസ്ഥാനത്തിൽ വീണുപോയ ദ്രൗപതി തന്റെ ജീവിതത്തെക്കുറിച്ച് കൃഷ്ണന് എഴുതുന്ന കത്തെന്ന രീതിയിലാണ് നോവൽ.

മഹാപ്രസ്ഥാനകാലത്ത് വീണുപോയ ഘട്ടത്തിൽ അഞ്ച് ഭർത്താക്കൻമാർ ഉണ്ടായിട്ടും അവർ തിരിഞ്ഞുനോ ക്കാത്ത അവസ്ഥയിൽ തന്റെ ജീവിതകഥ കൃഷ്ണനോട് പറയുന്ന തരത്തിലാണ് ഇത് അവതരിപ്പിച്ചിട്ടുള്ളത്. യുവതിയായി യജ്ഞകുണ്ഡത്തിൽ നിന്ന് ഉയർന്ന് വന്നവളാണ് ദ്രൗപതി അതുകൊണ്ട് തന്നെ അവൾക്ക് അമ്മയില്ല. മാതൃത്വത്തിന്റെ സ്നേഹമേ റ്റുവാങ്ങാത്ത അവൾക്ക് കേട്ടറിവ് മാത്രമുള്ള കൃഷ്ണനോട് ഒരു അപൂർവ്വ അനുരാഗമുണ്ട്. ദ്രൗപതിയുടെ സ്നേഹം മനസ്സിലാക്കിയ കൃഷ്ണൻ തന്നെ പോലെ ഒരാൾ നിന്റെ വരനായിത്തീരും എന്ന് അനുഗ്രഹിക്കുന്നുമുണ്ട്. എന്നാൽ അർജ്ജുനന്റെ വധുവായി എത്തുന്ന അവൾ കുന്തിയുടെ ഇല്യതാവാദത്തിന്റെ ഭാഗമായി അഞ്ചുപേരുടെയും ഭാര്യയായി ത്തീരേണ്ട അവസ്ഥയിലേക്ക് എറിയപ്പെട്ടുന്നു. യജ്ഞകുണ്ഡത്തി ലാളിക്കുന്ന അഗ്നിജ്വാലയായി ഭൂമിയെ നശിപ്പിക്കാനും അഞ്ച്

സഹോദരൻമാരെയും അതിലിട്ട ചാമ്പലാക്കാനമാണ് അപ്പോൾ തോന്നിയതെന്നും അവൾ പറയുന്നുണ്ട്. ധർമ്മങ്ങളുടെ പേരിൽ തന്റെ ജീവിതം ഹോമിക്കപ്പെട്ടുകയായിരുന്നുവെന്ന് അവൾ തിരിച്ചറിയുന്നു. പാപപുണ്യങ്ങളുടെ പരിഗണന സ്ത്രീക്കും പുരുഷനും ഒരുപോലെ ആയിരുന്നെങ്കിൽ സാമുദായിക അതിക്രമങ്ങളാൽ സ്ത്രീകൾ ഇത്രയേറെ പീഡിപ്പിക്കപ്പെടില്ലായിരുന്നു എന്ന് പറയാനും അവൾ മടിക്കുന്നില്ല. കൗരവൻമാരുടെ ദൃഷ്ടിയിൽ സ്ത്രീ അന്തപുരത്തിലെ കൗതുക ക്രീഡകളുള്ള സാമഗ്രി മാത്രമാണ്. അവർ സ്ത്രീകളെ ഉപഭോഗവസ്തുവായി കാണുന്ന എന്നും അവൾ വിലയിരുത്തുന്നുണ്ട്. ഇങ്ങനെ പുരുഷനീതികളാൽ ചവി ട്ടിയരക്കപ്പെടുന്ന സ്ത്രീജീവിതത്തിന്റെ ആഴങ്ങളിലേക്ക് ഈ വിമർശനം നീങ്ങുന്നുണ്ട്.

താൻ സ്വയംവരത്തിൽ ജയിക്കേണ്ടിയിരുന്നതും വിവാഹം കഴിക്കേ ണ്ടിയിരുന്നതും കർണനെയായിരുന്നുവല്ലോ എന്ന് ദ്രൗപതി ഓർക്കുന്ന ണ്ട്. കർണ്ണനുവേണ്ടി പാണ്ഡവപതിയായ കൃഷ്ണയുടെ കണ്ണുകൾ എന്ത് വികാരത്താലാണ് തുളുമ്പിയത്. ജാതിയുടെ പേരിലാണല്ലോ കഴിവു ണ്ടായിരുന്നിട്ടും കർണൻ തഴയപ്പെട്ടത്. താൻ വിചാരിച്ചിരുന്നെങ്കിൽ അവിടെ വെച്ചുണ്ടായ അപമാനത്തിൽ നിന്ന് കർണനെ രക്ഷിക്കാമാ യിരുന്നല്ലോ എന്നെല്ലാം ദ്രൗപതി ഓർക്കുന്നുണ്ട്. കർണനും ദ്രൗപതിയും തമ്മിലുള്ള സംഭാഷണങ്ങളിൽ ഇത്തരം കാര്യങ്ങൾ വരുന്നുണ്ട്. എനിക്ക് പോലും അത് അറിയാൻ കഴിഞ്ഞില്ലെന്ന് ദ്രൗപതി പറയുന്നുണ്ട്. മനുഷ്യർ തങ്ങളുടെ മഹത്വം തിരിച്ചറിയാതെ അവർ ചെറുതാവുക യാണെന്നും അവൾ വിലയിരുത്തുന്നു. മനുഷ്യൻ എത്ര മഹത്തായ പദമെന്ന മാക്സിംഗോർക്കിയുടെ വാക്കുകളെ ഇത് ഓർമ്മിപ്പിക്കുന്നുണ്ട്. കുട്ടി പിറന്നാൽ സ്ത്രീ അമ്മയാവുന്നു. കുഞ്ഞിന്റെ വായിൽ അമൃതം ചുരത്തു ന്നത് അമ്മയാണ്. അന്യരുടെ വിശന്ന വയർ നിറക്കാനുള്ള ആഗ്രഹവും ആനന്ദവും സ്ത്രീയുടെ സഹജവർത്തിയാണ്. അതുകൊണ്ടാണ് ധർമ്മദേവൻ അക്ഷയപാത്രം തന്റെ കയ്യിൽ തന്നതെന്നും പറഞ്ഞു കൊണ്ട് മാതൃത്വത്തിന്റെ ശബ്ദമായി ഇവിടെ ദ്രൗപതി മാറുകയാണ്.

തന്റെ ജീവിതാനുഭവങ്ങളിൽനിന്ന് പുരുഷനെ കാമാസക്തനാക്ക രുതെന്നും ജാതിയുടെയും മതത്തിന്റെയും ഭാഷയുടെയും വർണ്ണത്തിന്റെ യും പേരിൽ ഒരു രാജ്യവും ഹസ്തിനാപുരത്തെയും ഇന്ദ്രപ്രസ്ഥത്തെയും പോലെ ഇണ്ടുകളായി വിഭജിക്കപ്പെടരുതെന്നും അവൾ ആഗ്രഹിക്കുന്ന ണ്ട്. പുത്രശോകവും ഒന്നിലേറെ ഭർത്താക്കന്മാരോടൊപ്പം കഴിയേണ്ടി വരുന്ന അവസ്ഥയും വേദനാജനകമാണെന്ന് അവൾ ഓർമിപ്പിക്കുന്നു.

വൈവിധ്യമാണ് സൃഷ്ടിയുടെ സൗന്ദര്യമെന്നും പറഞ്ഞുകൊണ്ട് ബഹുസ്വ രതയുടെ ലോകത്തെ പിന്തുണയ്ക്കുകയാണ് ഇതിൽ. സ്നേഹിക്കുന്നവളുടെ ജന്മം നൽകി കൃഷ്ണന്റെ കാമുകിയായി ലോകത്തെ സ്നേഹിക്കുന്നവളായി തനിക്ക് വീണ്ടും ജന്മം തര്ക എന്നു പറഞ്ഞുകൊണ്ടാണ് ഈ നോവൽ അവസാനിക്കുന്നത്.

കൗരവപക്ഷത്ത് മൂന്നുപേരെയും പാണ്ഡവപക്ഷത്ത് ഏഴുപേരെയും അവശേഷിപ്പിച്ച യുദ്ധം എന്തു നേടി എന്ന ചോദ്യം ദ്രൗപതി ഉയർത്തുന്നു ണ്ട്. ലോകത്ത് എല്ലാ മനുഷ്യരുടെയും രക്തത്തിന് ഒരേ ഗന്ധമാണെ ന്നും അവൾ ഓർമിപ്പിക്കുന്നുണ്ട്. നോവലിലെ ഈ ചോദ്യം മഹാഭാരത ത്തിലെ ഉള്ളടക്കവുമായി ബന്ധപ്പെട്ട് ഒരു കാര്യം മുന്നോട്ടവയ്ക്കുന്നുണ്ട്. ഇക്കണ്ട ബന്ധുജനങ്ങളെയെല്ലാം കൊന്നൊടുക്കി നേടുന്ന ജയം എന്തിനാണെന്ന ചോദ്യമാണ് അർജ്ജനൻ കൃഷ്ണനോട് ചോദിക്കുന്നത്. അതിനുള്ള ഉത്തരമാണല്ലോ ഭഗവത്ഗീത. അർജ്ജനന്റെ ചോദ്യം മഹാഭാരതത്തിന്റെ അവസാനം ഉത്തരത്തെ പിളർത്തി ഉയർന്ന് നിൽക്കുകയാണ്. കൃഷ്ണന്റെ ഉത്തരം മഹാഭാരതത്തിന്റെ അന്ത്യത്തിൽ തള്ളപ്പെടുന്നതിലൂടെ ഗീതയുടെ ജീവിത തത്ത്വങ്ങൾ വ്യർത്ഥമായിരുന്ന എന്ന പ്രശ്നം കൂടി ഉന്നയിക്കപ്പെടുന്നില്ലേ?

അക്കാലത്തെ ധർമ്മങ്ങൾ അനുസരിച്ച് ജീവിച്ചവളാണ് ദ്രൗപതിയെന്ന് മഹാഭാരതം നമ്മെ ഓർമിപ്പിക്കുന്നു. എന്നാൽ, അത്തരമൊരു ജീവിതം ഒരു സ്ത്രീക്ക് നൽകിയത് ദുരന്തങ്ങള ടെയും ശൈഥില്യമായ വ്യക്തിത്വത്തിന്റെയും തലങ്ങളാണെ ന്ന് ഈ നോവലിലൂടെ പ്രതിഭാ റായ് നമ്മെ ഓർമിപ്പിക്കുന്നു. തന്റെ അഗാധമായ സ്നേഹത്തിൽ ഉരുകിജീവിക്കാൻ ശ്രമിച്ച ഒരു സ്ത്രീയ്ക്ക് അതുപോലും നൽകാൻ അന്നത്തെ നീതിശാസ്ത്രങ്ങൾക്ക് കഴിഞ്ഞില്ലെ ന്ന് വ്യക്തമാക്കുകയാണ് നോവലിൽ. കെട്ട നീതികളാൽ വരിഞ്ഞുകെട്ട പ്പെട്ട ലോകത്ത് സ്ത്രീയുടെ ജീവിതം തികച്ചും അന്യവൽക്കരിക്കപ്പെടുന്ന എന്ന പ്രശ്നം കൂടി ഇത് മുന്നോട്ടവയ്ക്കുന്നു. ഇന്നത്തെ ലോകവും ഭിന്ന മല്ലെന്ന് ഇത് ഓർമിപ്പിക്കുന്നു. അങ്ങനെ സ്ത്രീ അനുഭവങ്ങളിൽനിന്ന് പഴയകാലത്തിന്റെ തെറ്റായ നീതികളെ വിമർശിക്കുന്ന ഒന്നായി യജ്ഞസേനി മാറുന്നു.

യയാതിയെ വായിക്കുമ്പോൾ

ഏത് കൃതിയുടെയും പുനർവായന നടത്തുമ്പോൾ നമ്മുടെ കാലത്ത് നിന്നുകൊണ്ട് അതിനെ പുനസ്സൃഷ്ടിക്കുകയാണ് ചെയ്യുന്നത്. മഹാഭാരതമെന്ന ഇതിഹാസത്തിന്റെ അഗാധമായ വൈവിധ്യം ഇത്തരം വായനകളുടെ അനന്തമായ ലോകം നമുക്ക് മുമ്പിൽ തുറന്നുവയ്ക്കുന്നു. മഹാഭാരതത്തിന്റെ വൈവിധ്യങ്ങളെ തുറ ന്നുകാട്ടി ഇത്തരം ഓരോ വ്യാഖ്യാനവും നമ്മെ വിസ്മയിപ്പിക്കുന്നു.

മഹാഭാരത വ്യാഖാനങ്ങളെക്കുറിച്ചുള്ള ചർച്ചക്കിടയിലാണ് 'യയാതി' എന്ന നോവലിന്റെ സാധ്യതകളെക്കുറിച്ച് ശിവശങ്കരൻ സൂചിപ്പിച്ചത്. 'യയാതി' വീണ്ടും മറിച്ചുനോക്കുന്നതിന് ഇത് കൂടുതൽ പ്രചോദനമായി.

ഗാന്ധിയൻ ആശയങ്ങളും അതുമായി ബന്ധപ്പെട്ട് നിൽക്കുന്ന സോഷ്യലിസ്റ്റ് സമീപനങ്ങളും തന്റെ ജീവിതദർശനമായി കണ്ട വി. എസ്. ഖണ്ഡേക്കറുടേതാണ് ഈ നോവൽ. മഹാഭാരതത്തിലെ നളോപാഖ്യാനം കാളിദാസന്റെ സർഗ്ഗാത്മക ജീവിതത്തിലൂടെ മഹാഭാരത്തിനെയും അതിജീവിച്ച് നമുക്ക് മുമ്പിൽ തിളങ്ങി നിൽക്കുന്നുണ്ടല്ലോ? അതുപോലെ മഹാഭാരതത്തിൽ വിവരിച്ച യയാതിയുടെ കഥയാണ് പുതിയ വ്യാഖ്യാനവുമായി ഖണ്ഡേക്കർ നമുക്ക് മുമ്പിൽ തുറന്നുവെച്ചിട്ടുള്ളത്. മൂലകൃതിയിൽ കാളിദാസൻ കാണിച്ച സ്വാതന്ത്ര്യം യയാതിയിൽ ഖണ്ഡേക്കറും എടുക്കുന്നുണ്ട്. നോവലിന്റെ ആമുഖത്തിൽ തന്നെ ഖണ്ഡേക്കർ തന്റെ കാഴ്ചപ്പാട്

രേഖപ്പെടുത്തുണ്ട്. അതിന്റെ സത്ത ഇതാണ്. യാന്ത്രിക സംസ്കാരം ലോകമെങ്ങും ഭരിക്കുകയാണ്. കുടുംബം, സമൂഹം, രാഷ്ട്രം, മനുഷ്യരാശി, ലോകം എന്നിവയുടെ കേന്ദ്രമായി വർത്തിക്കുന്ന പരാശക്തികളോട്ടുള്ള തന്റെ വിധേയത്വം അറിയുകയും അംഗീകരിക്കുകയും ചെയ്യണം. എങ്കിൽ മാത്രമേ ഭോഗതൃഷ്ണയുടെ തലത്തിലും ജീവിതത്തിന്റെ സന്തുലിതാവസ്ഥ കാത്ത് സൂക്ഷിക്കാനാവൂ. വ്യക്തി ജീവിതത്തിലും സാമൂഹ്യജീവിതത്തിലും ഈ സന്തുലിതാവസ്ഥ നിലനിന്നാൽ മാത്രമേ ജനാധിപത്യത്തിന്റെയും സോഷ്യലിസത്തിന്റെയും നവീന മൂല്യങ്ങൾ വികസിക്കുകയുള്ളൂ. ഈ കാഴ്ച അവതരിപ്പിക്കാനാണ് നോവലിസ്റ്റിന്റെ ശ്രമമെന്ന് വ്യക്തം.

ഉപഭോഗത്തിന്റെ രീതികൾക്ക് പകരം സ്വയം ഉത്പാദന ത്തിന്റെ സമ്പ്രദായത്തെ പകരം വയ്ക്കുന്നതാണ് ഗാന്ധിയൻ സമീപനമെന്ന കാഴ്ചയുടെ സ്വാധീനവും ഇതിൽ കാണാം. ഉപഭോ ഗപരതയ്ക്ക് പകരം ആവശ്യത്തിലധിഷ്ഠിതമായ കാഴ്ചകളിൽ ഊന്നിനിൽക്കുന്ന സമീപനവും ഇതിൽ ദർശിക്കാം. ദേശീയ പ്രസ്ഥാനം മുന്നോട്ടുവെച്ച സോഷ്യലിസ്റ്റ് കാഴ്ചപ്പാട്ടുകളിൽ നിന്ന കൊണ്ടുള്ള ആശയങ്ങളുടെ സ്വാധീനവും നോവലിൽ കാണാം. ഹസ്തിനപുരിയിലെ രാജാവായ യയാതി അധികാരത്തിന്റെയും ഉപഭോ ഗതൃഷ്ണയുടെയും പ്രതീകമായി ഇതിൽ കടന്നുവരുന്നു.

സ്ത്രീകളെ തന്റെ ഉപഭോഗവസ്തുവായി കാണുകയും പരസ്പര പ്രണയത്തിന്റെ അഗാധതലങ്ങളെ ഉപേക്ഷിക്കുകയും ചെയ്യുന്ന. അക്കാലത്തെ ഇത്തരം മൂല്യബോധത്തിനിരയാവുന്ന സ്ത്രീകളാവട്ടെ തങ്ങളുടെ ജീവിതത്തെ ഈ മൂല്യങ്ങൾക്ക് കീഴ്പ്പെടുത്തി സ്വയം തകർക്കുകയും ചെയ്യുന്ന. ആ കാലം രൂപപ്പെടുത്തിയ ഇത്തരം മൂല്യബോധങ്ങൾ സ്ത്രീജീവിതത്തിന് എങ്ങനെ പട്ട ഒരുക്കുന്ന വെന്ന കൂടിയാണ് ഇതിലൂടെ വെളിച്ചത്ത് വരുന്നത്. അതിനാൽ തന്നെ അക്കാലത്തെ സാമൂഹ്യവിമർശനമായി ഇത് മാറുന്നുണ്ട്. യയാതിയുടെ സഹധർമ്മിണികളാണ് ദേവയാനിയും ശർമ്മിഷ്ഠയും. ദേവയാനിയുടെ ജീവിതം നിലനിലക്കുന്ന മൂല്യബോധത്തിന്റെ അടി സ്ഥാനത്തിൽ കെട്ടിപ്പൊക്കുന്നതാണ്. അത് അവരുടെ ജീവിതത്തെയും അവരുടെ ചുറ്റുമുള്ള ജീവിതത്തെയും ദുരിതത്തിന്റെ ആഴക്കടലിൽ മുക്കി കൊല്ലുകയും ചെയ്യുന്ന. റാണിയായ ദേവയാനിയുടെയും ദാസിയായി മാറ്റപ്പെട്ട ശർമ്മിഷ്ഠയുടെയും ജീവിതം ഇതിൽ നിന്ന ഭിന്നമല്ല. യയാതിയുടെ ഉപഭോഗപരമായ ജീവിതത്തിന്റെ ഭാഗമായി തകരുന്ന ജീവിതമാണ് ദേവയാനിയുടേത്. അവളോട് ചെയ്ത കുറ്റങ്ങളുടെ

പേരിൽ പിതാവായ ശുക്രാചാര്യർ യയാതിയുടെ യൗവനത്തെ തിരി ച്ചെടുക്കുന്നു. തന്റെ ഉപഭോഗപരതയ്ക്ക് അടിസ്ഥാനമായ യുവത്വം തിരിച്ചെടുക്കാൻ ശർമ്മിഷ്ടയിൽ തനിക്ക പിറന്നവനും ഉപേക്ഷിക്ക പ്പെട്ടവനുമായ പൂരുവിനോട് അവന്റെ യുവത്വം ആവശ്യപ്പെടുന്നു. ഒരു മകനായി അംഗീകരിക്കപ്പെട്ടും എന്നതിന്റെ അടിസ്ഥാനത്തില്യം തന്റെ പുത്രധർമ്മം പിതാവിനെ ശുശ്രൂഷിക്കലാണെന്നും കരുതുന്ന പൂരു അതിന് തയ്യാറാകുന്നു. ദേവയാനിയുടെ അംഗീകരിക്കപ്പെട്ട പുത്രൻ യദുവാകട്ടെ പിതാവിന്റെ ആഗ്രഹത്തിന് വഴങ്ങുന്നുമില്ല.

സർവസംഗപരിത്യാഗിയായി ജീവിക്കുകയും ചുറ്റുമുള്ള എല്ലാറ്റിനെയും സ്നേഹിക്കുകയും ചെയ്യുന്ന കചനാണ് ഈ നോവലിലെ ആദർശ കഥാപാത്രമായി വരുന്നത്. യയാതിയുടെ സഹോദരനും സന്യാസി ജീവിതം സ്വീകരിച്ചവനുമായ യതിയും തങ്ങളുടെ ജീവിതത്തിൽ ആനന്ദം കണ്ടെത്തിയവരാണ്. ഉപഭോഗപരതയിൽ ഊന്നി നിന്ന്ജീവിച്ചവർക്ക്ആന്തരിക സംഘർഷ ങ്ങളാലും ശൂന്യമായ ജീവിതദർശനത്താലും ജീവിതം തന്നെ ഭാരമായി തീരുന്നു. എന്നാൽ അതിൽ നിന്നു മാറിനിന്നവർ മറ്റുള്ളവർക്ക് വഴികാട്ടി യായി മാറുകയും ചെയ്യുകയാണ് നോവലിൽ. ഇങ്ങനെ ഉപഭോഗപരത യ്ക്കെതിരെ ഗാന്ധിയൻ മൂല്യബോധങ്ങളിൽ ഊന്നി നിന്നുകൊണ്ടുള്ള പ്ര തിരോധത്തിന്റെ തലമാണ് 'യയാതി'യില്ലൂടെ അവതരിപ്പിക്കപ്പെടുന്നത്.

കുടുംബജീവിതത്തിൽ മാറിനിന്ന കചനും യദുവുമാണ് അത്തരത്തിൽ ജീവിക്കുന്നവർക്ക് വഴികാട്ടുന്നത്. മനുഷ്യ ജീവിതത്തിൽ നിന്ന് ഇവർ മാറി നിൽക്കുന്നില്ല. ജീവിതത്തെ കൂടുതൽ പൂർണ്ണതയിലേക്ക് നയിക്കുന്നവരായി ഇവർ മാറുന്നു. നോവലിലെ ഈ കാഴ്ചയ്ക്കൊപ്പം മറ്റൊരു സമീപനവും ഈ നോവൽ മുന്നോട്ടുവയ്ക്കുന്നുണ്ട്. ഒരോ വ്യവസ്ഥയെയും സംരക്ഷിക്കുന്നതിനായി കെട്ടിപ്പൊക്കുന്ന മൂല്യബോധങ്ങളുമായി മനുഷ്യന്റെ വളർന്നുകൊ ണ്ടിരിക്കുന്ന ജൈവികമായ മൂല്യങ്ങൾ സംഘർഷത്തിലേർപ്പെടുന്നു. സർവസംഗപരിത്യാഗിയായ കചന് ദേവയാനിയോടും ശർമ്മിഷ്ടയോ ടും തോന്നുന്ന വല്ലാത്ത ഒരു അടുപ്പമുണ്ട് ഈ കൃതിയിൽ. അവർക്ക് തിരിച്ചും സമാനമായ വികാരമെന്നും പറയാം.

ഉപഭോഗപരത ത്യജിച്ച് മനസ്സിന്റെ സർവ അടരുകളുമായി സംവദിക്കുകയും ജീവിതത്തിന്റെ ദുരന്തങ്ങളിൽ വെളിച്ചവു മായി മാറുന്ന ആദർശാത്മകമായ ജീവിതത്തിന്റെ അടയാള മായി കചനെ നോവലിസ്റ്റ് പ്രതിഷ്ടിക്കുന്നുവെന്നും പറയാം.

പുറത്തു കാണുന്ന കാഴ്ചക്കപ്പുറം നിൽക്കുന്ന ഈ അന്തർധാര നോവലിന്റെ വൈവിധ്യത്തിന്റെ സാക്ഷ്യപത്രമായിത്തീരുന്നു. മഹാഭാരതം തന്നെ വിജയത്തിലെ പരാജയത്തെയും ധർമ്മത്തിലെ അധർമ്മത്തെയുമെല്ലാം വഹിക്കുന്നുണ്ടല്ലോ!

 പഴമയുടെ പുതുവായനകൾ

ഇനി ഞാൻ ഉറങ്ങട്ടെ

മഹാഭാരതത്തിന്റെ വൈവിധ്യങ്ങളിലേക്ക് കടന്ന ചെല്ലുന്ന ഇനി ഞാനുറങ്ങട്ടെ എന്ന പി കെ ബാലകൃഷ്ണന്റെ നോവൽ മഹാഭാരതത്തിന്റെ വ്യത്യസ്തമായ ദിശയിലുള്ളതാണ്. കർണ്ണന്റെ ജനനത്തിന് ശേഷം തന്റെ ജീവിതം എങ്ങനെയായിരുന്ന എന്ന് കുന്തി ഈ നോവലിൽ വിലയിരുത്തുന്നുണ്ട്."ഹൃദയത്തിൽ ഒന്നും മുഖത്തു മറ്റൊന്നുമായി ആത്മവഞ്ചന നിറഞ്ഞ തന്റെ ജീവിതം അന്ന് ഇടങ്ങിയതാണ്. മനസ്സിൽ അഗ്നിപർവ്വതം പുകഞ്ഞു. എന്നാൽ മുഖത്ത് സന്ദിശ്ധമായ മന്ദഹാസവുമായി ജീവിച്ച. എത്രയോ വർഷങ്ങളായി സത്യവും താനുമായുള്ള ബന്ധങ്ങൾ അറ്റുപോയിട്ട്. മുഖഭാവങ്ങളും ഹൃദയവുമായിട്ടുള്ള സന്ധിബന്ധങ്ങൾ നിശേഷം അറ്റുപോയി. മുഖം വെറുമൊരു മുഖംമൂടി മാത്രമായി." ആചാരബന്ധിതമായ ലോകത്ത് ഒരു സ്ത്രീ അനുഭവിക്കേണ്ടി വരുന്ന വ്യഥകളുടെ പ്രതിഫലനം കൂടിയായി ഇത് മാറുകയാണ്. മഹാഭാരതത്തിലെ കുന്തിയുടെ വ്യഥകൾ അതിലേക്കാണ് നമ്മെ എത്തിക്കുന്നത്.

കർണ്ണന്റെ സമ്പൂർണ്ണ കഥയാണ് 'ഇനി ഞാൻ ഉറങ്ങട്ടെ' എന്ന നോവലിന്റെ പ്രധാന ഉള്ളടക്കം. നോവലിസ്റ്റ് സങ്കൽപ്പിച്ചെടുത്ത ദ്രൗപദീവിചാരധാരയുമായി വ്യാസഭാരതത്തിലെ കർണ്ണന്റെ കഥയെ ഉൾച്ചേർത്താണ് ഇത് രൂപപ്പെടുത്തിയിരിക്കുന്നത്. കർണ്ണന്റെ ജീവിതത്തിലെ വിവിധ ഘട്ടങ്ങളും ആ അവസരങ്ങളിൽ

ഉയരുന്ന ചിന്തകളുമാണ് നോവലിലെ പ്രധാന ധാര. അർജ്ജനന്റെ ജീവൻ രക്ഷപ്പെടുത്താൻ പിതാവായ ഇന്ദ്രൻ കർണ്ണനെ കാണാൻ വരുന്ന രംഗമുണ്ട്. കവചകുണ്ഡലങ്ങൾ ചോദിക്കുന്ന ഇന്ദ്രനോട് കർണ്ണൻ പറയുന്ന വാക്കുകൾ അവരുടെ ജീവിതവീക്ഷണം കൂടിയായി വരുന്നുണ്ട്. "ദേവാധിപാ ഇതാ എന്റെ കവചകുണ്ഡലങ്ങൾ നിന്റേതാണ്. കർണ്ണൻ മരണത്തെ ഭയപ്പെടുന്നവനല്ല. അവൻ ദുര്യശസ്സിനെ ഭയപ്പെടുന്നു. പുത്രന്റെ മരണത്തെ ഭയപ്പെടുകയും അവനുള്ള ദുര്യശസ്സിനെ ഭയപ്പെ ടാതിരിക്കുകയും ചെയ്യുന്ന നിനക്കായി ഞാനിതാ ഈ ജന്മവിഭൂഷകൾ ദാനം ചെയ്യുന്നു." മരണത്തേക്കുറിച്ചുള്ള ഭയത്തേക്കാൾ ഉപരി തന്റെ യശസ്സിനെക്കുറിച്ചുള്ള ഉത്കണ്ഠയും തന്നെ പരിഗണിച്ചവരോടുമുള്ള സ്നേ ഹവുമാണ് കർണ്ണനെ നയിച്ചതെന്ന് ഓർമ്മപ്പെടുത്തുകയാണ് ഇവിടെ.

തന്നിൽ നിന്നു താൻ തന്നെ ഒറ്റപ്പെടുക എന്ന അന്യവത്കരണത്തി ന്റെ തലത്തിൽ എത്തിയ ദ്രൗപദിയുടെ ജീവിതത്തെ ഇതിൽ ഇങ്ങനെ വിലയിരുത്തുന്നുണ്ട്. 'തന്റെ ജീവിതത്തെ തൻറേതുമാത്രമായ ഒരു ജീവിതമായി കണ്ട വിലയിരുത്താൻ അവൾ ശ്രമിച്ചു. പൊലിഞ്ഞുപോയ സ്വപ്നങ്ങൾ പ്രേതങ്ങളുടെ രൂപത്തിൽ കൺമുമ്പിൽ നിരന്നു നിൽക്കുന്നു. ഭയപ്പെടുത്തുമാറ് മുഖത്തു തുറിച്ചുനോക്കി അവ ചിരിക്കുന്നു. സുഖകാംക്ഷി കൾ, ആഗ്രഹങ്ങൾ, സ്നേഹങ്ങളും ദ്വേഷങ്ങളും - എല്ലാം എക്കാലത്തും ഭർത്തൃസ്നേഹത്തിന്റെ സങ്കുചിതമായ വലയത്തിൽ ഒതുങ്ങിനിന്നു ശ്വാസംമുട്ടുകയായിരുന്നു. ആ വലയത്തിൽ വച്ചതന്നെ അവയെല്ലാം ശ്വാസംമുട്ടി മരിക്കുകയും ചെയ്തു.' ആചാരബന്ധിതമായ ജീവിതത്തിൽ സ്വയം നഷ്ടപ്പെട്ടുപോയ ഒരു സ്ത്രീയുടെ നൊമ്പരമായി ഇതു മാറുന്നു. ദ്രൗപദിയുടെ ചിന്തകളിൽ കർണ്ണൻ കടന്നുവരുന്നുണ്ട്. പാണ്ഡവദുർവി ധിക്കുള്ള പര്യായമാണ് അവനെന്ന് അവൾക്കു തോന്നുന്നുണ്ട്. തന്റെ ജീവിതത്തിൽ എന്നും ദുർവിധിയുടെ തീക്ഷ്ണമായ നിഴൽ വിരിച്ചുകൊണ്ട് അവൻ തങ്ങിനിന്നുവെന്ന് ദ്രൗപദി ഓർക്കുന്നുമുണ്ട്. എന്നിട്ട് കർണ്ണന്റെ ഓർമ്മകളുടെ അലകടലിൽ അവൾ മുഴുകി.

ചിന്തകളുടെ ഇടക്കത്തിൽ കർണ്ണനെ ഭയാശങ്കകളോടെ കണ്ട ദ്രൗപദി നോവലിന്റെ അന്ത്യമാകുമ്പോഴേക്കും അതിൽ നിന്നു കുത റിമാറുന്നുണ്ട്. കർണ്ണന്റെ ഓർമ്മകളാൽ പിടയുന്ന മനസ്സുമായാണ് അവൾ കണ്ണടയ്ക്കുന്നത്. പാഞ്ചാലിക്കു കർണ്ണനോടു തോന്നുന്ന വല്ലാത്ത അടുപ്പമാണ് ഈ നോവലിലെ സവിശേഷധാര. ദുരന്ത ങ്ങൾ മാത്രം ഏറ്റുവാങ്ങുന്ന ഒരാളോട്ടുള്ള അനുകമ്പയുമാവാം ഇത്.

യുദ്ധങ്ങൾ   വിജയികൾക്കും   പരാജിതർക്കും   എന്താണ്

അവശേഷിപ്പിക്കുന്നത് എന്ന ചോദ്യം ഇത് മുന്നോട്ടവയ്ക്കുന്നു. വിജയിയായ യുധിഷ്ഠിരന്റെ ആത്മഗതം അതിലേക്ക നയിക്കുന്നു. സ്വയം വിചാരണയുടെ അലമാലകളിൽ പെട്ട് ഉഴല്യന്ന മനുഷ്യരുടെ ആത്മനൊമ്പരങ്ങളുടെ കഥകൂടിയാണ് മഹാഭാരതം എന്ന് 'ഇനി ഞാൻ ഉറങ്ങട്ടെ' ഓർമ്മിപ്പിക്കുന്നു.

ദ്രൗപദിയുടെ മനസ്സിൽ ഉയരുന്ന ഒരു ചോദ്യം ഈ നോവലില്യണ്ട്. "ദ്രൗപദി അവൻ ആരാണ്? അശരണാവസ്ഥയിൽ നിനക്ക ശരണ വ്യമായി എപ്പോഴും കടന്ന വരുന്ന ആ വാസുദേവൻ ആരാണ്?" ശരണമറ്റ ദ്രൗപദിക്ക് നിലക്കാത്ത നിത്യശരണമായ ആ കൃഷ്ണൻ? നോവല്യയർത്തുന്ന ഈ ചോദ്യം മഹാഭാരത്തിലെ പൂരിപ്പിക്കാതെ പോയ ഒരു സമസ്യ ആയാണ് എന്നും എനിക്ക് അനുഭവപ്പെട്ടിട്ടുള്ളത്. ശ്യാമ മാധവത്തിലൂടെ പ്രഭാവർമ്മ ഈ വഴിക്ക് ദ്യഷ്ടി പായിച്ചിട്ടുണ്ട്. അങ്ങനെ എത്രയെത്ര സമസ്യകൾ ഉണ്ടെന്നോ മഹാഭാരതത്തിൽ! ഇങ്ങനെ ചിന്തകളേയും വികാരങ്ങളെയും പോഷിപ്പിക്കാവുന്ന ഒരുപാട് മൗനങ്ങളും വിരാമങ്ങളും അവശേഷിപ്പിച്ചുകൊണ്ട് ഇന്നും ജീവിക്കുന്ന കൃതിയാണ് മഹാഭാരതം.

രണ്ടാമൂഴവും ഇനി ഞാൻ ഉറങ്ങട്ടെയും പോല്യള്ള നിരവധി കൃതികൾ സ്യഷ്ടിക്കാൻ അത് ഇനിയും നമ്മെ മാടിവിളിക്കുന്നുണ്ട്. സംഭവങ്ങളുടെ കമൻററികളില്യടെയും തൻറേതായ അഭിപ്രായങ്ങളില്യടെയും മഹാഭാ രതത്തെ അവതരിപ്പിച്ച കുട്ടികൃഷ്ണ മാരാരുടെ ഭാരതപര്യടനം തനിക്ക് പ്രചോദനമായെന്നും പി.കെ ബാലകൃഷ്ണൻ ആമുഖത്തിൽ പറയുന്നുണ്ട്. രണ്ടാമൂഴം കുടുംബകഥയുടെ തലത്തിൽ നിന്നുകൊണ്ടാണ് സംവദിക്ക ന്നത്. എന്നാൽ ഈ നോവൽ അക്കാലത്തെ നീതികളാൽ പോറലേറ്റ വ്യക്തയുടെ സംഘർഷങ്ങളിലേക്ക് പ്രവേശിക്കുന്നു.

വർണ്ണധർമ്മങ്ങളാൽ ചുറ്റിവരിയപ്പെട്ട ഒരു കാലത്ത് മനുഷ്യർ അനുഭവിക്കുന്ന വൈവിധ്യങ്ങളാർന്ന ദുഃഖങ്ങളില്യടെ ആ കാലത്തിന്റെ പരിമിതികളിലേക്ക് നമ്മെ നയിക്കുക കൂടിയല്ലേ ഇത്തരം വ്യാഖ്യാന ങ്ങൾ ചെയ്യുന്നത്? പരിപാവനമെന്ന് ചിലർ പാടിപ്പുകഴ്ന്ന കാലത്ത് മനുഷ്യൻ അനുഭവിച്ച നൊമ്പരങ്ങളില്യടെ വ്യവസ്ഥാവിമർശനങ്ങളി ലേക്ക് ഇത് വളരുന്നു. ആ കാലത്തിന്റെ സ്തുതി പാടലല്ല, പരിമിതിയും കണ്ണാടിയും കൂടിയായി ഇവ മാറുകയാണ് ചെയ്യുന്നത്.

പ്രഭാ വർമയുടെ ശ്യാമ മാധവം

പ്രഭാവർമയുടെ ശ്യാമ മാധവമെന്ന കൃതി അത് പുറത്തിറങ്ങിയ ഘട്ടത്തിൽ തന്നെ വായിക്കുകയും ചെയ്തിരുന്നു. എന്നും സ്നേഹ ത്തോടെ പെരുമാറിയ അദ്ദേഹത്തിന് കേന്ദ്രസാഹിത്യ അക്കാദമി അവാർഡ് ലഭിച്ച എന്നറിഞ്ഞപ്പോൾ ഏറെ സന്തോഷം തോന്നി. അവാർഡ് ലഭിച്ച ശ്യാമ മാധവമാകട്ടെ വ്യത്യസ്തമായ പന്ഥാവില്ലൂടെ നടന്നു നീങ്ങിയ ഒരു കൃതിയാണെന്ന് അത് വായിച്ച ഘട്ടത്തിൽ തന്നെ തോന്നിയിട്ടുണ്ട്.

ഇന്ത്യൻ സാഹിത്യത്തിൽ ഏറെ ചർച്ച ചെയ്യപ്പെട്ട മിത്താണ് കൃഷ്ണന്റേത്. അമ്മമ്മാർക്ക് ആലിലക്കണ്ണനാണ്. കാമുകിമാരുടെ സങ്ക ൽപത്തിലെ തികവാർന്ന കാമുകനായും കൃഷ്ണൻ നിറഞ്ഞുനിന്നിട്ടുണ്ട്. രാധാകൃഷ്ണ സങ്കല്പം ഇന്ത്യയിലെ പ്രണയസങ്കല്പങ്ങളെക്കുറിച്ചുള്ള ചിന്തകളെ സ്വാധീനിച്ച ദന്തമാണ്. തത്ത്വജ്ഞാനികൾ പലരും ഗീത പറഞ്ഞു തന്ന സൈദ്ധാന്തികനായി കൃഷ്ണനെ കാണുന്നു. രാഷ്ട്രതന്ത്രത്തി ന്റെ വഴികളിലൂടെ നീങ്ങുന്നവർക്ക് കൗശലക്കാരനായ ഒരാളായും കൃഷ്ണ സാന്നിധ്യമനുഭവപ്പെട്ടും. കൃഷ്ണനും പാഞ്ചാലിയും തമ്മിലുള്ള അദൃശ്യമായ സൗഹൃദത്തിന്റെ ചിത്രങ്ങൾ പോലുള്ളവ വ്യത്യസ്തമായ അടുപ്പങ്ങളുടെ തലങ്ങളേയും മുന്നോട്ടവച്ചിട്ടുണ്ട്. മഹാഭാരതത്തിലെ സ്ത്രീ കഥാപാത്ര ങ്ങളുടെ മനസ്സിലൂടെയുള്ള സഞ്ചാരം കൂടിയാണ് ശ്യാമ മാധവം.

'ചാതുർവർണ്യം മയാസൃഷ്ടം' എന്ന സിദ്ധാന്തം മുന്നോട്ട വച്ച കൃഷ്ണന്റെ കാഴ്ചകൾ വിമർശനത്തിനും വിധേയമായിട്ടുണ്ട്. ചതിവില്ലൂടെ

എതിരാളികളെ വീഴ്ത്തുന്ന കൗശലക്കാരനായ കൃഷ്ണൻ ഏറെ വിചാരണ ചെയ്യപ്പെട്ടിട്ടുണ്ട്. 'കൊല്ലിക്കയത്രേ നിനക്ക് രസമെടോ' എന്ന് ഗാന്ധാരിയെക്കൊണ്ട് അതുകൊണ്ട് തന്നെ എഴുത്തച്ഛൻ കൃഷണനെ വിമർശിച്ചിട്ടുണ്ട്.

എഴുത്തച്ഛൻ തുറന്ന വച്ച ഈ പന്ഥാവില്ലൂടെയാണ് പ്രഭാ വർമയുടെ ശ്യാമ മാധവം നടന്നു നീങ്ങുന്നതെന്ന് അത് വായിച്ച ഘട്ടത്തിൽ തന്നെ തോന്നിയിട്ടുണ്ട്. ആശാന്റെ ചിന്താവിഷ്ടയായ സീതയും ഇതിന്റെ വായനക്കിടയിൽ മനസ്സിലോടിയെത്തിയിരുന്നു. കൃഷ്ണന്റെ ലീലാവിലാസങ്ങളാണ് പലരും പാടി പുകഴ്ത്തിയതെങ്കിൽ 'കണ്ണടച്ചാ ലശ്രുകണമെന്നോണം' തുളുമ്പുന്ന കൃഷണരൂപമാണ് പ്രഭാ വർമയുടെ മനസ്സിൽ ശ്യാമ മാധവത്തിലൂടെ നിറഞ്ഞു നിൽക്കുന്നത്. ആസന്നമര ണനായ കൃഷണന്റെ ചിന്തകളിലേക്കാണ് കവി നമ്മെ നയിക്കുന്നത്. അബദ്ധത്തിൽ അമ്പെയ്ത പോയതാണെന്നും പൊറുക്കണമെന്നുമുള്ള വാക്യങ്ങൾ കേട്ടിട്ട് ഈവിധം തീരണം ജീവിതമെന്നുള്ള ചിന്തയിലൂടെ നീങ്ങുന്ന കൃഷ്ണന്റെ മനസ്സിലൂടെയാണ് ഈ കൃതി രൂപപ്പെടുന്നത്. കൃഷ്ണ മനസ്സ് വായിക്കുന്ന ഒരാളുടെ രീതിയിലാണിതെഴുതപ്പെട്ടിട്ടുള്ളത്.

മഹാഭാരതത്തിലെ വിവിധ കഥാപാത്രങ്ങളുമായുള്ള കൃഷ്ണന്റെ ബന്ധങ്ങളിലൂടെ കാവ്യം വികസിക്കുന്നു. ദുരിതങ്ങളുടെ നടുവിൽജീവി ച്ച കർണ്ണന്റെ ജീവിത ദുരിതത്തിൽ തൊട്ടുനിന്നു കൊണ്ടാണ് കൃഷ്ണന്റെ മനോവ്യാപാരം വികസിക്കുന്നത്. യുദ്ധത്തിലേക്ക നയിക്കുന്നതിനിട യായ തന്റെ മനോനിലയും ഇവിടെ വിചാരണ ചെയ്യപ്പെടുന്നു. ധർമ്മ പുത്രരുടെയും രാധയുടെയും ധൃതരാഷ്ടരുടെയും സൈരന്ത്രിയുടെയും ദ്രൗപദിയുടെയുമൊക്കെ മുന്നിൽ നിൽക്കുന്ന കൃഷ്ണനെ ഈ കൃതിയിൽ വരച്ചു കാട്ടുന്നുണ്ട്. രാധയും കൃഷ്ണനും തമ്മിലുള്ള ബന്ധത്തിന്റെ സൂക്ഷ്മ ഭാവത്തിലുള്ള ഇഴകൾ പിരിച്ചെടുക്കുന്നത് കവിത്വത്തിന്റെ ശേഷിയെ വെളിവാക്കുന്ന ഒന്ന കൂടിയാണ്. ആർക്കും തന്റെ ഹൃദയം സമർപ്പിക്കാ തെയായിരുന്ന കൃഷ്ണൻ ജീവിച്ചതെന്ന് കവി വിലയിരുത്തുന്നു. യുദ്ധത്തി ന്റെ വ്യർത്ഥതയിലേക്കുമിവിടെ വിരൽച്ചൂണ്ടുന്നു.

മുമ്പവതരിക്കപ്പെട്ട വഴികളിലൂടെ ഒരാൾ സഞ്ചരിക്കുന്നത് ഇന്നിന്റെ ചിന്തകളിലൂടെ ആകുമ്പോഴാണ് അത് വർത്തമാനകാല പ്രാധാന്യം അർഹിക്കുന്നത്. കൊള്ളയും കൊലയും ലോകമെമ്പാട്ടും വിതയ്ക്കുന്ന മൂലധന താൽപര്യങ്ങളുടെ ലോകത്തു നിന്നു കൊണ്ടുള്ള ഈ വായനയ്ക്ക വർത്തമാനകാല പ്രാധാന്യമുണ്ടാകുന്നു. ശ്യാമ മാധവം ഇത്തരത്തി ലൊരു ചരിത്രവൽക്കരണവും നമുക്ക നൽകുന്നുണ്ട്. ഇന്നിൽ നിന്ന

കൊണ്ട് ഇന്നലെയെ മനസ്സിലാക്കുമ്പോൾ ഭാവിലോകം കെട്ടിപ്പട ക്കാനുള്ള വഴികൾക്കുള്ള കരുത്തു പകരും. അത്തരം ഒരു സാമൂഹ്യ വീക്ഷണത്തിലേക്ക് ഇത് വിരൽ ചൂണ്ടുന്നുണ്ട് എന്നതും ഈ കൃതിയെ ഇന്നിന്റെ ലോകത്ത് ഉറപ്പിച്ച നിർത്തുന്നു.

പഴയ ലോകത്തെ അക്കാലത്തെ പുതിയ കാഴ്ചയിലൂടെ അവത രിപ്പിച്ച ഷേക്സ്പിയർ മാർക്സിന്റെ ഇഷ്ടസാഹിത്യകാരനായിരുന്നു. പതിനാറാം നൂറ്റാണ്ടിൽ മാക്കിവെല്ലി എഴുതിയ ദി പ്രിൻസിനെ അടിസ്ഥാനപ്പെടുത്തിയാണ് അന്റോണിയോ ഗ്രാംഷി ദി മോഡേൺ പ്രിൻസ് എഴുതിയത് എന്നതും ശ്യാമ മാധവത്തിന്റെ വായനക്കിടയിൽ ഞാനോർത്തിരുന്നു.

     പഴമയുടെ പുതുവായനകൾ

കഥാപാത്രങ്ങൾ കവിതകളിൽ എത്തുമ്പോൾ

മഹാഭാരതം പോല്യുള്ള ഇതിഹാസങ്ങളെക്കുറിച്ച് നാമിന്നും ഏറെ മനസ്സിലാക്കുന്നത് എന്തിനാണെന്ന ചോദ്യത്തിന് പി. ജി. നൽകിയ മറുപടി ഇന്നും ശ്രദ്ധേയമായി നിൽക്കുന്ന ഒന്നാണ്. ഇലിയഡും ഒഡീസിയും യൂറോപ്യന്റെ ഇതിഹാസങ്ങളെന്ന് വിശേ ഷിപ്പിക്കാറുണ്ട്. എന്നാൽ, അവയ്ക്കൊന്നും ഇന്ന് അവിട്ടത്തെ രാഷ്ട്രീയത്തെ നിയന്ത്രിക്കാനാവില്ല. പക്ഷേ ഇന്ത്യയിൽ ഇതിഹാസ ങ്ങൾ രാഷ്ട്രീയത്തെ നിയന്ത്രിക്കാൻ വേണ്ടി തെറ്റായി വ്യാഖ്യാനിച്ച് ഉപയോഗിക്കുകയാണല്ലൊ. അപ്പോൾ നമുക്കെങ്ങനെ അതിനെ പഠിക്കാതെ മാറിനിൽക്കാനാകും എന്നദ്ദേഹം പറയുകയുണ്ടായി.

ജനകീയ കവിതകളുടെ പാരമ്പര്യം മുന്നോട്ടുകൊണ്ടുപോകുന്ന കുരീപ്പുഴ ശ്രീകുമാറിന്റെ 'മഹാഭാരതം വ്യാസന്റെ സസ്യശാല' എന്ന കവിതാ പുസ്തകം കണ്ടപ്പോൾ പി. ജിയുടെ വാക്കുകളാണ് ഓർമ്മ വന്നത്. ഈ പുതിയ ഇടപെടൽ എന്തായിരിക്കുമെന്ന കൗതുകത്തോടെ പേജുകൾ മറിഞ്ഞുകൊണ്ടേയിരുന്നു. തീർച്ചയായും വ്യത്യസ്തമായ വായനാ അനുഭവമായിരുന്നു അത്. മഹാഭാരതത്തിലെ കഥാപാത്ര ങ്ങളെ ഏതാനും വരികളിൽ തന്റേതായ കാഴ്ചയില്ലൂടെ വിലയിരുത്തുക യാണ് ഇതിൽ.

മഹാഭാരതത്തെ താനെങ്ങനെ കാണുന്നു എന്ന് കവിയുടെ കാഴ്ചപ്പാട് ആമുഖത്തിലുണ്ട്. മഹാഭാരതം ആത്യന്തികമായി യുദ്ധം

തെറ്റാണെന്നും സ്ഥാപിക്കുന്ന പുസ്തകമാണെന്ന് അദ്ദേഹം രേഖപ്പെ
ടുത്തുന്നു. അതുകൊണ്ടതന്നെ യുദ്ധത്തിൽ മരിക്കുന്നവർക്കും അനാഥ
മാകുന്ന സ്ത്രീകൾക്കും കുഞ്ഞുങ്ങൾക്കും ഈ കൃതി അദ്ദേഹം സമർപ്പി
ക്കുന്നു. യുദ്ധങ്ങളും അധികാര മത്സരങ്ങളും സ്ത്രീകൾക്കും കുട്ടികൾക്കും
എത്രയേറെ ദുരിതങ്ങൾ സൃഷ്ടിച്ചുകൊണ്ടിരിക്കുന്ന വർത്തമാനകാലത്ത്
കവിയുടെ ഈ കാഴ്ചകൾ ഏറെ പ്രസക്തമായി തീരും.

പതിനെട്ടു വർഷം കൊണ്ട് എഴുതിത്തീർത്തതാണത്രെ ഈ
കവിതകൾ. മഹാഭാരതത്തിലുള്ള എണ്ണമറോളം കഥാപാത്രങ്ങളെയാണ്
കവി ഇതിൽ വരഞ്ഞുകാട്ടുന്നത്. രണ്ടുവരി മുതൽ എട്ടുവരി വരെയുള്ള
ചെറുകവിതകളായി. ചിലത് നോക്കൂ.

കുന്തി
ഒന്നാമനെക്കൊന്ന
നാലമനാണു നീ
വില്ലാളിവീരനാം പാപി.
എന്നെപ്പോൽ
നീയുമെരിഞ്ഞുവല്ലോ
പുത്രസന്താപച്ചളയിൽ
ഇന്ദ്രോപമനുമായ്
പങ്കിട്ട പൂവമ്പ്
സങ്കടത്തിന്റെ തീയമ്പ്.

ഗാന്ധാരി
അമ്മ
ആറ്റൊന്നു മക്കൾ
പത്നി
ഭർത്താവു രാജ്യാധികാരി
കണ്ണഴിക്കേണ്ടായിരുന്നെന്നു തോന്നന്നു
കണ്ണിൽ നിറച്ചും
ശവങ്ങൾ.

ഉത്തര
അടിവയറ്റിൽ
മൃദുസ്പന്ദനം
ജീവന്റെ കണിക.
പരീക്ഷിതമെന്റെ ഭ്രതാലയം.
പ്രിയനേ
പുരുഷാഹങ്കാരമീ യുദ്ധം
അതിൽ വെന്തു
വീഴുന്ന പ്രാണികൾ സ്ത്രീകൾ.

ദുശ്ശല
അസ്ത്രസന്നാഹം
വെറുക്കുന്നു ഞാൻ
എന്നെ ഒറ്റപ്പെടുത്തിയ
ദുഷ്ടമൂഗമാണ് യുദ്ധം.
കുടപ്പിറപ്പുകൾ
ഭർത്താവ്
സംഗരചരായയിൽ പുത്രൻ,
മരിച്ച പെൺ പക്ഷി ഞാൻ.
ലോകമേ
നീയും നശിക്കും
എൻ ജീവനിൽ
ചോര പുരട്ടിയ
യുദ്ധ ഭ്രമത്തിനാൽ

ഘടോൽക്കചൻ
കാട്ടിൽ
ഉപേക്ഷിച്ച പോയിട്ടും
അച്ഛന്റെ

നാട്ടിൽ ഞാനെത്തിയെൻ
ഗോത്രപ്പടയുമായ്
തമ്പുരാന്മാരുടെ
യുദ്ധോത്സവത്തിനെൻ
ചങ്കിലെ ചോരയാൽ മംഗളം നേരണം.
യാഗഭോഷന്മാർ
ദ്വിജൻമാരെൻ സൈനിക-
മായാരണം കണ്ടു ഞെട്ടിത്തെറിക്കണം.

അഭിമന്യു
ഭദ്രേ സുഭദ്രേ
സമാശ്വാസ വാക്കുകൾ-
ക്കപ്പറത്തേക്കിഴ പൊട്ടി
വീഴുന്ന ഞാൻ.
അച്ഛനില്ല, അമ്മാവനില്ല
രക്ഷിക്കുവാൻ
നിസ്സഹായത്വമേ
മർത്യന്റെ ജീവിതം.

കർണ്ണൻ
ആദിത്യശോഭിതനജ്ജ്വലനച്ഛൻ
ദീപശിഖപോലെയുള്ള പെറ്റമ്മ
നേരറിഞ്ഞപ്പോൾ സ്വയം മരിക്കാനായ്
മോഹിച്ച പോ,യെൻ പിറവിക്ക സാക്ഷി
അശ്വനദി നീ വിഴങ്ങാഞ്ഞതെന്ത്
അത്യപമാനിതനാണീയനാഥൻ.

ഭീഷ്മർ
ആത്മഹത്യക്ക മുൻപൽപ്പം

 പഴമയുടെ പുതുവായനകൾ

ജലം തന്നതാരാകില്യം നന്ദി,

അമ്മേ വരുന്നു ഞാൻ

യുദ്ധാവസാനം

ജയിച്ചവർക്കൊക്കെയും

അസ്ഥിക്കിടക്കയൊരുക്കുന്ന കാലമേ

എന്നെക്കുറിച്ചോർത്തു

ദുഃഖിക്കുവാൻ മണ്ണി-

ലെന്നിൽ നിന്നാരുമില്ലാത്തതേ ധന്യത.

ഈ കവിതകൾ മഹാഭാരതത്തിന്റെ പകർപ്പല്ല എന്നും, പുതിയ കാലത്തു നിന്നുകൊണ്ടുള്ള സൂക്ഷ്മവൽക്കരണമാണെന്നും കവി പറയു ന്നുണ്ട്. ചില കിളിവാതിലുകൾ ആണെന്ന് ഓർമ്മിപ്പിക്കാനും മറക്ക ന്നില്ല. ദുരിതം ഏറ്റുവാങ്ങാത്ത ആരുമില്ലാത്ത മഹാഭാരതത്തിലെ ചില രെക്കുറിച്ചുള്ള കവിതകൾ നമ്മെ ചിന്തിപ്പിക്കാതിരിക്കില്ല. വായിക്കാം, നമുക്കും ഇതിനെ വിലയിരുത്താമല്ലോ.

കൃഷ്ണ സങ്കൽപ്പം കാലത്തിലൂടെ

ഇന്ത്യയിലെ ഇതിഹാസങ്ങളിലും പുരാണങ്ങളിലുമെല്ലാം നിറഞ്ഞുനിൽക്കുകയും, വിവിധ ഭാവങ്ങളിലൂടെ ജനങ്ങളുടെ മനസ്സിൽ സ്ഥാനംപിടിക്കുകയും ചെയ്തതാണ് കൃഷ്ണ സങ്കൽപ്പം. ദൈവമായും ചരിത്രപുരുഷനായും സങ്കൽപ്പ കഥാപാത്രമായുമെല്ലാം പല രൂപത്തിൽ കാണുന്നവരുണ്ട്.

ആലിലയിൽ പെരുവിരൽ കടിച്ച് ശയിക്കുന്ന കൊച്ചുകുട്ടിയായും യശോദയുടെ മുന്നിൽ വികൃതി കാട്ടുന്ന ഉണ്ണികണ്ണനായും ഗോപിക മാരുടെ പ്രിയപ്പെട്ട കാമുകനായും കൃഷ്ണൻ വരുന്നുണ്ട്. ഗീതയിലെ ഗീതോപദേശം നടത്തുന്ന ദാർശനിക രൂപത്തിലും വരുന്നത് മറ്റൊ രാളല്ല. ചക്രം ചുഴറ്റുന്ന പോരാളിയായും തേരാളിയായും സൈനിക തന്ത്ര ങ്ങൾ ആവിഷ്ക്കരിക്കുന്ന സൂത്രധാരനായും കൃഷ്ണനെ അവതരിപ്പിച്ചിട്ടുണ്ട്. തർക്കങ്ങൾ രമ്യതിയിലെത്തിക്കുന്ന നയതന്ത്രജ്ഞനായും ചിത്രീകരി ക്കപ്പെട്ടിട്ടുണ്ട്. സൗഹൃദങ്ങളിൽ അഭിരമിക്കുന്ന ആളായും ഭരണാധികാ രത്തെ മുന്നോട്ടുകൊണ്ടുപോകുന്നതിന് ഇടപെടുന്ന രാജതന്ത്രജ്ഞന്റെ മുഖവും കൃഷ്ണ സങ്കൽപ്പത്തിന് അന്യമല്ല. ഒടുവിൽ തന്റെ കുലം മുഴുവൻ അടിച്ചുപിരിയുന്നത് നിസ്സഹായനായി കാണേണ്ടിവന്ന അനുഭവവും ഇത്തരം കൃതികളിൽ പലതിലും വിവരിക്കുന്നുണ്ട്. കാൽമടമ്പിൽ അമ്പേറ്റ് മരണത്തിലേക്ക് നടന്നടുക്കുന്ന ഒരാളായി ജീവിതം അവസാ നിപ്പിക്കുന്നതായും രേഖപ്പെടുത്തിയിട്ടുണ്ട്. ചരിത്രത്തിന്റെ വികാസ പ്രക്രിയയുടെ ഫലമായി ഉണ്ടായ പരിവർത്തനങ്ങളിലൂടെയാണ് കൃഷ്ണ

സങ്കൽപ്പം വികസിച്ചവന്നത്.

ഇത്തരമൊരു വികാസ പരിണാമം എന്തുകൊണ്ടാണ് കൃഷ്ണ സങ്ക ൽപ്പത്തിൽ കാണാനാവുന്നതെന്ന് പലരും പരിശോധിച്ചിട്ടുണ്ട്. മഹാഭാ രതത്തെക്കുറിച്ച് പഠിച്ചവരും ഇക്കാര്യത്തിലേക്ക് ആണ്ടിറങ്ങിയിട്ടുണ്ട്. ഡി.ഡി കൊസാംബിയും റോമിലാഥാപ്പറെപ്പോലുള്ളവരും ഇത്തരം പഠനങ്ങൾ മുന്നോട്ടവച്ചിട്ടുണ്ട്. ഇരാവതി കാർവയുടെ മഹാഭാരത പഠന ങ്ങൾ പോലുള്ളവ നേരത്തേ തന്നെ ഇക്കാര്യങ്ങളിലേക്ക് കടന്നിട്ടുണ്ട്. സുനിൽ.പി ഇളയിടം തന്റെ മഹാഭാരതം സാംസ്കാരിക ചരിത്രം എന്ന പുസ്തകത്തിൽ ഈ രംഗത്തുണ്ടായ പഠനങ്ങളെ പരിചയപ്പെടുത്തിക്കൊ ണ്ട് ഇക്കാര്യത്തിൽ വെളിച്ചം വീശുന്നമുണ്ട്.

ഗംഗാതടത്തിലെ ആദിമ ജനതയുടെ വീര നായകൻ പിന്നീട് പല രൂപങ്ങളിലേക്കും ഭാവങ്ങളിലേക്കും മാറ്റപ്പെടുകയാണ്. കൃഷ്ണ സങ്കൽപ്പത്തിന്റെ വികാസ പരിണാമങ്ങൾ ഇന്ത്യയിലെ സാമൂഹ്യവി കാസത്തിന്റെ രീതികളുമായി കെട്ടുപിണഞ്ഞുനിൽക്കുന്നതാണ്. വേദ ങ്ങളിൽ കൃഷ്ണനെ കാണാവുന്നത് ഇന്ദ്രനുമായി നേരിട്ട് ഏറ്റുമുട്ടുന്ന അസു രനായാണ്. ഇന്ദ്രന്റെ ശത്രുവായി കൃഷ്ണനെ അവതരിപ്പിക്കുന്ന ഭാഗം ഋഗ്വേദത്തിലുണ്ട്. അക്കാലത്തെ അസുരൻമാർ എന്ന് വിലയിരുത്തിയ പ്രാദേശിക സമൂഹത്തിന്റെ നായകനായാണ് കൃഷ്ണൻ ഋഗ്വേദത്തിൽ വരുന്നത്. ഇന്ദ്രകോപത്തിൽ നിന്ന് രക്ഷപ്പെടാൻ ഗോവർദ്ധനഗിരിയെ ഉയർത്തുന്ന പിൽക്കാല ചിത്രം ഋഗ്വേദത്തിലെ ഇന്ദ്രനും കൃഷ്ണനും തമ്മി ലുള്ള പോരിന്റെ സ്മൃതികളിൽ നിന്ന് രൂപപ്പെട്ടതാകാം.

മഹാഭാരത യുദ്ധത്തിൽ ഗീതോപദേശം നടത്തുന്നിടത്ത് ഒരു പുതിയ മൂല്യബോധത്തിന്റെ പ്രതിനിധിയായാണ് കൃഷ്ണൻ പ്രത്യക്ഷപ്പെടുന്നത്. അതുവരെ സ്വന്തം ഗോത്രത്തിലെ ആളുകളെ കൊലപ്പെടുത്തുന്ന രീതി യുദ്ധങ്ങളിൽ അന്യമായിരുന്നു. അതുകൊണ്ടാണ് തനിക്ക് ആരെയും കൊലപ്പെടുത്താനാവില്ലെന്ന നിലപാടുമായി അർജ്ജുനൻ പടക്കള ത്തിൽ തളർന്ന് പോയത്. എന്നാൽ ക്ഷത്രിയന്റെ ധർമ്മമെന്നത് യുദ്ധം ചെയ്യുകയാണെന്ന് ഓർമ്മപ്പെടുത്തുകയാണ് കൃഷ്ണൻ ഗീതോപദേശത്തി ലൂടെ. നീ അല്ല, ഇതു ചെയ്യുന്നതെന്ന പറയാനും മടിക്കുന്നമില്ല. ഗോത്ര വ്യവസ്ഥയ്ക്ക് മുകളിൽ വർണ്ണ വ്യവസ്ഥയെ സ്ഥാപിക്കുന്ന മൂല്യമാണ് ഇവിടെ മുന്നോട്ടുവയ്ക്കപ്പെടുന്നത്. ഭഗവത്ഗീതയിലെ ചാതുർവർണ്ണ്യം മയാസൃഷ്ടം പോലുള്ള വരികൾ ഉൾപ്പെടെ പിൽക്കാലത്ത് പലവിധ ചർച്ചകൾക്കും വിലയിരുത്തലുകൾക്കും വിധേയമായിട്ടുണ്ട്.

മഹാഭാരതത്തിന്റെ ആദ്യ പാഠങ്ങളിലൊന്നും കൃഷ്ണന്റെ പ്രാധാന്യം

ഏറെ കാണുന്നില്ല. മഹാഭാരതത്തിലെ ആദി പർവ്വത്തിന്റെ അവസാന ഭാഗത്ത് ദ്രൗപതീ സ്വയംവര ഘട്ടത്തിലാണ് കൃഷ്ണൻ പ്രത്യക്ഷപ്പെടുന്നത്. വൃന്ദാവനത്തിലും മധുരയിലും കഴിച്ചുകൂട്ടിയ കൃഷ്ണന്റെ ശൈശവത്തെക്ക റിച്ചോ ബാല്യത്തെക്കുറിച്ചോ മഹാഭാരതത്തിൽ പരാമർശമില്ല. അവ പറയുന്നത് ഭാഗവതത്തിലോ ഹരിവംശത്തിൽ നിന്നോ മാത്രമാണെന്ന് കാണാം. മഹാഭാരത്തിലെ കൃഷ്ണന് പിൽക്കാലത്ത് പ്രചരിച്ച് വന്ന വേണുഗാന ലോലനും ഗോപസ്ത്രീകളുടെ കാമുകനും ഒക്കെയായ കൃഷ്ണ നമായി യാതൊരു സാദൃശ്യവും കാണാനില്ല. മഹാഭാരതത്തിന്റെ ആദ്യ ഭാഗങ്ങളിൽ വലിയ പ്രാധാന്യം ഇല്ലാതിരുന്ന കൃഷ്ണ സങ്കൽപ്പത്തിന് അവസാന ഭാഗങ്ങളിലാണ് കൂടുതൽ പ്രാധാന്യം കടന്നുവരുന്നത്. മഹാഭാരത്തിന്റെ ഒരോ പാഠഭേദങ്ങളിലും ഇക്കാര്യത്തിലും മാറ്റങ്ങളുണ്ട്.

മഹാഭാരത കൃതികളിൽ പിൽക്കാലത്ത് വരുന്ന മാറ്റങ്ങൾക്കനുസ രിച്ച് കൃഷ്ണന്റെ സ്ഥാനവും മുന്നോട്ടുവരികയായിരുന്നുവെന്നാണ് ഇത് സംബന്ധിച്ച് പഠനം നടത്തിയ പലരും കണ്ടെത്തുന്നത്. പ്രാചീന ഗോത്രത്തിന്റെ നേതാവായിരുന്ന കൃഷ്ണൻ പിന്നീട് പശുപാലക സമൂ ഹത്തിന്റെ നേതാവായി ഉയരുന്ന പരിണാമമാണ് സംഭവിക്കുന്നത്. കാർഷിക സമൂഹത്തിന്റെ വളർച്ചയും ബ്രാഹ്മണ്യത്തിന്റെ ഉയർച്ചയും വന്നതോടെ മഹാഭാരതം ഉൾപ്പെടെയുള്ള കൃതികളിൽ അതിന് അനുസൃതമായ കൂട്ടിച്ചേർക്കലുകൾ ഉണ്ടാവുകയായിരുന്നു. ഒരോ കൂട്ടിച്ചേർക്കലുകളും കൂട്ടിച്ചേർക്കുന്നവരുടെ ആവശ്യങ്ങൾക്കും കാഴ്ച കൾക്കുമനുസരിച്ച് പുതിയ രൂപം ആർജ്ജിച്ചവരികയായിരുന്നു. ആ ചേർക്കലിൽ നിന്നാണ് കൃഷ്ണ സങ്കൽപ്പം പുതിയ അർത്ഥങ്ങളിലേക്കും ഭാവങ്ങളിലേക്കും വികസിക്കുന്നത്.

കാർഷിക സമൂഹത്തിന്റെ വളർച്ചയോടെ അതിനനുസൃതമായ രീതിയിലേക്ക് കൃഷ്ണ സങ്കൽപ്പം വളർന്നുവരുന്നു. ഖാണ്ഡക വനത്തെ കത്തിച്ച് അവിടെ കൊട്ടാരം പണിയുന്ന മഹാഭാരതത്തിലെ കൃഷ്ണന്റെ ഇടപെടൽ കാർഷിക സമൂഹത്തിന്റെ വികാസത്തിന് നേതൃത്വം കൊടുക്കുന്ന നായക ബിംബമായും മാറ്റുന്നതിന്റെ ഭാഗമായിരുന്നു. പശുപാലക സമൂഹത്തിന്റെ പ്രതീകമായിത്തീർന്ന കൃഷ്ണ സങ്കൽപ്പത്തെ കാർഷിക ജീവിതത്തിന്റെ പ്രതീകമായി വളർത്തിയെടുക്കുന്ന പ്രക്രി യയായിരുന്നു ഈ സംഭവത്തിലൂടെ മുന്നോട്ടുവച്ചത്. ഇത്തരത്തിൽ പശുപാലക സമൂഹത്തിന്റെയും കാർഷിക ജീവിതം നയിക്കുന്നവര ടെയും ആരാധനാമൂർത്തിയായി കൃഷ്ണ സങ്കൽപ്പം വളരുകയായിരുന്നു. കലപ്പയേന്തിയ സഹോദരനായ ബലരാമൻ കാർഷിക ജീവിതത്തിന്റെ

പ്രതിനിധിയാണ്. ചക്രമേന്തിയ കൃഷ്ണനാവട്ടെ ഒരിടത്തുനിന്ന് മറ്റൊരി
ടത്തേക്ക് നീങ്ങിക്കൊണ്ടിരിക്കുന്ന ഒരു സമൂഹത്തിന്റെ പ്രതിനിധി
എന്ന നിലയില്ലും മാറ്റപ്പെടുന്നു. ഇങ്ങനെ കാർഷിക സമൂഹത്തിന്റെയും
പശുപാലക സമൂഹത്തിന്റെയും കൂടിച്ചേരലിന്റെ പ്രതീകമായി പിന്നീട്
കൃഷ്ണ സങ്കൽപ്പം വളർന്നുവികസിക്കുകയാണ് ചെയ്യുന്നത്. ബ്രാഹ്മണീ
കരണത്തിന്റെ കാലമാകുമ്പോഴേക്കും വിഷ്ണുവിന്റെ പ്രതീകമായി അവർ
മാറുന്നു. ഗുപ്ത കാലഘട്ടമെത്തുമ്പോഴേക്കും അവരുടെ ആദർശങ്ങളുമായി
പൊരുത്തപ്പെടുന്ന രൂപമാറ്റം കൃഷ്ണ സങ്കൽപ്പത്തിനുണ്ടാകുന്നു.

മധ്യകാല ഭക്തിപ്രസ്ഥാനത്തിന്റെ പാരമ്പര്യമാകുമ്പോഴേക്കും ഇന്ദ്രി
യോത്സുകമായ പുതിയ പരിവേഷത്തിലേക്ക് കൃഷ്ണ സങ്കൽപ്പം എത്തപ്പെ
ടുന്നു. ദൈവവുമായി നേരിട്ടുള്ള ഭക്തരുടെ അർച്ചനകളുടേതായ ഭക്തി
പാരമ്പര്യം ഇത്തരം കാഴ്ചകൾക്ക് പ്രചോദനമായിത്തീരുന്നു. ഇതിന്റെ
ഫലമായാണ് ഗോപികമാരുടെ വസ്ത്രം കവരുന്ന കൃഷ്ണ സങ്കൽപ്പം
രൂപപ്പെട്ടുവരുന്നത്. തുടർന്ന് ഇന്ത്യയിലെ മിക്ക ആവിഷ്കാരങ്ങളിലേക്കും
കവിതയായും, കഥയായും, ശിൽപ്പങ്ങളായും, പാട്ടുകളായും, നൃത്തങ്ങളാ
യും കൃഷ്ണ സങ്കൽപ്പം വളരുന്നത്. ഇങ്ങനെ പ്രാദേശിക ജീവിതങ്ങളിൽ
നിന്ന് വിഭിന്ന ആവിഷ്കാരങ്ങളായി ഉയർന്നുവരികയാണ് ചെയ്യുന്നത്.
ആദിമ ജനതയുടെ നായകനായി വന്ന് ബ്രാഹ്മണിക സമ്പ്രദായങ്ങ
ളുടെ ദാർശനിക നായകനായി പ്രതിഷ്ടിക്കപ്പെട്ട കൃഷ്ണ ഭാവന പിന്നീട്
നിത്യജീവിതത്തിൽ ഓടിക്കളിക്കുന്ന ബാലനായും കാമുകനായും മധ്യ
കാലത്ത് മാറ്റപ്പെടുന്നു.

ദേശീയ സ്വാതന്ത്ര്യ പ്രസ്ഥാനത്തിന്റെയും നവോത്ഥാന മുന്നേറ്റ
ങ്ങളുടെയും കാലം വരുമ്പോഴേക്കും മറ്റൊരു രൂപത്തിലേക്ക് അത്
മാറ്റപ്പെടുന്നു. മുരളി വായിക്കുന്ന കൃഷ്ണനെയല്ല, ഗീത മുഴക്കുന്ന കൃഷ്ണനാ
യാണ് വിവേകാനന്ദൻ കണ്ടത്. ഗാന്ധിജി ഭഗവത്ഗീതയെ ജീവിത
പ്രശ്നങ്ങളുടെ പരിഹാരമെന്ന രീതിയിലാണ് കണ്ടത്. ഇത്തരത്തിൽ
വളർന്ന് വികസിച്ച കൃഷ്ണ സങ്കൽപ്പം ആധുനിക കാലഘട്ടത്തിലും
പുതിയ രൂപത്തിലും കാഴ്ചയിലും വായിക്കപ്പെടുന്ന സ്ഥിതിയുണ്ടാകുന്നു.
മലയാളത്തിൽ തന്നെ കവിതയായും സിനിമാ ഗാനങ്ങളായും അവ
നിറഞ്ഞുനിൽക്കുന്നു. അത് ഇന്നും തുടരുന്നു. ശ്യാമ മാധവം പോലുള്ള
കൃതികളിൽ വരെ അത് എത്തിനിൽക്കുന്നു.

ഇന്ന് നാം കാണുന്ന കൃഷ്ണ സങ്കൽപ്പം ഇന്ത്യാ ചരിത്രത്തിലെ വ്യത്യ
സ്തമായ ഉത്പാദന വ്യവസ്ഥകളോടും രാഷ്ട്രീയ ക്രമങ്ങളോടും ഇടകല
ർന്ന് വികസിച്ചുവന്ന ഒന്നാണ്. ഓരോ കാലത്തിന്റെയും കാഴ്ചകൾക്കും

ആവശ്യങ്ങൾക്കും ഭാവനകൾക്കുമനുസരിച്ച് ഒരോരുത്തരും രൂപപ്പെ
ടുത്തി വികസിച്ചവന്ന ഒന്നാണ്. കൃഷ്ണ സങ്കൽപ്പത്തിന്റെ വികാസ
പരിണാമങ്ങൾ ഇന്ത്യയിൽ വളർന്നുവന്ന പ്രത്യയശാസ്ത്ര കാഴ്ചപ്പാട്
കളമായി ബന്ധപ്പെട്ടതുമാണ്. മാതൃദായക്രമത്തിൽ നിന്ന് പിതൃദായ
ക്രമത്തിലേക്കുള്ള മാറ്റങ്ങളും ഇതിൽ നിന്ന് വായിച്ചെടുക്കാവുന്നതാണ്.

ചരിത്രത്തിന്റെ മാറ്റങ്ങളെ ഇത്രയേറെ അകമേവ ഉൾക്കൊണ്ട
വികസിച്ചവന്ന മറ്റൊരു സങ്കൽപ്പം നമുക്ക് കാണാനാവില്ല. ഒരോ
വികാസത്തിലൂടെയും അത് പ്രത്യയശാസ്ത്രപരമായ ഇടപെടലും നടത്തി
ക്കൊണ്ടിരിക്കുകയായിരുന്നു. ഇങ്ങനെ ചരിത്രപരിണാമങ്ങളിലൂടെ രൂപ
പ്പെട്ടുകയും അവയിൽ ഇടപെട്ടും വളർന്നുവന്ന ഭാവനാശക്തിയായയാണ്
ശ്രീകൃഷ്ണൻ എന്ന സങ്കൽപ്പം. പ്രാചീന ഇന്ത്യാ ചരിത്രത്തെ നിർണ്ണയിച്ച
ഭൗതിക പ്രത്യയശാസ്ത്ര ബന്ധങ്ങളുടെ അലകളായും അടരുകളായും
ഇത് ഇപ്പോഴും നിലനിൽക്കുകയും വളരുകയും ചെയ്യുന്നു. അല്ലെങ്കിലും
മാറ്റങ്ങൾ ഇല്ലാത്തത് മാറ്റങ്ങൾക്ക് മാത്രമാണല്ലോ.

 പഴമയുടെ പുതുവായനകൾ

മീരാബായി ഭക്തരോടായി പറഞ്ഞുവച്ചത്

കൃഷ്ണ ഭക്തയായ മീരയെക്കുറിച്ചുള്ള പലതരത്തിലുള്ള ചർച്ചകൾ ഉയർന്നുവരാറുണ്ട്. മന്. എസ്. പിള്ളയുടെ 'ചരിത്ര വ്യക്തികൾ വിചിത്ര സംഭവങ്ങൾ' എന്ന പുസ്തകത്തിൽ അടുത്തകാലത്തായി ഇവരെക്കുറിച്ച് പ്രതിപാദിച്ചിട്ടുണ്ട് സവിശേഷമായ ഈ ജീവിതം ഭക്തിയുടെ മറ്റൊരു മുഖത്തെയാണ് കാണിച്ചുതരുന്നത്. മീര ഭക്തയാരോടായി പറഞ്ഞുവെച്ച കാര്യങ്ങൾ ഭക്തിയെ മത രാഷ്ട്ര ചിന്തകൾക്കും വർഗീയ പ്രചാരണങ്ങൾക്കും അന്ധവിശ്വാസങ്ങളും അനാചാരങ്ങളും പ്രചരിപ്പിക്കുന്നതിനായി ഉപയോഗിക്കുന്നഘട്ട ത്തിൽ സവിശേഷ പ്രാധാന്യമുണ്ട്.

വളരെ ചെറുപ്പത്തിൽ തന്നെ കൃഷ്ണനോട് അതിയായ ഭക്തിയായി രുന്ന മീരയ്ക്ക്. 1516 നോടടുത്ത് രജപുത്ര ചരിത്രത്തിൽ തിളങ്ങിനിന്ന മേവാറിലെ റാണാസംഘയുടെ മകൻ ഭോജരാജിനെ ഇവർ വിവാഹം ചെയ്തു. 10 വർഷത്തിനിടയിൽ മീര വിധവയായി. എന്നാൽ അന്നത്തെ ആചാര പ്രകാരം അനുഷ്ഠിക്കേണ്ട സതിയിലേക്ക് അവർ കടന്നില്ല. അങ്ങനെ ആചാരത്തെ ലംഘിച്ചുകൊണ്ട് കൃഷ്ണഭക്തിയുടെ പുതിയ ലോകത്തേക്ക് മീര എത്തിച്ചേർന്നു.

സ്വാഭാവികമായും ആചാരലംഘനത്തിന്റെ പേരിൽ എതിർപ്പുകൾ ഏറെയുണ്ടായി. അവർക്ക് ഒട്ടും കുസലുണ്ടായില്ല. ഈ പശ്ചാത്തല ത്തിൽ കവിതയിൽ അവർ ഇങ്ങനെ കുറിച്ചു. 'റാണ എനിക്ക് ഈ

അപവാദം മധുരമുള്ളതാണ്. മീരയുടെ നാഥൻ കൃഷ്ണനാണ്. ദുഷിച്ചവർ എരിതീയിൽ ഒടുങ്ങട്ടെ' തീവ്രമായ കൃഷ്ണ ഭക്തിയിൽ ആചാരങ്ങളെ മുഴുവൻ മാറ്റിനിർത്തിക്കൊണ്ട് ജീവിക്കുകയായിരുന്ന മീര.

തന്റെ കാമുകനായ കൃഷ്ണനെ പിരിഞ്ഞിരിക്കുന്നതിലെ വിരഹദുഖം ചിത്രീകരിക്കുന്നതായാണ് അവരുടെ കൃതികൾ. അവയെ മനോഹര മായ ശബ്ദത്താൽ പ്രസരിപ്പിച്ച് അതിൽ ലയിക്കുകയായിരുന്ന അവർ.

എതിർപ്പുകളെയെല്ലാം ലംഘിച്ച് മറ്റ ഭക്തരുമായി മടിയില്ലാതെ ഇടപഴകി. സ്ത്രീകൾക്ക് പ്രവേശനമില്ലാത്ത പലയിടങ്ങളിലും കടന്നുചെ ന്നു. അക്കാലത്ത് ഒരു രജപുത്ര വിധവയ്ക്ക് ചിന്തിക്കാൻ പോലുമാവാത്ത വഴികളിലൂടെയായിരുന്ന അവരുടെ യാത്ര. അധികാരത്തിന്റെയും ആചാരങ്ങളുടെയും ലോകത്തുനിന്നുള്ള പിൻമാറ്റം കൂടിയായിരുന്നു മീരയ്ക്ക് ഭക്തി. ചിന്തകൾ ഏറെ വളരാതിരുന്ന കാലത്ത് പ്രതിരോധത്തിന്റെ വഴിയായിരുന്ന ഇത്. ആ വഴിയിലൂടെ സഞ്ചരിച്ച് അധികാരത്തിന്റെ ഘടനകളെയെല്ലാം അവർ വെല്ലുവിളിച്ച. ഭക്തിയെ സ്നേഹത്തിന്റെ രൂപമായി കാണുന്ന ഭക്തിപ്രസ്ഥാനക്കാരുടെ വഴികളിലൂടെയായിരു ന്ന അവരുടെ യാത്ര.

അവർ എഴുതി, 'നിങ്ങളുടെ വിചിത്ര ലോകം എനിക്ക് ഇഷ്ടമല്ല, റാണ. പുണ്യാത്മാക്കളില്ലാത്ത ലോകം, വെറും ചവറുകളുടെ ലോകം.' ഇങ്ങനെ ജീവിതത്തിലെ വിവിധങ്ങളായ അധികാരഘടനയ്ക്ക് നേരെയുള്ള കലാപമായി മാറുകയായിരുന്ന മീരയുടെ ഭക്തി.

കുടുംബത്തിൽ നിന്നുപോലും അവർ പുറത്താക്കപ്പെട്ടു. എന്നാൽ തൻരേതായ വഴിയിലൂടെ വാശിയോടെ അവർ നടന്നുനീങ്ങി. അവർ എഴുതി, 'റാണ കുപിതനാണെങ്കിൽ സ്വന്തം രാജ്യം കാത്തുവച്ചോട്ടെ, പക്ഷെ ഈശ്വരൻ കോപിച്ചാൽ ഞാൻ വാടിപ്പോകും.'

കാലിൽ ചിലങ്ക കെട്ടി കൈയ്യിൽ മണിത്താളം കൊട്ടി അവർ നൃത്തമാടി. ഹൃദയ നൈർമല്യത്താൽ അവർ ഈശ്വരനെ അറിഞ്ഞു. ലോകത്തിന്റെ നിസാരതയെയും അവർ തിരിച്ചറിഞ്ഞു. എല്ലാ പൂർവ്വികമായ സ്വത്തുകളെയും നഷ്ടപ്പെടുത്തിക്കൊണ്ട് ഭക്തിക്കായി വിലകൊടുക്കുകയായിരുന്ന മീര. ഭൗതിക സുഖങ്ങളുടെ സ്വർഗ്ഗങ്ങളല്ല, ആത്മസമർപ്പണമായ ഭക്തിയെയായിരുന്ന അവർ തന്റെ വഴിയായി കണ്ടത്.

കാലം മുന്നോട്ടുനീങ്ങി. മീര ദിവ്യ വനിതയായി. കൃഷ്ണന്റെ ദ്വാരക യിൽ വെച്ചുതന്നെ അവർ ആഗ്രഹിച്ച പ്രകാരം മരണപ്പെട്ടു. അവരുടെ

ജീവിതകഥ പിന്നീട് പലരും ഉയർത്തിക്കാണിച്ചു. അഹിംസയില്ലെന്നിയ ചെറുത്തുനിൽപ്പിന്റെ ദൃഷ്ടാന്തമായി ഗാന്ധിജി അവരെ കണ്ടു.

അക്കാലത്ത് ശക്തമായി വേരോടിയ സ്ഥാപനങ്ങളുടെ മൂല്യ ബോധത്തെയാണ് അവർ തിരസ്കരിച്ചത്. വിവാഹം, ജാതി, രാജകീയത എന്നിവയെല്ലാം തകിടംമറിച്ചുകൊണ്ട് സവിശേഷ വഴിയിലൂടെ അവർ മുന്നേറി. തന്നെ ദൈവത്തോട് അടുപ്പിക്കുന്നതാണെന്ന് തോന്നുന്നതെ ന്തോ അതിനെ മാത്രം വഹിച്ചുകൊണ്ട് സഞ്ചരിച്ചു. ഇങ്ങനെ ഭക്തിയെ കരുത്താക്കി മുന്നേറുകയായിരുന്നു മീര.

മീരയുടെ ഈ ജീവിതമുയർത്തുന്ന ചോദ്യമെന്താണ്? വിശ്വാസം, ഭക്തി, ആചാരം, മതം ഇവയെല്ലാം ഏതുതരത്തിലാണ് വായിക്കപ്പെ ടേണ്ടത്? ആചാരമാണോ ദൈവഭക്തി? ഭക്തിയെയും അത് മുന്നോട്ടുവ യ്ക്കുന്ന മൂല്യങ്ങളെയുമാണോ വിശ്വാസികൾ പ്രധാനമായി കാണേണ്ടത്? അല്ല, അചാരങ്ങളെയും നിലനിൽക്കുന്ന നീതിയെയുമാണോ?

തീർച്ചയായും മീരയുടെ ജീവിതം മുന്നോട്ടുവയ്ക്കുന്ന സന്ദേശം ആചാര ങ്ങളെ തകർത്തുകൊണ്ടേ ഭക്തിയുടെ യഥാർത്ഥ മൂല്യങ്ങളെ മുന്നോട്ട കൊണ്ടുപോകാനാവൂ എന്നാണ്. നിലനിൽക്കുന്ന നീതിബോധങ്ങളെ അതിജീവിച്ചുകൊണ്ടേ പുതിയ പാതയിലൂടെ നമുക്ക് സഞ്ചരിക്കാനാവൂ എന്നതുമാണ്. അങ്ങനെ താൻ മുന്നോട്ടുവയ്ക്കുന്ന മൂല്യങ്ങളെ സ്വീകരിക്ക കയും, ആചാരങ്ങളെയും അതിന്റെ കൂടെ നിൽക്കുന്ന ആധിപത്യങ്ങ ളെയും നിഷേധിക്കുകയായിരുന്നു മീര. അതിനുള്ള വഴിക്കുടിയായിരുന്നു ഭക്തി. ഭക്തിയെ തന്നെ പ്രതിരോധമാക്കുന്ന രീതിയായിരുന്നു അത്. കുമാരനാശാന്റെ വരികൾ ഇവിടെ ഏറെ പ്രസക്തമാകുന്നു. 'മാറ്റവിൻ ചട്ടങ്ങളെ സ്വയ, മല്ലെങ്കിൽ മാറ്റമതുകളീ നിങ്ങളെത്താൻ.'

ആചാരങ്ങളെ വകഞ്ഞുമാറ്റുമ്പോഴേ യഥാർത്ഥ ഭക്തിയുടെ മൂല്യങ്ങ ളിലേക്ക് വിശ്വാസികൾ എത്തുകയുള്ളൂ എന്നതാണ് മീരയുടെ ജീവിതം നൽകുന്ന സന്ദേശം. വർഗീയവാദികൾക്ക് കാണാനാവാത്ത ആത്മീ യതയുടെ ലോകമാണ് അത്. അവർക്കെന്നും മീര തിരസ്കരിച്ച അധി കാരമാണല്ലോ പ്രശ്നം, അവർക്ക് മതവും ഭക്തിയുമെല്ലാം അതിനുള്ള കുറുക്കുവഴി മാത്രം.

രാമായണത്തിലെ പാഠഭേദങ്ങൾ

മഹാഭാരതം അഗാധതകളെ ഉള്ളിൽ പേറികൊണ്ട് നിൽക്കു ന്ന ഇതിഹാസമാണ്. രാമായണമാവട്ടെ ആദികാവ്യമായി വിശേഷിപ്പിക്കപ്പെടുന്ന ഒന്നും. മഹാഭാരതത്തിന്റെ വ്യത്യസ്ത പാഠങ്ങളെ സംബന്ധിച്ച് സൂക്താംഗാർ, ഇരാവതി കാർവെ തുടങ്ങി നിരവധി പേരുടെ പഠനങ്ങൾ പലപ്പോഴും ചർച്ച ചെയ്യപ്പെട്ടിട്ടുണ്ട്. രാമായണത്തെ സംബന്ധിച്ചുള്ള പഠനത്തിൽ ഏറെ ശ്രദ്ധേയമായ ഒന്നാണ് ബെൽജിയംകാരനായ ഫാദർ കാമിൽ ബുൽക്കയുടെ 'രാമകഥ.' കേരള സാഹിത്യ അക്കാദമി ഇത് പ്രസിദ്ധീകരിച്ചിട്ടു മുണ്ട്. ഇന്ത്യയിൽ വന്ന് പ്രയാഗ സർവ്വകലാശാലയിൽ രാമകഥ യുടെ വളർച്ച എന്ന വിഷയത്തിൽ നടത്തിയ ഗവേഷണത്തിന്റെ ഭാഗമായാണ് അദ്ദേഹത്തിന്റെ നിരീക്ഷണങ്ങൾ പുറത്തുവന്നിട്ട ള്ളത്. ഏക ശിലയില്ലുള്ള പാഠമായല്ല മഹാഭാരതമെന്ന പോലെ രാമായണത്തെയും ജനങ്ങൾ പിന്തുടരുന്നത് എന്ന കാര്യം കാമൽ ബുൽക്കയുടെ ഈ പഠനം വെളിപ്പെടുത്തുന്നു.

വാത്മീകി രാമായണം ഇന്നത്തെ നിലയിൽ രൂപപ്പെടുന്ന തിനു മുമ്പ് തന്നെ രാമകഥ പ്രചാരത്തിലുണ്ടായിരുന്നു. എന്നാൽ വാത്മീകി രാമായണത്തിന്റെ രൂപീകരണത്തോടു കൂടിയാണ് അതിന് പ്രചാരം സിദ്ധിച്ചത്. മഹാഭാരതം പാടി നടന്ന സൂതന്മാരെ പോലെ വാത്മീകിയും ഇത്തരത്തിലുള്ള പ്രചരണ രീതികൾ നടത്തിയിരുന്നതായും കാമിൽ ബുൽക്കെ പറയുന്നുണ്ട്.

രാമകഥ വ്യത്യസ്തമായ തരത്തിൽ ബൗദ്ധൻമാരും ജൈനൻമാരും പ്രചരിപ്പിച്ചിരുന്നു. ജൈന കഥാഗ്രന്ഥങ്ങളിൽ അത്യന്തം വിസ്തൃതമായ ഒരു രാമകഥാസാഹിത്യം നിലനിന്നിരുന്നു. വിഷ്ണുവിന്റെ അവതാരമായും ബൗദ്ധമതത്തിൽ ബോധിസത്വനായും ജൈനമതത്തിൽ എട്ടാമത്തെ ബലദേവനായും രാമൻ പ്രത്യക്ഷപ്പെട്ടു. ഇങ്ങനെ വൈവിധ്യപൂർണ്ണമായ പാഠസൃഷ്ടിയിലൂടെ മുന്നേറുന്ന കാവ്യമായി രാമായണം മാറുന്നു. ഇന്ത്യൻ ഭാഷകളിൽ ആദ്യത്തെ മഹാകാവ്യം മിക്കവാറും ഏതെങ്കിലും രാമായണമാണെന്നും ബ്യൽക്കെ ഓർമ്മപ്പെടുത്തുന്നു.

മറ്റ് രാജ്യങ്ങളിൽ രാമകഥ പ്രചരിപ്പിച്ചത് ബൗദ്ധൻമാർ ആണ്. ചൈനയിലും ഇന്ത്യോനേഷ്യയിലും ഇത്തരത്തിൽ രാമായണം പ്രചരിക്കുകയുണ്ടായി. ഈ രാമകഥയുടെ ആധുനിക രൂപമാണ് ഇന്ത്യോനേഷ്യയിൽ പ്രചാരത്തിലുള്ളത്.

ബർമ്മയിൽ ഒരു രാജാവ് രാജധാനി നശിപ്പിച്ചിട്ട് അനേകം തടവുകാരെ കൊണ്ടുപോയി രാമനാടകം അഭിനയിക്കാൻ തുടങ്ങി. ബർമ്മയിൽ അഭിനയിക്കാൻ തുടങ്ങിയ ഈ രാമനാടകം ഇന്നും ജനപ്രീതി ഉള്ളതായി നിലനിൽക്കുകയാണ്. രാജ്യത്തിന്റെ കിഴക്കൻ മേഖലയിലുള്ള രാമായണത്തിൽ വാത്മീകി രാമായണത്തിൽ നിന്ന് ഭിന്നമായ വിവരങ്ങൾ മറ്റ ഭാഗങ്ങളിൽ നിന്നു ലഭിച്ച രാമായണത്തിൽ കാണാനുണ്ട്. മഹാഭാരതത്തിന്റെ പൂർണ്ണരൂപം തയ്യാറാക്കുന്നതിന് ശ്രമിച്ചപ്പോൾ ഇന്ത്യയിലെ വിവിധ ഭാഗങ്ങളിൽ നിന്ന് ലഭിച്ച കൈയ്യെഴുത്ത് പ്രതികൾ തമ്മിൽ വലിയ വ്യത്യാസമുണ്ടായിരുന്നു. ഇത്തരം ഒരു അവസ്ഥ രാമായണത്തിനും ഉണ്ട്. സീതയുടെ ജനനത്തെക്കുറിച്ചും വ്യത്യസ്തമായ പാഠങ്ങൾ വിവിധ രാമായണങ്ങൾ അവതരിപ്പിക്കുന്നുണ്ട്.

ഹനുമാന്റെ ജനനത്തെ സംബന്ധിച്ചും അനേകം കഥകൾ ഉണ്ട്. ഹനുമാൻ ശിവന്റെ അവതാരമാണെന്ന കഥ പിന്നീട് ശൈവരിൽ നിന്നും ഉയർന്നു വന്നിട്ടുണ്ട്. ശിവനിൽ നിന്ന് ഹനുമാൻ ജനിച്ചുവെന്ന പാഠങ്ങളും പിൽക്കാലത്ത് കാണാനുണ്ട്. രാമകഥയുടെ വികാസത്തിൽ വളരെ പ്രധാനപ്പെട്ട രണ്ട് തത്വങ്ങൾ വന്നിട്ടുണ്ട്. അവതാരവാദവും ഭക്തിയുമാണ് അത്. കൃഷ്ണാവതാരത്തെയും കൃഷ്ണഭക്തിയെയും അനുകരിച്ച് തന്നെയാണ് ഈ രണ്ട് രീതികളും രാമകഥയിൽ പ്രവേശിച്ചത് എന്നും കാണാവുന്നതാണെന്നും വിലയിരുത്തുന്നു. ഇക്ഷ്വാകു വംശത്തിലെ സ്തുതിപാഠകൻമാർ മുഖേനയാണ് ഇത് ആരംഭിച്ചതെങ്കിലും ക്രിസ്തുവിന് മുമ്പ് നാലാം ശതകമായപ്പോഴേക്കും

ഇതിന് വലിയ പ്രചാരം കിട്ടിയിരുന്നു. ഇക്കാലത്ത് മൂന്ന് തരം പാഠങ്ങൾ വാത്മീകി രാമായണത്തിൽ പ്രചാരത്തിൽ വരുന്നതായും രേഖപ്പെ ടുത്തുന്നുണ്ട്. ദക്ഷിണാത്യം, ഗൗഡീയം, പശ്ചിമോത്തരീയം എന്നീ മൂന്ന് പാഠങ്ങളിലും കഥാവസ്തുവിന്റെ കാര്യത്തിൽ വലിയ അന്തരമില്ല. എന്നാൽ മൂന്ന് പാഠങ്ങളിലും ഒരേ പോലെ കാണുന്ന ശ്ലോകങ്ങൾ മൂന്നിൽ ഒന്നിലും കുറവാണ്.

മഹാഭാരതത്തിന്റെ രൂപീകരണ ഘട്ടത്തിലും ആദർശ മനുഷ്യൻ എന്ന നിലയിൽ രാമൻ അവതരപ്പിക്കപ്പെട്ടിരുന്നു. ഭഗവത്ഗീതയിൽ കൃഷ്ണൻ അർജ്ജുനനോട് ശസ്ത്രം ധരിക്കുന്നവരിൽ ഞാൻ രാമനാണ് എന്ന് പറയുന്ന ഭാഗം ഇതിലേക്കാണ് വെളിച്ചം വീശുന്നത്. വിഷ്ണു വിന്റെ അവതാരമാണ് രാമൻ എന്നത് ബൗദ്ധ-ജൈന സാഹി ത്യത്തിൽ ഒഴിച്ച് പൊതുവിൽ കാണാനാവുന്നുണ്ട്. സീതയുടെ പാതിവ്രത്യം, രാമന്റെ ആജ്ഞാപാലനം, ഭരതന്റെയും ലക്ഷ്മണ ന്റെയും ഭ്രാതൃസ്നേഹം, ദശരഥന്റെ സത്യസന്ധത, കൗസല്യയുടെ വാത്സല്യം തുടങ്ങിയ ആദർശങ്ങൾ എല്ലാ രാമകഥകളിലുമുണ്ട്. ശംബുകൻ എന്ന ശൂദ്രൻ തപസ്സ് ചെയ്തതിന്റെ പേരിൽ കൊല്ലപ്പെട്ട പോലുള്ള കാര്യങ്ങളും വിലയിരുത്തുന്നുണ്ട്. ഇവിടെ വർണവ്യവസ്ഥ കൊടുകുത്തിവാണ കാലത്ത് നീതി ആർക്കൊപ്പമാണെന്ന പാഠവും രാമായണം ഉത്പാദിപ്പിക്കുന്നുണ്ടെന്ന കാര്യവും മറക്കേണ്ടതില്ല.

സ്ത്രീ വിശുദ്ധമായി തീരുന്ന രാമ ചെയ്തികൾ ആണല്ലോ ചിന്താവി ഷ്ടയായ സീതയിൽ കുമാരനാശാനാൽ വിചാരണ ചെയ്പ്പെട്ടത്. കാട്ടിൽ പതിനാല് വർഷം കഴിയേണ്ടി വന്നതും രാക്ഷസ ചക്രവർത്തി തന്റെ ശരീരം മോഹിച്ചതും തന്റെ കുറ്റമാണോ എന്ന് സീത ഇതിൽ ചോദിക്കുന്നുണ്ട്. മാപ്പിള രാമായണം പോലുള്ളവയിലാവട്ടെ രാമായണ ത്തെ നാടോടി ശൈലിയിൽ അവതരിപ്പിക്കുന്ന ഒന്നായും മാറ്റുന്നുണ്ട്. ഇപ്പോൾ പലരും വായിച്ചുകൊണ്ടിരിക്കുന്ന എഴുത്തച്ഛന്റെ രാമായണം പോലും വാത്മീകീ രാമായണത്തിൽ നിന്നും വ്യ ത്യസ്തമായ നിരവധി സന്ദർഭങ്ങളാലും പാഠങ്ങളാലും നിറഞ്ഞ വയാണ്. ഇത്തരം വൈവിധ്യപൂർണ്ണമായ വളർച്ചയുടെ ഉത്പ ന്നമായ ഒരു കൃതിയാണ് നാം ചുറ്റിൽ നിന്നും ശ്രവിക്കുന്നത്. അനേക ഭാവങ്ങളും രൂപങ്ങളും ആർജ്ജിച്ച് മുന്നേറിയതും ഇപ്പോഴും പലരുടെയും ഭാവനകളിൽ വ്യത്യസ്ത രൂപമാർജ്ജിക്കുന്നതുമായ ഒന്നായി രാമായണവും മാറ്റുന്നുണ്ട്എന്ന്കാമിൽബുൽക്കെനമ്മെഓർമ്മിപ്പിക്കുന്നു. ഇങ്ങനെ വൈവിധ്യങ്ങളുടെ മഹാസാധ്യതകളുമായി

ഒഴുകിയെത്തിയതാണ് രാമായണമെന്ന് മനസ്സിലാക്കാനാവണം. അല്ലാതെ ജനങ്ങളെ തമ്മിലടിപ്പിച്ച് നേട്ടമുണ്ടാക്കാനുള്ള രാഷ്ട്രീയ ഉപകരണമായി തിരിച്ചറിയപ്പെട്ടുകൂടാ. ഇത്തരത്തിൽ നമ്മുടെ സംസ്കാരത്തിന്റെ വൈവിധ്യങ്ങളെയും വളർച്ചയെയും ചലനാത്മകതയെയും തിരിച്ചറിഞ്ഞുകൊണ്ട് മാത്രമേ സർഗ്ഗാത്മകമായ ഒരു ജീവിതം കെട്ടിപ്പടുക്കാനാവൂ.

ജനകീയ മുന്നേറ്റങ്ങൾ നിയമവ്യവസ്ഥകളിലും മാറ്റങ്ങൾ വരുത്തി.
അങ്ങനെ രാജവിളംബരങ്ങൾ ഒന്നൊന്നായി വരാനും തുടങ്ങി

രാജവിളംബരങ്ങൾ

ക്രിസ്തവർഷം 1818. തിരുവിതാംകൂർ (അമ്മ) മഹാറാണി പാർവതീഭായി പുറപ്പെടുവിച്ച ആഭരണ വിളംബരം (കമ്മൽ വിളംബരം):

'ഈ രാജ്യത്ത് ശൂദ്ര ജാതിയില്ും ഈഴവരും ചാന്നാന്മാരും മുക്കവരും ഉൾപ്പെട്ട ജാതിയില്ും ഉള്ള പുരുഷന്മാർക്കും സ്ത്രീകൾക്കും പൊന്നുകൊണ്ടും വെള്ളികൊണ്ടും ഓരോ ആഭരണ ങ്ങൾ ഉണ്ടാക്കിയിടണമെന്ന് മനസ്സുണ്ടായാൽ മുട്ടുക, വീര ചങ്ങല, പൊന്നുംതക്ക, ഈഴവരൾപ്പെട്ട ആളകൾക്ക് കട്ടക്കൻ മുതലായ പലവക ആഭരണങ്ങൾക്കും പണ്ടാരവകയിൽ ബോധിപ്പിച്ച് അടിയറയും തീർന്ന് ആഭരണങ്ങൾ തീർപ്പിച്ച് ഇട്ടുകൊള്ളത്തക്ക വണ്ണം ചട്ടംവച്ചിരിക്കുന്നതിനാൽ ഏതാനും പേർ അതിൻവണ്ണം വന്ന ബോധിപ്പിച്ച് അടിയറയും തീർന്ന ആഭരണങ്ങൾ തീർപ്പിച്ച് ഇട്ടുവരുന്നുവെന്നും ചിലര പണ്ടാരവകയിൽ ബോധിപ്പിച്ചാൽ ദ്രവ്യം അധികം ഉണ്ടെന്ന ബോധിപ്പാൻ ഇടവരുമെന്ന സംശയിച്ച വന്ന ബോധിപ്പിക്കാതെ പാർക്കുന്ന പ്രകാരവും കേൾവിപ്പെട്ടുകകൊണ്ടും കുടിയാനവന്മാർ ഉൾപ്പെടെ സകലമാന പേരും അവരവരുടെ സന്തോഷപ്രകാരം നടക്കണമെന്നും നമുക്ക മനസ്സിലായിരിക്കകൊ ണ്ടും ഇപ്പോൾ വിളമ്പപ്പെട്ടുത്തുന്നതെന്തെന്നാൽ ശൂദ്ര ജാതിയില്ും ഈഴവരും ചാന്നാന്മാരും മരക്കാന്മാരും ഉൾപ്പെട്ട ജാതിയില്ും പുര ഷന്മാരും സ്ത്രീകളും അതല ജാതി മര്യാദപോലെ പണ്ടാരവകയിൽ ബോധിപ്പിച്ച് അടിയറയും തീർന്ന പൊന്നുകൊണ്ടും വെള്ളികൊണ്ടും എന്തെല്ലാം ആഭരണങ്ങൾ ഇട്ടുവന്നോ അതെല്ലാം മേല്ും ഉള്ളതിന അടിയറ കൂടാതെയും പണ്ടാരവകയിൽ ബോധിപ്പിക്കാതെയും

നിർമിച്ച കൊട്ടത്തിരിക്കകൊണ്ട് മേലെഴുതിയ പ്രകാരം ഉള്ള ആഭര
ണങ്ങൾ അവരവരുടെ മനസ്സിൻ പ്രകാരം തീർപ്പിച്ച ഇട്ടുകൊള്ളുകയും
ഇട്ടുകൊള്ളുകയും വേണം.'

ചട്ടക്കുപ്പായ വിളംബരം

'കീഴ്‍വർഗത്തിലെ സ്ത്രീകൾ ക്രിസ്ത്യൻ സ്ത്രീകളെയും മുഹമ്മദീയ
സ്ത്രീകളെയും പോലെ ചട്ടക്കുപ്പായം ധരിക്കുന്നതിന വിരോധം ഇല്ലെ
ങ്കിലും പാരമ്പര്യമായി നിലനിന്നുവരുന്ന ആചാരങ്ങൾ അനുസരിച്ച്
മേൽജാതി ഹിന്ദുക്കൾ ധരിക്കുന്നതുപോലെ ഉള്ള മേൽവസ്തുങ്ങൾ
കീഴ്‍ജാതിക്കാർ ധരിക്കാൻ പാടില്ലാത്തതാണ്. ക്രിസ്ത്യൻ മിഷനറി
പ്രവർത്തനത്തിന് തിരുവിതാംകൂർ ഗവൺമെന്റ് ചെയ്തുകൊടുത്ത
സജീവ പരിരക്ഷകൾ നാഞ്ചിനാട്ട പ്രദേശത്തെ ക്രിസ്തമത വളർച്ചയ്ക്ക്
കാരണമായി. ഇതിന്റെ ഫലമായി ക്രിസ്തമതം സ്വീകരിച്ച ചാന്നാന്മാർ
ഈ പുരോഹിതന്മാരുടെ പിൻബലത്തിന്റെ ഊക്കിൽ സ്ഥലത്തെ
ഉയർന്ന ഹിന്ദു ജനതയ്ക്ക് ഭയകാരണങ്ങൾ ഉണ്ടാക്കിക്കൊണ്ടിരുന്നു.
ക്രിസ്തമതം സ്വീകരിച്ച ചാന്നാന്മാർ ധരിക്കുന്ന വസ്തുത്തെ സംബന്ധിച്ച്
തെക്കൻ തിരുവിതാംകൂറിൽ ഒരു തർക്കം പുറപ്പെട്ടു. പരമ്പരയായി
നിലനിന്നുവരുന്ന ആചാരങ്ങൾ അനുസരിച്ച് മേൽജാതി ഹിന്ദുക്കൾ
ധരിക്കുന്നതുപോലുള്ള മേൽവസ്തുങ്ങൾ കീഴ്‍ജാതിക്കാർ ഒരിക്കലും
ധരിക്കാൻ പാടില്ലാത്തതാണ്. കേണൽ മൺറോവിന്റെ ഭരണകാലത്ത്
കീഴ്‍വർഗത്തിലെ സ്ത്രീകൾക്ക് ക്രിസ്ത്യൻ സ്ത്രീകളെപ്പോലെ ചട്ടക്കുപ്പായം
ധരിക്കുന്നതിന വിരോധമില്ലെന്ന് ഒരു കൽപ്പന പുറപ്പെടുവിച്ചിട്ടുണ്ടാ
യിരുന്നതാണ്. എന്നാൽ ഈ മാർഗം കൂടിയ സ്ത്രീകൾക്ക് ഉയർന്ന
ഹിന്ദുക്കൾ ധരിക്കുന്നമാതിരിയുള്ള അതേ വസ്തുങ്ങൾ വേണമെന്ന
നിർബന്ധമായിരുന്നു. അതുകൊണ്ട് അവർ മുമ്പ് അനുവദിച്ചിരുന്ന
ചട്ടക്കുപ്പായത്തിന പുറമേ ഉയർന്ന ഹിന്ദുക്കൾ ധരിക്കുന്ന മാതിരിയിൽ
തന്നെ ഒരു മേൽമുണ്ട് ചുമലിൽ ചുറ്റി മറച്ചുകൊണ്ട് പരസ്യമായി
നടക്കാൻ തുടങ്ങി. ഇത് ഉയർന്ന വർഗക്കാർക്ക അസഹനീയമായിരു
ന്നു. തോവാള, അഗസ്തീശ്വരം, ഇരണിയൽ, കൽക്കുളം, വിളവംകോട്
എന്നീ തെക്കൻ താലൂക്കുകളിൽ എല്ലാം ഗുരുതരമായ സമാധാനലം
ഘനങ്ങൾ ഉണ്ടായി. രണ്ട് കക്ഷികളും തമ്മിൽ പരസ്യമായ സംഘട്ടന
ങ്ങൾ ഉണ്ടായി. മേൽജാതിക്കാർ ധരിക്കുന്നതുപോലുള്ള മേൽമുണ്ടുകൾ
ധരിച്ച പരസ്യമായി നടന്ന ചില ചാന്നാർ സ്ത്രീകളെ സനാതന ഹിന്ദു
ക്കൾ ആക്രമിച്ചു. ചാന്നാന്മാർ തിരിച്ചടിക്കുകയും ചെയ്തു. അതാണത്രേ
ചാന്നാർലഹള.'

ക്രിസ്തുവർഷം 1859, മദിരാശി ഗവർണർ ഹാരിസ് പ്രഭ തിരുവിതാംക്കൂർ റസിഡന്റിനയച്ച കത്ത്.

'സത്യവും ന്യായവും മാത്രമല്ല, നമ്മുടെ സാമാന്യമായ മനുഷ്യ ത്വബോധം പോലും ഇങ്ങനെ ഒരുഭാഗത്ത് അണിനിരന്നിട്ടുള്ള ഒരു വിവാദ സംഭവം ഞാൻ കണ്ടിട്ടില്ല. ഇത്തരം ഒരു സന്ദർഭത്തിൽ നാം വളരെ ഉറച്ച ഒരു നിലപാട് എടുത്തില്ലെങ്കിൽ സംസ്കാരമുള്ള ലോക ത്തിന്റെ കണ്ണിൽ നാം നാണംകെട്ടവരായി തീരും. ചക്രവർത്തിനി തിരു മനസ്സിന്റെ (1829) രാജകീയ വിളംബരം ഇത്തരമൊരു വ്യക്തിഗതമായ മർദന നടപടിയെ സാധൂകരിക്കാൻ ഉപയോഗിക്കപ്പെടുന്നുവെന്നുള്ളത് അതിനെ എതിർക്കാനുള്ള നമ്മുടെ ബാധ്യതയെ വർധിപ്പിക്കുന്നതേയു ള്ളൂ. ചക്രവർത്തിനി തിരുമനസ്സുകൊണ്ടു സ്വന്തം സഹോദരികൾക്കു ദയാ പുരസ്സരം അനുവദിച്ചിട്ടുള്ള പരിരക്ഷകൾ ഉൾക്കൊള്ളുന്ന വിളംബരം അവർക്കെതിരായി ഉപയോഗിക്കപ്പെടുന്നതിൽ ചക്രവർത്തിനി തിരു മനസ്സിനുള്ള ഉൾക്കടമായ വികാരം എങ്ങനെ ഉള്ളതായിരിക്കുമെന്ന ഞാൻ വിവരിക്കുന്നില്ല. ഈ കാര്യങ്ങൾ രാജാവിനെ വേണ്ടമാതിരി ബോധ്യപ്പെടുത്തേണ്ടതും 1829-ലെ വിളംബര പ്രകാരം ഉള്ള നിരോ ധനങ്ങൾ ഈ യുഗത്തിനോ വിദ്യാഭ്യാസമുള്ള ഒരു രാജാവിനോ ഒട്ടും ഭൂഷണമല്ലെന്നും പറഞ്ഞു മനസ്സിലാക്കേണ്ടതുമാണ്.'

ക്രിസ്തുവർഷം 1859 ജൂലൈ 26. മേൽമുണ്ട് വിളംബരം

''ക്രിസ്തുമതത്തിൽ ചേർന്നിരിക്കുന്ന ചാന്നാർ സ്ത്രീകളെപ്പോലെ ശേഷം ചാന്നാട്ടികളും കുപ്പായം ഇട്ടുകൊള്ളകയോ മുക്കവത്തികളെ പ്പോലെ എല്ലാ മതത്തിലുമുള്ള ചാന്നാട്ടികളും കട്ടിശീലകൊണ്ടു ഉടുത്തു കെട്ടി കൊള്ളുകയും മേൽജാതി സ്ത്രീകളെപ്പോലെ അല്ലാതെ മറ്റേ ഏതു വിധത്തിലെങ്കിലും മാറ് മറച്ചുകൊള്ളുകയോ ചെയ്യുന്നതിന് വിരോധമി ല്ലായ്ക്കൊണ്ടു ഈ വിവരം സകലമാനപേരും അറിഞ്ഞുകൊള്ളുകയും വേണം.''

കഥകളി

മധ്യതിരുവിതാംക്കൂറിലെ നായർ പ്രമാണിമാർ ദിവാൻ സർ റ്റി മാധവറാവിവിനു സമർപ്പിച്ച ഹർജി. കൊ.വ 1036 ക്രി.വ 1860:

''ഞങ്ങൾ ശൂദ്രരാണ്. ജാതി ഹിന്ദുക്കളാണ്. ഈഴവർ ചോവ ന്മാരാണ്. താണവരാണ്. തീണ്ടൽജാതിക്കാരാണ്. ഞങ്ങളുടെ 16 അടി അകലെ അവർ നിൽക്കണം. ബ്രാഹ്മണരുടെ 32 അടി അകലെയും.

 പഴമയുടെ പുതുവായനകൾ

ആ തീണ്ടൽപ്പാട്ട ലംഘിച്ച കൂട്ടത്താൽ അട്ടത്താൽ കുറ്റകരമാണ്. ബ്രാഹ്മ ണനെ തീണ്ടുന്നവനെ വാളകൊണ്ട ഉടനെ വെട്ടിവീഴ്ത്താൻ ശൂദ്രന് അധി കാരമുണ്ടായിരുന്നു. ഇപ്പോഴും ശിക്ഷിക്കാം..... കഥകളിയിലെ കഥകൾ, രാമായണം, ഭാരതം, ഭാഗവതം എന്നീ പുരാണങ്ങളിൽ നിന്നെടുത്തി ട്ടുള്ളവയാണ്. അവയിലെ കഥാപാത്രങ്ങൾ പുരാണപ്രസിദ്ധിയുള്ള ദേവന്മാരും, ബ്രാഹ്മണരും, രാജാക്കന്മാരും, അസുരന്മാരും മറ്റമാണ്. മുഖത്തു പച്ചതേച്ച്, ചട്ടികുത്തി, തലയിൽ രാജപ്രൗഢിക്ക ചേരുന്ന കിരീടംവെച്ചാണ് ദേവന്മാരുടെയും രാജാക്കന്മാരിൽ ഉന്നതകുലജാത രായുള്ളവരുടെയും വേഷംകെട്ടി ആട്ടുന്നത്. ആ വേഷം വിനോദത്തി നാണെങ്കിൽപ്പോലും അയിത്തജാതിക്കാരായ ഈഴവർ കെട്ടുന്നതും കളിക്കുന്നതും ധർമനീതിക്കെതിരാണ്. പാപമാണ്. കളിക്കുന്നവർക്കും കളികാണുന്നവർക്കും ദൈവകോപമുണ്ടാകും. ആ പാപകർമം ചെയ്യുന്ന തിൽ നിന്നും അവരെ ബഹുമാനപ്പെട്ട ദിവാൻസ്വാമി തടയണം. അവർ ദേവന്മാരുടെയും ബ്രാഹ്മണരുടെയും രാജാക്കന്മാരുടെയും വേഷം കെട്ടുന്നത് സവർണർക്ക് ആക്ഷേപവുമാണ്. മാനഹാനിയാണ്. ജാതി ഹിന്ദുക്കൾ അതു സഹിക്കുകയില്ല. സമാധാന ലംഘനമുണ്ടാകാനിടയു ണ്ട്.''

കൊ.വ. 1037. ദിവാൻ സർ. റ്റി. മാധവറാവു

'കൂടുതൽ മേന്മ വേണമെന്നുള്ള സവർണർ രണ്ടു കിരീടം വച്ച ആടി ക്കൊള്ളണം.'

ക്ഷേത്രപ്രവേശന വിളംബരം

ശ്രീ പത്മനാഭദാസ വഞ്ചിപാല സർ രാമവർമ്മ കുലശേഖര കിരീടപതി മന്നേ സുൽത്താൻ മഹാരാജ രാജ രാമരാജ ബഹദ്ദർ ഷംഷെർജംഗ്, നൈറ്റ് ഗ്രാൻഡ് കമാൻഡർ ആഫ് ദി മോസ്റ്റ് എമിനെന്റ് ആർഡർ ആഫ് ദി ഇൻഡ്യൻ എമ്പയർ, തിരുവിതാംകൂർ മഹാരാജ് തിരുമനസ് കൊണ്ട് 1936 നവംബർ 24 ശരിയായ 1112 വൃശ്ചികം 9 ന് പ്രസിദ്ധപ്പെടുത്തുന്ന ചട്ടം.

1112 തുലാം 27 നവംബർ 1936 നാം പുറപ്പെടുവിച്ചിട്ടുള്ള വിളംബരം പ്രകാരം, നാം ഏർപ്പെടുത്താവുന്ന ചട്ടങ്ങൾക്കും നിബന്ധ നകൾക്കും വിധേയമായി നമ്മുടെയും നമ്മുടെ ഗവൺമെന്റിന്റെയും നിയന്ത്രണത്തിലുള്ള ക്ഷേത്രങ്ങളിൽ ഏതൊരു ഹിന്ദുവും പ്രവേശിച്ച് സ്വാമിദർശനം നടത്തുന്നതിനെ നിരോധിക്കാവുന്നതല്ലെന്ന് നാം പ്രഖ്യാ പനം ചെയ്യതും നിയോഗിക്കയും ആജ്ഞാപിക്കയും ചെയ്തിട്ടുള്ളതിനാൽ

താഴെ കാണുന്ന ചട്ടങ്ങൾ നാം ഇതിനാൽ നിയമപ്പെടുത്തിയിരിക്കുന്നു.

●ഈ ചട്ടങ്ങളിൽ ഉപയോഗിച്ചിട്ടുള്ള ''ക്ഷേത്രം'' എന്ന വചനത്തിൽ ക്ഷേത്രവും ഉപദേവാലയങ്ങളും മാത്രമല്ല ക്ഷേത്രത്തോട് ബന്ധപ്പെട്ട മണ്ഡപങ്ങളും മറ്റ് എടുപ്പുകളും, കുളം, കിണറ് എന്നിവയും ഉൾപ്പെടുന്നതാണ്.

●''ദേവസ്വത്തിലെ പ്രധാന ഉദ്യോഗസ്ഥൻ'' എന്ന ചട്ടങ്ങളിൽ പറയുന്നതു ദേവസ്വത്തിന്റെ ചുമതല വഹിക്കുന്ന ഉദ്യോഗസ്ഥൻ എന്ന അർത്ഥത്തിലാകുന്നു. അതിൽ, വിചാരണാധികാരമുള്ള അയാളുടെ മേലുദ്യോഗസ്ഥന്മാരും, ദേവസ്വത്തിലെ പ്രധാന ഉദ്യോഗസ്ഥന്റെ അധികാരങ്ങൾ നടത്തുമ്പോൾ ഉൾപ്പെടുന്നതാണ്.

●മഹാരാജാവ് തിരുമനസ്സിലെയും ഗവൺമെന്റിന്റെയും നിയന്ത്ര ണത്തിലുള്ള എല്ലാ ക്ഷേത്രങ്ങളിലേയും പൂജകൾ, നിവേദ്യങ്ങൾ, വഴി പാടുകൾ, നിത്യനിദാനം, മാസവിശേഷം ആട്ടവിശേഷം ഉത്സവം, മറ്റ സാധാരണവും അസാധാരണവും ആയ അടിയന്തരങ്ങൾ, ക്രിയകൾ, ഇവ സംബന്ധിച്ചുള്ള കീഴ്നടപ്പുകളും ആചാരങ്ങളും ഇതുവരെയുള്ള തുപോലെ തന്നെ മേലും തുടർന്ന് അനുഷ്ഠിക്കുന്നതിലേക്ക്, വിളംബ രത്തിലെ ഉദ്ദേശങ്ങൾക്ക് അനുരൂപമായി ക്ഷേത്രത്തിൽ പ്രവേശിച്ച സ്വാമി ദർശനം നടത്തുന്നതിനുള്ള സമയം ക്രമപ്പെടുത്തുന്നതിനോ ഒരേ കാലത്തു സ്വാമിദർശനത്തിനായി പ്രവേശിക്കാവുന്നവരുടെ സംഖ്യ ക്ലുപ്ത പ്പെടുത്തുന്നതിനോ, പ്രത്യേക കാര്യങ്ങൾക്കായി ചില വ്യക്തികളെയും സമുദായങ്ങളെയും സംബന്ധിക്കാവുന്ന വിശേഷാൽ ആചാരങ്ങളും കീഴ്നടപ്പുകളും പരിപാലിക്കുന്നതിനോ അതാതുകാലം ആവശ്യമായ നിർദേശങ്ങൾ നൽകാൻ ദേവസ്വത്തിലെ പ്രധാന ഉദ്യോഗസ്ഥന് അധികാരം ഉണ്ടായിരിക്കുന്നതാണ്.

●ക്ഷേത്രത്തിൽ പ്രവേശിക്കുന്നതിനുള്ള അനുവാദത്തെ കീഴ്നടപ്പ നുസരിച്ച് അനുവദിച്ചിട്ടുള്ള ആളുകൾ ഒഴികെ മറ്റുള്ളവരുടെ പ്രവേശനം ഇപ്പോഴും പ്രത്യേകം നിരോധിച്ചിട്ടുള്ളതായ ശ്രീകോവിൽ, തിടപ്പള്ളി (പാചകശാല), ക്ഷേത്രത്തിലെ മറ്റ ഭാഗങ്ങൾ എന്നിവയിൽ പ്രവേശിക്ക നതിനുള്ള അധികാരമായി വിനിയോഗിക്കാൻ പാടില്ലാത്തതാകുന്നു.

●മേൽ വിവരിച്ചിട്ടുള്ള വ്യവസ്ഥകളുടെ ഉദ്ദേശങ്ങൾ നടപ്പിൽ വരു ത്തുന്നതു സംബന്ധിച്ചും, ക്ഷേത്രത്തിലെ പൂജാദികർമ്മങ്ങൾ യഥാവിധി നടത്തുന്നതിനോ ഇതുവരെ നടത്തിവന്നിരുന്നതുപോലെ ആളുകൾക്ക ഭക്ഷണം നൽകുക മുതലായ ചടങ്ങൾ നിർവഹിക്കുന്നതിനോ തൽക്കാലത്തേക്ക് പ്രത്യേകം ഒഴിച്ചിടേണ്ട സ്ഥലങ്ങൾ സംബന്ധിച്ചും

174

ദേവസ്വത്തിലെ പ്രധാന ഉദ്യോഗസ്ഥൻ നൽകുന്ന നിർദ്ദേശങ്ങളെ ദർശനക്കാരെല്ലാം അനുസരിക്കേണ്ടതാകുന്നു.

●അടിയിൽ പ്രസ്താവിക്കുന്ന തരത്തിലുള്ള യാതൊരാളും ക്ഷേത്രത്തി ന്റെ പുറമതിലുകൾക്കുള്ളിലോ മതിലുകളില്ലാത്തയിടത്ത് ക്ഷേത്രവളപ്പി നുള്ളിലോ പ്രവേശിക്കാൻ പാടില്ലാത്തതാകുന്നു.

●ഹിന്ദുക്കളല്ലാത്തവർ

●തങ്ങളുടെ കുടുംബത്തിലുണ്ടാകുന്ന ജനനമോ മരണമോ കാരണം പുലവാലായ്മകളുള്ളവർ

●കീഴ്നടപ്പം ആചാരവും അനുസരിച്ച് ക്ഷേത്രത്തിൽ പ്രവേശിക്കാൻ പാടില്ലെന്ന് നിശ്ചയിട്ടുള്ള കാലസ്ഥിതികൾക്ക് വിധേയരായ സ്ത്രീജന ങ്ങൾ.

●മദ്യോന്മത്താരായും ക്രമഹീനരായും നടക്കുന്നവർ.

●ജുഗുപ്സാവഹമോ സാംക്രമികമോ ആയ രോഗം ബാധിച്ചിട്ടു ള്ളവർ.

●അതാത് ദേവസ്വത്തിലെ പ്രധാന ഉദ്യോഗസ്ഥന്റെ അനുമതിയോ ടും വേണ്ടവണ്ണമുള്ള നിയന്ത്രണത്തോടുമല്ലാതെയുള്ള അവസരങ്ങളിൽ, ബുദ്ധിഭ്രമം പിടിപെട്ടവർ.

●യാചകവൃത്തി തൊഴിലായി സ്വീകരിച്ചിട്ടുള്ളവർ.

കീഴ്നടപ്പനുസരണമായ സാമഗ്രികൾകൊണ്ട് നിർമ്മിച്ച നിർമ്മല വസ്ത്രം കീഴ്നടപ്പനുസരിച്ച ധരിക്കാത്ത യാതൊരാളും ഒരു ക്ഷേത്രവള പ്പിനുള്ളിലും പ്രവേശിക്കാൻ പാടില്ലാത്തതാകുന്നു. അതാതു ദേവസ്വ ത്തിലെ പ്രധാന ഉദ്യോഗസ്ഥന്റെ തീരുമാനത്തെ ഒരു മേലുദ്യോഗസ്ഥൻ അസ്ഥിരപ്പെടുത്തുന്നതുവരെ ആ തീരുമാനം ഊർജ്ജിതത്തിലിരിക്കുന്ന താണ്. ക്ഷേത്രവളപ്പുകൾക്കുള്ളിൽ അതാതു ക്ഷേത്രത്തെ സംബന്ധി ച്ചിടത്തോളം കീഴ്നടപ്പം ആചാരക്രമവും അനുസരിച്ച് അനുമതി സിദ്ധി ച്ചിട്ടുള്ളവർക്കല്ലാതെ മറ്റ യാതൊരാൾക്കും പാദുകകൾ ധരിച്ചുകൊണ്ട് പ്രവേശിക്കാൻ പാടില്ലാത്തതാകുന്നു.

●ക്ഷേത്രത്തിനും വളപ്പുകൾക്കും ഉള്ളിൽ യാതൊരാളും ഇപ്പകയോ, വെറ്റിലമുറുക്കയോ, പുകയിലയോ തത്തുല്യ സാധനങ്ങളോ ഉപയോഗി ക്കുകയോ, പുക വലിക്കുകയോ പുകവലിക്കുന്നതിനുള്ള വല്ല സാധനവും കൊണ്ടുപോവുകയോ, മത്സ്യമോ, മുട്ടയോ, പാകപ്പെടുത്തിയ മാംസമോ, പച്ചമാംസമോ, കള്ളോ, ചാരായമോ, മറ്റ ലഹരി സാധനങ്ങളോ, കീഴ്നടപ്പം പതിവും അനുസരിച്ച് ക്ഷേത്രത്തിനുള്ളിൽ കടത്തുന്നത്

വിഹിതമല്ലാത്ത മറ്റ വല്ല സാധനത്തെയോ, മൃഗത്തെയോ കൊണ്ടു പോകുകയോ ചെയ്യാൻ പാടില്ലാത്തതാകുന്നു.

●യാതൊരാളും വല്ല കുപ്പായമോ, കുടത്തുണിയോ, മേൽക്കുപ്പാ യമോ, അപ്രകാരമുള്ള മറ്റ ഉടുപ്പോ ധരിച്ചുകൊണ്ട് ബലിക്കൽപ്പുര യിലോ വലിയമ്പലത്തിലോ നാലമ്പലത്തിലോ, ചില ക്ഷേത്രങ്ങളിൽ നാലമ്പലത്തിന പകരമുള്ള ഇളമതിലിനുള്ളിലോ പ്രവേശിക്കാൻ പാടില്ല. എന്നാൽ സ്ത്രീകൾക്ക് അവർ സാധാരണ ധരിക്കാറുള്ള വസ്ത്ര ങ്ങൾ ധരിച്ചുകൊണ്ട് പ്രവേശിക്കാവുന്നതാണ്. ക്ഷേത്രത്തിലെ കീഴ്ന ടപ്പും പതിവും അനുസരിച്ച് അനുമതി ലഭിച്ചിട്ടുള്ളവരൊഴികെ ആരും തന്നെ ശിരോവസ്ത്രം ധരിക്കാൻ പാടില്ല. വല്ല ശീലക്കുടയോ മണ്ണെണ്ണ വിളക്കോ, കീഴ്നടപ്പും പതിവുംകൊണ്ട് അപ്രകാരമുള്ള സ്ഥലങ്ങളിൽ കടത്തുന്നത് വിഹിതമല്ലാത്ത മറ്റ സാധനങ്ങളോ, യാതൊരാളും ക്ഷേത്ര ത്തിനകത്ത് കൊണ്ടുപോകാൻ പാടില്ല. വളപ്പിന്റെ മതിലുകൾക്കുള്ളിൽ പ്രവേശിക്കുന്നത് സംബന്ധിച്ചപോലും മേൽപ്പറഞ്ഞ നിബന്ധനകൾ നടപ്പിലിരിക്കുന്ന ക്ഷേത്രങ്ങളിൽ അവ ആചരിക്കപ്പെടേണ്ടതാണ്.

●(1) മേൽ വിവരിച്ച ചട്ടത്തിൽ പ്രത്യേകം പറഞ്ഞിട്ടുള്ള ഒരു ക്ഷേത്ര ത്തിന്റെ വിഭാഗങ്ങളിൽ, കീഴ്നടപ്പും പതിവും അനുസരിച്ച്, സ്നാനം ചെയ്യാതെയും ജാതിമര്യാദ പ്രകാരമുള്ള കുറി അണിയാതെയും അതാത് ക്ഷേത്രത്തെ സംബന്ധിച്ചിടത്തോളം കീഴ്നതിവനുസരിച്ച് ഉപയോഗിക്ക ന്ന സാധനങ്ങൾ കൊണ്ടുള്ള ശുചിയായ വസ്തുക്കൾ കീഴ്നതിവനുസരിച്ച് ധരിക്കാതെയും യാതൊരാൾക്കും പ്രവേശിക്കാൻ പാടില്ലാത്തതാകുന്നു.

(2) ഒരു ക്ഷേത്രത്തിനോടനുബന്ധിച്ചുള്ള ഒരു കുളത്തിൽ ഒരു ഹിന്ദു വിനല്ലാതെ മറ്റൊരാൾക്കും പ്രവേശിക്കാവുന്നതല്ല. ഒരു കുളത്തിൽ പ്രവേശിക്കുന്നതിന് അനുവദിക്കപ്പെട്ട ഓരോ ആളും അതാത് ദേവ സ്വത്തിലെ പ്രധാന ഉദ്യോഗസ്ഥൻ നൽകാവുന്ന നിർദേശങ്ങൾ അനു സരിക്കേണ്ടതാകുന്നു. ഒരു മേലധികാരി അസ്ഥിരപ്പെടുത്തുന്നയുവരെ ദേവസ്വത്തിലെ പ്രധാന ഉദ്യോഗസ്ഥന്റെ നിർദേശം ഊർജ്ജിതത്തി ലിരിക്കുന്നതാകുന്നു.

(3) ക്ഷേത്രത്തിലെ പ്രത്യേക കൃത്യങ്ങൾ നിർവഹിക്കേണ്ടവരുടെ മാത്രം ഉപയോഗത്തിന് ഒഴിച്ചിടപ്പെട്ടിട്ടുള്ള കുളങ്ങൾ അപ്രകാരം ഒഴി ച്ചിടപ്പെട്ടവയായിത്തന്നെ ഇടരുന്നതാണ്.

●കീഴ്നടപ്പും പതിവും അനുസരിച്ച് എല്ലാ സമുദായങ്ങളെയും ഒരുപോലെ ബാധിക്കുന്നതും, പ്രവേശനത്തെയും സ്വാമിദർശ നത്തെയും സംബന്ധിക്കുന്നതുമായ നിബന്ധനകൾ ഇടർന്ന

ബാധിക്കുന്നവയായിരിക്കും.

●ഒരു ക്ഷേത്രത്തിന്റെ പ്രശാന്തതയ്ക്കും ഗൗരവത്തിനും ശരിയായ പരി തഃസ്ഥിതിക്കും ഹാനി വരുത്തുന്നതായ ഉച്ചത്തിലുള്ള സംഭാഷണമോ മറ്റ പ്രകടനമോ കൊണ്ട യാതൊരാളും സ്വാമിദർശനത്തിന ഭംഗം വരുത്താൻ പാടില്ലാത്തതാകുന്നു.

●ക്ഷേത്രകെട്ടിടങ്ങളും വളപ്പുകളും അതാതു ക്ഷേത്രത്തിലെ സ്വാമി ദർശനവും കീഴ്നടപ്പും ആചാരങ്ങളും സംബന്ധിച്ചുള്ളതോ, അവയിൽ നിന്നുണ്ടാകുന്നതോ ആയ കാര്യങ്ങൾക്കല്ലാതെ യാതൊരാളും ഉപയോ ഗിക്കുന്നതു നിയമാനുസാരമായിരിക്കുന്നതല്ല.

●ക്ഷേത്രത്തിന്റെയും അതിന്റെ വളപ്പുകളുടെയും പരിശുദ്ധിക്കും ശുചിത്വത്തിനും കുറവ സംഭവിക്കുന്നതിനിടയുള്ള വല്ല പ്രവൃത്തിയും യാതൊരാളും ചെയ്യാൻ പാടില്ലാത്തതാകുന്നു.

●ഈ വ്യവസ്ഥകളിൽ ഏതിന്റെ എങ്കിലും പ്രയോഗത്തെയോ അനു വർത്തനത്തെയോ സംബന്ധിച്ച് വല്ല സംശയവുമുണ്ടാകുന്ന പക്ഷം ഒരു മേലധികാരി അസ്ഥിരപ്പെടുത്തുന്നതുവരെ അതാതു ദേവസ്വത്തിലെ പ്രധാന ഉദ്യോഗസ്ഥന്റെ തീരുമാനം ഊർജ്ജിതത്തിലിരിക്കുന്നതാണ്.

●ഈ ചട്ടത്തിലെ വ്യവസ്ഥകളിൽ വല്ലതും ലംഘിക്കുകയോ, ലംഘി ക്കപ്പെട്ട എന്ന ദേവസ്വത്തിലെ പ്രധാന ഉദ്യോഗസ്ഥൻ സംശയിക്ക കയോ വിശ്വസിക്കുകയോ അല്ലെങ്കിൽ ആ ഉദ്യോഗസ്ഥൻ നൽകിയ ന്യായമായ വല്ല നിർദ്ദേശത്തെയും അനുസരിക്കാതിരിക്കുകയോ ചെയ്യുന്ന ഏതൊരാളും ക്ഷേത്രത്തിൽ നിന്നും താനേ മാറിക്കൊള്ള ണമെന്ന് അതാതു ദേവസ്വത്തിലെ പ്രധാന ഉദ്യോഗസ്ഥൻ നിർദ്ദേ ശിക്കുന്നതും, ആ ആൾ അപ്രകാരം താനേ മാറിക്കൊള്ളാത്ത പക്ഷം ക്ഷേത്രത്തിൽ നിന്നു അയാളെ മാറ്റിക്കുന്നതും നിയമാനുസൃതമായിരിക്ക ന്നതാണ്. അപ്രകാരം മാറ്റുന്നതിനെ അയാൾ എതിർക്കുന്ന പക്ഷമോ, അയാളുടെ പേരും മേൽവിലാസവും പറയുന്നതിന് ആവശ്യപ്പെടുമ്പോൾ അപ്രകാരം ചെയ്യുന്നതിനു വിസമ്മതിക്കുകയോ വാസ്തവമെന്നു വിശ്വസി ക്കപ്പെടാത്ത വിവരം നൽകുകയോ ചെയ്യുന്ന പക്ഷമോ ഒരു ഹെഡ്കോ ൺസ്റ്റബിളിൽ താഴെ അല്ലാത്ത ഒരു പോലീസ് ഉദ്യോഗസ്ഥനാൽ അറസ്റ്റ് ചെയ്യപ്പെടുന്നതിനും മാറ്റപ്പെടുന്നതിനും, അയാളെ ക്രിമിനൽ നടപടി നിയമം--വകുപ്പിൻ പ്രകാരം അറസ്റ്റ് ചെയ്യാൽ എപ്രകാരമോ അപ്രകാരം ഗണിക്കപ്പെടുന്നതിനും അയാൾ വിധേയനാകുന്നതാണ്.

●ഈ ചട്ടങ്ങളിലെ വ്യവസ്ഥകളിൽ ഏതെങ്കിലും വല്ലയാളും ലംഘിക്കുകയോ, അവയനുസരിച്ച നിയമപ്രകാരം നൽകപ്പെട്ടിട്ടുള്ള വല്ല നിർദ്ദേശത്തെയും അനുസരിക്കാതിരിക്കയോ ചെയ്തതിനാൽ ക്ഷേത്രത്തിൽ കീഴ്നടപ്പു പതിവും പ്രകാരം വല്ല ശുദ്ധികർമ്മങ്ങളും നടത്തേണ്ടതാവശ്യമായി വരുന്ന പക്ഷം, അപ്രകാരമുള്ള ശുദ്ധികർമ്മ ങ്ങളുടെ ചിലവ് അംഗീകൃത നിരക്കനുസരിച്ച കൊടുക്കുന്നതിന് അയാൾ ബാധ്യസ്ഥനായിത്തീരുന്നതും, ആയതു പൊതുനികുതിയുടെയോ ഭൂനികുതിയുടെയോ കുടിശിക എന്ന പോലെയോ മറ്റ പ്രകാരത്തിലോ അയാളിൽ നിന്ന് ഈടക്കത്തക്കതുമാകുന്നു. അപ്രകാരം ലംഘിക്ക കയോ അനുസരിക്കാതിരിക്കുകയോ ചെയ്യുന്ന ഒരാൾ മറ്റവല്ല നിയമവും അനുസരിച്ചുള്ള വല്ല ശിക്ഷയ്ക്കും വിധേയനാകുമെന്നുള്ളതിനു പുറമേ ഒരു മജിസ്ട്രേട്ടിനാൽ കുറ്റം സ്ഥാപിക്കപ്പെടുമ്പോൾ മൂന്നുമാസത്തോളം വരാവുന്ന ഏതെങ്കിലും തരത്തില്ലുള്ള തടവോ പിഴയോ രണ്ടും കൂടിയോ ഉള്ള ശിക്ഷയ്ക്കും കൂടി വിധേയനാകുന്നതാണ്.

●ക്ഷേത്രത്തെ സംബന്ധിച്ച് അധികാരമുള്ള ഒരു ഗസറ്റഡ് ഉദ്യോ ഗസ്ഥന്റെ പരാതിയിന്മേലല്ലാതെ ഈ ചട്ടങ്ങൾ പ്രകാരം യാതൊരു പ്രോസിക്യൂഷനും നടത്താൻ പാടില്ലാത്തതാകുന്നു.

●ഈ ചട്ടങ്ങൾ അനുസരിച്ച് ഉത്തമവിശ്വാസത്തോടുകൂടി വല്ല പ്ര വൃത്തിയും ചെയ്യുന്ന ഏതെങ്കിലും ദേവസ്വം ഉദ്യോഗസ്ഥന്റെയോ മറ്റ സർക്കാരുദ്യോഗസ്ഥന്റെയോ പേരിൽ യാതൊരു നടപടിയും പാടില്ലാ ത്തതും, ഗവൺമെന്റിന്റെ അനുവാദത്തോടുകൂടിയല്ലാതെ ഒരു ക്രിമിനൽ കോടതിയിൽ യാതൊരു നടപടിയും നടത്താൻ പാടില്ലാത്തതുമാകുന്നു.

●ഈ ചട്ടങ്ങളിലെ ഏതെങ്കിലും വ്യവസ്ഥകളുടെ വ്യാഖ്യാന ത്തെയോ, അവയുടെ നടത്തിപ്പിനെയോ സംബന്ധിച്ച് വല്ല സംശയമോ തർക്കമോ ഉള്ള പക്ഷം അതിന്മേല്ലുള്ള ദിവാന്റെ തീരുമാനം അവസാന തീരുമാനമായിരിക്കുന്നതാണ്.

●വിളംബരത്തിലെയോ ഈ ചട്ടങ്ങളിലെയോ വ്യവസ്ഥകളും ഉദ്ദേശങ്ങളും നടപ്പിൽ വരുത്തുന്നതിൽ ഉണ്ടാകാവുന്ന അടിയന്തിരാവ ശ്യങ്ങളുടെയും അപ്രതീക്ഷിതമായ വൈഷമ്യങ്ങളുടെയും കാര്യത്തിൽ യുക്തമെന്നു തോന്നുന്ന ഉത്തരവുകൾ പാസാക്കുന്നതിനും ദിവാൻ അധികാരമുണ്ടായിരിക്കുന്നതാണ്.

 പഴമയുടെ പുതുവായനകൾ

മാറ്റമറയ്ക്കൽ സമരവുമായി ബന്ധപ്പെട്ട് പുറപ്പെടുവിച്ച വിളംബരം

ശ്രീപാർവതീഭായി മഹാറാണി തിരുമനസുകൊണ്ട്,

നമ്പർ 134

കൊ.വ. 1004

A.D. 1829

പത്മനാഭസേവിനീ വഞ്ചിധർമ്മവർദ്ധിനീ രാജരാജെശ്വരീ റാണി പാർവതീഭായി മഹാരാജാവ് അവർകൾ സകലമാന ജനങ്ങ ൾക്കും പ്രസിദ്ധപ്പെട്ടുത്തുന്ന വിളംബരം.

എന്തെന്നാൽ-കൽക്കുളം ഇരണിയൽ വിളവംകോട് 2-ാമണ്ട പത്തുംവാതുക്കൽ ചേർന്ന പ്രദേശങ്ങളിൽ പാർക്കുന്ന ചാന്നാട്ടികൾ ഉത്തരവിനും കീൾമര്യാദക്കും വിരോധമായിട്ട് മെലിൽ ശീല ഇടുകയും മറ്റെല്ലാക്കുടിയാനവന്മാർക്കും ഒപ്പം ചാന്നാന്മാർ ചെയ്യാനൊള്ള ഊഴിയ വെലകാര്യം കെൾക്കാതെ നിരസിക്കുകയും ചെയ്തിരിക്കുന്ന ഹെതുവാൽ ചാന്നാന്മാർക്കും നായന്മാരൾപ്പെട്ട ആളുകൾക്കും തമ്മിൽ കലശലിന ഇട ഒണ്ടാകകൊണ്ട ആ സംഗതി പ്രമാണിച്ച പ്രസിദ്ധപ്പെട്ടുത്തുന്നത് എന്തെന്നാൽ-

1-ാമത്. ചാന്നാട്ടികൾ മെലിൽശീല ഇടുന്നതിന് യാതൊരു ന്യായവും ഇല്ലാത്തതിനാൽ ആയ്ത് നിർത്തിയിരിക്കകൊണ്ട് മെലൊ ള്ളതിനു അവര മെലിൽ ശീല ഇട്ട എന്നുവരികയും അരുത. ചാന്നാ ന്മാരിൽ കിരസ്ത്തുമാർഗത്തിൽ ചേർന്നിരിക്കുന്നവരിടെ വകയിൽ ഒള്ള ചാന്നാട്ടികൾ മെലിൽശീല ഇടുകൂടാ എന്നും അതിനുപകരം കുപ്പായം ഇട്ട നടന്നുകൊള്ളാമെന്നും 989 മാണ്ട ഇടവമാസം 7 ന് എല്ലാ ദിക്കിലെ ക്കും ഉത്തരവുകൾ കൊടുത്തയച്ചിരിക്കുമ്പോൾ അതിന്മണ്ണം അല്ലാതെ ചാന്നാട്ടികൾ മെലിൽശീല ഇട്ടുകൊള്ളാമെന്നും പിന്നത്തിൽ വിത്യാ സമായിട്ട കൊട്ടിൽ ഒരു തീർപ്പ ഒണ്ടാക്കിയിരിക്കുന്നയും -വകക്ക ഒരു ആധാരം ആകുന്ന എന്നു ആയാളകൾ പറയുന്നതിന് അതിന്മണ്ണം ആയാൽ 989 മാണ്ട കൊടുത്തയച്ചിരിക്കുന്ന മെൽപറഞ്ഞ ഉത്തരവിനു വിരൊധമായിട്ട തീരുന്നതാകയാൽ ആ തീർപ്പ സാധു അല്ലാഴികകൊ ണ്ടും ഇക്കാര്യത്തിന്മെൽ എഴുതിയ ഉത്തരവുതന്നെ ചട്ടംപോലെ പ്രമാണമായിട്ട നിശ്ചയിച്ചതെ തിരിച്ചും പരസ്യം ചെയ്യുന്നത്.

2-ാംമത്. ചാന്നാന്മാരും ആ ജാതിയിൽനിന്നും കിരസ്തമാ
ർഗത്തിൽ ചെർന്നിരിക്കുന്നവരും മറ്റ എല്ലാ കുടിയാനവന്മാർക്ക്
ഒപ്പം ഊഴിയവെല കാര്യങ്ങൾ ശരിയായിട്ട് ചെയ്തുകൊള്ളുകയും
വെണം. എന്നാൽ ഏതുവകയിൽ ഉൾപ്പെട്ട കിരസ്തവരായിരുന്നാലും
ആയാളകളെ ഞായറാഴ്ചനാളിൽ വെലകാര്യങ്ങൾക്ക് വിളിക്കാതെയും
ദെവസ്വം തിങ്ങൾവക വെലകാര്യങ്ങൾ അവരെക്കൊണ്ട് ചെയ്യിക്കാ
തെയും ഇരിക്കത്തക്കവണ്ണം നാം ഉത്തരവ് കൊടുത്തിരിക്കുന്നു.

3-ാമത്. നമ്മുടെ രാജ്യത്തുള്ള പ്രജകൾക്ക് അവരവരിടെ
സന്തൊഷപ്രകാരം ഏതു മതത്തിൽ ചെരണമെന്ന ആഗ്രഹം ഒണ്ടൊ
ആ മതത്തിൽ ചെരുന്നതിനു തടവില്ലാതെ നാം വിട്ടിരിക്കുന്നു എങ്കി
ലും ഏതുവകയിൽ ചെർന്ന കിരസ്തവരാകട്ടെ മറ്റള്ള ആളകൾ ആകട്ടെ
വലിപ്പം ഒള്ള ജാതിക്കാറരോട്ട കീൾമര്യാദപ്രകാരം ഒള്ള മുറകൾക്ക്
വിരൊധമായിട്ടു നടക്കുന്നതിന് നാം സമ്മതിക്കുന്നതും അല്ലാ. മര്യാദ
ക്കാറരായിട്ടുള്ള കുടിയാനവന്മാരെ ഏതു ജാതിയിൽ ഒള്ളവരായാലും
മതത്തിന്റെ കാര്യം പ്രമാണിച്ച ഒരു കലംപേൽ ഒണ്ടാക്കുകയില്ലെന്ന്
നാം നിശ്ചയിച്ചിരിക്കുന്നു. അല്ലാതെയും കിരസ്തമാർഗമെന്നുവച്ചാൽ
താണമയും മെലാവിൽ ഇരിക്കുന്നവരിടെ കീഴിൽ പതിഞ്ഞു നടക്കെണ്ട
ന്നയും മനസിൽ ഉറപ്പിക്കുന്ന മതമാകയാൽ ആ മതത്തിൽ നെരായിട്ട
ചെർന്നിട്ടുള്ളവരെ അവരിടെ മുറകൾക്ക വിരോധം ചെയ്യാതെ മര്യാദ
ക്കാറരായിട്ട് ഒള്ള കുടിയാനവന്മാർക്ക് ഒപ്പം നടക്കയും ചെയ്യും.

3-ാമത്. നമ്മുടെ രാജ്യത്തുള്ള പ്രജകൾ അവരവരിടെ മതമ
ര്യാദ അനുസരിച്ച യാതൊരു വിത്യാസം കൂടാതെ നടക്കുന്നതിനും
ആയതിന്റെ മുറകൾ ന്യായപ്രകാരം ആയാളകൾ ശരിയായിട്ട
നടത്തുന്നതിനും വെണ്ടുന്ന അനുകൂല്യങ്ങൾ ചെയ്തുകൊട്ടുക്കുന്നതിന്
നമുക്ക് മനസാകുന്നു എങ്കിലും ഏതു മതത്തിൽ ചെർന്നവരാകട്ടെ
ഏതുജാതിയിൽ ചെർന്നവരാകട്ടെ അവരവർക്ക ബൊധിച്ചതിന്മണ്ണം
ക്ഷെത്രങ്ങളും കിരസ്തമാർഗത്തിൽ ചെർന്ന പള്ളികളും പള്ളിക്കുടങ്ങ
ളും യുല്യക്കമാർഗത്തിൽ ചെർന്ന പള്ളികളും മറ്റും ഇതിന്മണ്ണം കർമ്മം
കഴിക്കുന്ന സ്ഥലങ്ങൾ മുറപ്രകാരം പണ്ടാരവക ഉത്തരവുകൂടാതെ
യാതൊരുത്തരും ഒണ്ടാക്കുകയും അരുത്. ആ വക സ്ഥലങ്ങൾ ഒണ്ടാ
ക്കുന്നതിന് ആവിശ്യം ഒണ്ടായിരുന്നാൽ പണ്ടാരവക ഉദ്യോഗസ്ഥന്മാർ
മുഖാന്തിരം മുറപ്രകാരം ബൊധിപ്പിച്ചിലാൽ ആസംഗതികൾ നല്ലവണ്ണം
വിചാരിച്ചനൊക്കി മറ്റള്ള ജാതിക്കാറരക്ക ഒരു അസൌഖ്യത്തിനും ഇടയി
ല്ലാതെ ഇരിക്കുന്ന സ്ഥലമായിട്ട് നിശ്ചയിച്ചു കൊട്ടുക്കുകയും ചെയ്യും.

     പഴമയുടെ പുതുവായനകൾ

4-ാംമത്. കുറഞ്ഞൊരുനാളെക്കു ഇപ്പറം ഏതാനും ചാന്നാന്മാരും ആ ജാതിക്കാററിൽ കിരസ്തുമാർഗത്തിൽ ചെർന്നവരും പണ്ടാരവക ഉദ്യോഗസ്ഥന്മാരിടെ കീഴിൽ ഉൾപ്പടാതെ മുറഭേദമായിട്ട വെറിട്ട ചില സ്ഥലങ്ങളിൽ ചെന്നു അവരിടെ സങ്കടങ്ങൾ പറഞ്ഞുവരുന്ന പ്രകാരം കാണുക കൊണ്ടു അതിനാൽ പരസ്യം ചെയ്യുന്നത എന്തെന്നാൽ-രം രാജ്യത്ത് നാം ആക്കിയിരിക്കുന്ന ഉദ്യോഗസ്ഥന്മാരല്ലാതെ വെറിട്ട ഒരു അധികാരസ്ഥലം ഇല്ലാഴിക കൊണ്ടു ഏതു ജാതിയിൽ ചെർന്നവരാകട്ടെ ഏതു മതത്തിൽ ചെന്നവരാകട്ടെ ആർക്കെങ്കിലും നെരായിട്ടുള്ള സങ്കടങ്ങളും ആവലാധികളും ഒണ്ടായിരുന്നാൽ അക്കാര്യങ്ങൾ ഒക്കെയും പണ്ടാരവക ഉദ്യോഗസ്ഥന്മാരിടെ അടക്കൽ ചെന്നു പറഞ്ഞുകൊള്ളുകയും വേണം. അവര തീർത്തുകൊടുക്കുകയും ചെയ്യും. ആ സ്ഥലങ്ങളിൽ സങ്കടം തീർന്നില്ലനെന്നുവരികിൽ കൊട്ടകളിലും ഹജ്ജൂർക്കച്ചെരിയിലും എല്ലാക്കുടിയാനവന്മാരെയും ഒരുപ്പൊലെ വിചാരിക്കുന്നതാകകൊണ്ടു അതിന്മണ്ണം ഒള്ള കാര്യങ്ങൾ കൊട്ടിലും ഒട്ടക്കം ആവിശ്യം ഒണ്ടായിരുന്നാൽ ഹജ്ജൂരിലും ചെന്നു പറഞ്ഞുകൊള്ളുകയും വേണം.

5-ാമത്. പണ്ടാരവക ഉദ്യോഗസ്ഥന്മാരിൽ ആരെങ്കിലും യാതൊരു കുടിയാനവനൊട്ടു ആവിതു ഞെരുക്കമായിട്ടും അന്യായമായിട്ടും നടന്നാൽ ആ സംഗതി കൊട്ടിലും ഹജ്ജൂരിലും കെട്ടുതീർത്തുകൊടുക്കുകയും ചെയ്യും. അതിന്മണ്ണം കേൾക്കുന്നതിൽ ഉദ്യോഗസ്ഥന്മാരുടെ പേരിൽ ഏതെങ്കിലും അഴിമതിയും അന്യായങ്ങളും ഒള്ളപ്രകാരം തെളിഞ്ഞാൽ അവരെ ശിക്ഷയും കഴിച്ച പിന്നത്തിൽ യൊഗ്യന്മാരല്ലാത്ത പ്രകാരം നിശ്ചയിക്കുകയും ചെയ്യും.

6-ാമത്. സങ്കടം ഒള്ള ആളുകൾക്കു ഒക്കെയും അവര സങ്കടം പറഞ്ഞു തീർത്തുകൊള്ളെണ്ടുന്ന സ്ഥലം ഇന്നതെന്നുമെൽ എഴുതിയിരിക്കുന്നതു കൊണ്ടു അറിവാൻ ഇട ഒള്ളതാകുയാൽ അക്രമം ചെയ്യുന്ന ആളുകളെ അവസ്ഥപൊലെ വിചാരിക്കുകയും ചെയ്യും. എന്തുകൊണ്ടെന്നാൽ രാജ്യ ത്തിന്റെ സൗഖ്യത്തിനു വിരൊധം ചെയ്യുന്ന ആളുകളൊട്ട ഒട്ടന്തന്നെ ക്ഷമിക്കുന്ന തല്ലാഴിക കൊണ്ടു രയവസ്ഥ സകലമാനപെരും അറിഞ്ഞു നടന്നുകൊള്ളുകയും വെണം.

എന്നു 1004-ാമാണ്ടു മകരമാസം 236

സാമൂഹ്യ നവോത്ഥാന ആശയങ്ങൾ ദേശീയ പ്രസ്ഥാനത്തിന്റെ മുദ്രവാക്യമാക്കി മാറ്റുന്നതിന് ഇടപെട്ടത് ടി കെ മാധവനാണ്. അത് കേരളത്തിന്റെ സാമൂഹ്യ മുന്നേറ്റത്തിൽ നിർണായകമായ വഴിത്തിരി വായിരുന്നു വൈക്ക്യം സത്യാഗ്രഹം രൂപപ്പെടുന്നത് ഈ പശ്ചാത്തലത്തിലാണ്.

ടി.കെ. മാധവന്റെ പ്രസ്താവന

പ്രിയ സഹോദരങ്ങളെ,

അയിത്തോച്ചാടനത്തിനായി, കോൺഗ്രസ് അയിത്തോ ച്ചാടന കമ്മറ്റിയുടെ ആഭിമുഖ്യത്തിൽ വൈക്കത്ത് ആരംഭിച്ച നടത്തിവരുന്ന സത്യാഗ്രഹത്തെപ്പറ്റി നിങ്ങൾ അറിഞ്ഞി ട്ടുണ്ടല്ലോ. ഭാരത വർഷത്തിന്റെ അധഃപതനത്തിനുള്ള പ്രധാന കാര ണങ്ങളിൽ ഒന്നായ ഈ അയിത്തപ്പിശാചിനെ നശിപ്പിക്കുന്നതി നായി നടത്തുന്ന ഈ ശ്രമത്തെ എല്ലാ വിധത്തിലും സഹായിപ്പാൻ കടപ്പെട്ടിരിക്കുന്ന തിരുവിതാംകൂറിലെ ധർമ്മരാജ്യ ഗവൺമെന്റ് അതിനെ മൂലയിൽ തന്നെ തുള്ളി നശിപ്പിക്കുവാൻ വേണ്ടതെല്ലാം ചെയ്തു. അയിത്തോച്ചാടന കമ്മറ്റി അതുകൊണ്ടൊന്നും പിന്മാറാതെ അവരുടെ ശ്രമങ്ങൾ വിജയകരമായും സാമാധാനപരമായും തുടർന്നു. അവരുടെ പരിശ്രമം കണ്ടു സന്തോഷിച്ച് അവരെ അനുകൂലിക്കേണ്ട

ഗവൺമെന്റ് പിന്നേയും ഇതാ മർദ്ദനനയം പ്രയോഗിച്ചിരിക്കുന്നു. ഈ സംരംഭത്തിന്റെ മുന്നണിയിൽനിന്ന് അതിനെ നയിച്ചുകൊണ്ടി രിക്കുന്ന എല്ലാ പ്രവർത്തകൻമാരേയും ഇതാ ഒരൊറ്റയടിക്ക ബന്ധ നസ്ഥരാക്കുന്നതിനുവേണ്ട നടപടി ഗവൺമെന്റ് ചെയ്തിരിക്കുന്നു. സത്യഗ്രഹികൾ യാഥാസ്ഥിതികൻമാരെ അവരുടെ മർക്കട മുഷ്ടിയിൽ നിന്ന് തിരിച്ചുകൊണ്ടുവരുന്നതിന സ്നേഹത്തോട്ടും ക്ഷമയോട്ടും കൂടി കഴിയുന്ന ശ്രമങ്ങളെല്ലാം ചെയ്തു. അവരാകട്ടെ കോൺഗ്രസ് പ്രസ്ഥാനത്തിന്റെ സർവ്വസമ്മതനായ നേതാവും ലോകവന്ദ്യനും ആദർശപുരുഷനുമായ മഹാത്മാഗാന്ധിയുടെ സന്നിധിയിൽ എത്തി ഇവിട്ടത്തെ സ്ഥിതിഗതികളെ തെറ്റിദ്ധരിപ്പിക്കുവാൻ ശ്രമിച്ചു. എന്നിട്ടും ഗവണ്മെന്റ് അവരുടെ പരിശ്രമങ്ങൾക്ക് അനുകൂലിച്ചാണ് നിൽക്കുന്നത്. ഈ സന്ദർഭത്തിൽ അസ്വാതന്ത്ര്യം അനുഭവിക്കുന്ന ജനവിഭാഗങ്ങൾക്കും സഹോദരസമുദായങ്ങളുടെ ഉന്നമനത്തിൽ അനുകമ്പയുള്ള സ്നേഹശീലൻമാർക്കും ഗവൺമെന്റിന്റെ നയത്തെ എതിർക്കാതെ നിവൃത്തിയില്ലെന്ന വന്നിരിക്കുന്നു. തിരുവിതാംകൂർ ഗവൺമെന്റ് ഇപ്പോൾ അധർമ്മത്തിന്റേയും അസത്യത്തിന്റേയും ഭാഗത്തുചേർന്നുനിന്നു ധർമ്മത്തിന്റേയും സത്യത്തിന്റേയും ഭടൻമാ രുടെ നേരെ വാൾ എടുത്തിരിക്കുകയാകുന്നു.നിയമാനുസരണമുള്ള പ്രക്ഷോഭണ മാർഗങ്ങളെല്ലാം ഒന്നൊന്നായി പരീക്ഷിച്ചുകഴിഞ്ഞു. ആ പരീക്ഷകളെല്ലാം ധർമ്മപ്രണയികളുടെ പരാജയത്തിൽ തന്നെ കലാശിച്ചു. അടുത്ത കാലത്ത് ആ വിധം പരിശ്രമങ്ങൾ ഗവൺമെ ന്റിന്റെ ധർമ്മബോധത്തെ ഉണർത്തി ന്യായം ചെയ്യുവാൻ പ്രേരിപ്പി ക്കയില്ലെന്ന് എനിക്ക് ദൃഢബോധം വന്നിരിക്കുന്നു. എനിക്ക മാത്ര മല്ല, ഈ അസ്വാതന്ത്ര്യങ്ങളുടെ ദൂരീകരണത്തിന പരിശ്രമിച്ചിട്ടുള്ള മറ്റനേകം പേർക്കും ദൃഢബോധം വന്നിരിക്കുന്നു.

സഹോദരങ്ങളേ,

ആകെയാൽ അസ്വാതന്ത്ര്യനരകം തന്നിൽനിന്നു

ലോകരെ കയറ്റുന്ന പാവന ധർമ്മത്തിനായി

കരണത്രിതയവും ഉഴിഞ്ഞുവച്ച രാവും

പകലും ശ്രമിക്കുവിൻ നിസ്തന്ദ്രം സഹജരേ,

അന്ധമാം അധികാരം തന്നുടെ ചവിട്ടേറ്റ

നൊന്തിതാ മുറയിട്ട കേഴുന്ന കേട്ടീടുവിൻ

നിങ്ങടെ സഹജന്മാരെത്രയോ ലക്ഷലക്ഷം

നിങ്ങളേ രക്ഷ അവർക്കായത്ര ചിന്തിക്കുവിൻ

ധീരരേ ചെന്നു നിങ്ങളവരെ ചവിട്ടുന്ന

കാലുകൾ തട്ടിമാറ്റി അഭയം നൽകീടുവിൻ

വരിപ്പിൻ വേണ്ടിവന്നാലതിനെ കാരാഗ്രഹം

വരിപ്പിൻ ഉൗക്കച്ചാട്ടം പീരങ്കി താന്റെ വായും

ഉണർന്നു സജ്ജരായി മുന്നോട്ടു പാഞ്ഞീടുവിൻ

തകർന്നു തരിപ്പണമാകട്ടേ തടസ്ഥങ്ങൾ

മനുജസ്വാതന്ത്ര്യത്തെ തടഞ്ഞു നിന്നീടുന്ന

മലിന വിശ്വാസവും വികലാചാരങ്ങളും

അധികാരാസക്തിയും അഗതി നിന്ദനവും

സകലമെതിർത്താശു പൊടിച്ചുപാറ്റീടുവിൻ

ഭാരതമാതാവിന്റെ സ്വാതന്ത്ര്യലാഭത്തിനായി ത്യാഗപൂർവ്വം പ്രവ
ർത്തിച്ചുകൊണ്ടിരിക്കുന്ന ഭാരതീയ സന്താനങ്ങൾക്ക് അയിത്തപ്പിശാച്
ഇവിടെ സർവ്വത്ര നൃത്തം ചെയ്തുകൊണ്ടിരിക്കുന്ന കാഴ്ച കാണുന്നതിനേ
ക്കാൾ മർമഭേദകമായി മറ്റൊരു കാഴ്ചയില്ല. അതുകൊണ്ട് മഹാത്മജി
യുടെ നേതൃത്വവും ഉപദേശവും സ്വീകരിച്ച സത്യഗ്രഹസമരം ഇവിടെ
ആരംഭിക്കാൻ നിങ്ങളുടെ വിനീതദാസനായ ഞാനും നിർബന്ധിതനാ
യിരിക്കുന്നു. സത്യഗ്രഹ പ്രസ്ഥാനം ആരംഭിച്ച ധർമ്മനിരതന്മാരായി
നമ്മളുടെ ഏതാനും സഹോദരന്മാർ സത്യസ്ഥാപനത്തെ ലക്ഷ്യമാക്കി
കാരാഗ്രഹം വരിച്ചുകഴിഞ്ഞിരിക്കുന്നു. എന്റെ മാന്യ സ്നേഹിതനായ
ശ്രീയുത് കെ.പി. കേശവമേനോനും ഞാനും ഇന്ന് 8 മണിക്ക് അവരുടെ
വഴിയെത്തുടർന്ന് കാരാഗ്രഹം വരിക്കുന്നുണ്ട്. ഈ സന്ദർഭത്തിൽ
എനിക്ക് നിങ്ങളോട് പറയാനുള്ളത്-

'സ്വാതന്ത്ര്യം തന്നെ അമൃതം

സ്വാതന്ത്ര്യം തന്നെ ജീവിതം

പാരതന്ത്ര്യം മാനികൾക്ക

മൃതിയേക്കാൾ ഭയാനകം' എന്നാകുന്നു.

ഈഴവ സമുദായാംഗങ്ങളോട് എനിക്ക പറയുവാനുള്ളത്
സഹോദരരേ, നിങ്ങൾ കോൺഗ്രസിൽ ചേർന്ന് അതിന്റെ

'ക്ഷമാബലമുള്ള' ചിറകിൻകീഴിൽ നിന്നു നിങ്ങളുടേയും രാജ്യത്തിന്റേ യും സ്വാതന്ത്ര്യത്തിനു വേണ്ടി ത്യാഗപൂർവ്വം വേലചെയ്യുക എന്നാകുന്നു. അവിടെ കാണുന്നതുപോലെ സർവ്വവും ഉപേക്ഷിച്ച ധർമ്മത്തിനു വേണ്ടി വേല ചെയ്യുന്ന ത്യാഗശീലന്മാരോ ഭാരതഭൂമിയിൽ മറ്റെങ്ങും തന്നെ കാണുകയില്ല. അതിനു നിങ്ങൾക്ക് ഇതുവരെ കിട്ടിയിട്ടുള്ളതിൽ കൂടുതൽ തെളിവു വേണമെങ്കിൽ ഈ സത്യാഗ്രഹത്തിലേർപ്പെട്ട കാരാഗ്രഹം വരിക്കുന്ന സഹോദരന്മാരെ നോക്കുകയെന്ന് ഞാൻ വിനയപൂർവ്വം നിങ്ങളോടു പറയുന്നു. സഹോദരരേ, ത്യാഗം കൂടാതെ ഒരു വലിയ കാര്യവും ലോകത്തിൽ സാധിക്കുകയില്ല. അതു നിങ്ങൾ നല്ലവണ്ണം ഓർമ്മിക്കണം. എല്ലാവരേയും നിങ്ങൾ സ്നേഹിക്കണം. നിങ്ങളുടെ ശത്രുക്കളേയും നിങ്ങൾ സ്നേഹിക്കുന്നവരേയും വശത്താക്കാൻ നാം ശ്രമിക്കണം. നമ്മുടെ സ്വാതന്ത്ര്യത്തിനുള്ള ശ്രമങ്ങൾ അന്യന്മാരെക്കൂടി ഉയർത്തുന്നതായിരിക്കണം. നമ്മുടെ സകലവിധമായ ഐശ്വര്യത്തിനും ഉണർച്ചക്കും കാരണഭൂതനായ ശ്രീനാരായണ ഗുരുദേവൻ നമ്മോടുപ ദേശിക്കുന്നത്:

'അയല്പതഴപ്പതിനായതിപ്രയത്നം

നയമറിയും നരനാചരിച്ചിടേണം

അവനവനാത്മസുഖത്തിനാചരി-

ക്കുന്നവയപരന്റെ സുഖത്തിനായ് വരേണം'--

എന്നാകുന്നു.

ഇതിനേക്കാൾ ഉത്കൃഷ്ടമായ ഒരു ഉപദേശം ഒരാചാര്യനും ഇതുവരെ മനുഷ്യസമുദായത്തിന് ദാനം ചെയ്തിട്ടില്ല. ആ ദിവ്യപാദരുടെ ഉപദേശം അനുസരിച്ച നമ്മുടെ അദ്ധ്യാത്മികാചാരങ്ങളെ ക്രമപ്പെടുത്തി ജീവിക്കു ന്ന ഋഷീശ്വര സന്താനങ്ങളായ നമുക്ക നമ്മുടേയും ലോകത്തിന്റേയും സ്വാതന്ത്ര്യസമ്പാദനത്തിനായി ഏറ്റവും സ്വീകാര്യയോഗ്യമായ നയം സത്യഗ്രഹനയമാകുന്നു. അതുകൊണ്ട് ഒരു വിധത്തിലും അക്രമം പ്ര യോഗിക്കാതെ നമുക്ക് അയിത്തോച്ചാടനത്തിനായി ആരംഭിച്ചിട്ടുള്ള ശ്രമത്തെ തുടർന്ന് പ്രവർത്തിക്കാം. സത്യഗ്രഹം ഇന്ത്യയിൽ എത്രയോ വലിയ കാര്യങ്ങൾ സാധിച്ചുകഴിഞ്ഞിരിക്കുന്നു. അതെല്ലാം വിസ്തരിക്കാ നുള്ള സമയം ഇതല്ല. അതിന് ഇവിടെ സ്ഥലവുമില്ല. മാന്യസഹോദ രരേ, നിങ്ങൾ എന്തെല്ലാം കോപകാരണങ്ങളുണ്ടായാലും അതെല്ലാം സഹിച്ച ക്ഷമയോടുകൂടിയിരിക്ക. 'ക്ഷമാബലമശക്തനാം ശക്തനാം

ഭ്രഷണം ക്ഷമാ.' ഒരു വിധത്തിലും ബലം ഉപയോഗിക്കരുത്. ബലം നിങ്ങളേയും നിങ്ങളെടുത്തിട്ടുള്ള ധർമ്മവാദത്തേയും നശിപ്പിക്കും. നിങ്ങൾക്ക ധർമ്മത്തേയോ സ്വാതന്ത്ര്യത്തേയോ സർവ്വോപരി സ്വാമി പാദങ്ങളേയോ സ്നേഹവും ബഹുമാനം ഉണ്ടെങ്കിൽ പരിപൂർണ്ണമായ അക്രമരാഹിത്യത്തോട കൂടി വൈക്കത്തെ സത്യഗ്രഹത്തിൽ നിങ്ങൾ ഓരോരുത്തരും ഭടന്മാരായി ചേരുക: ഉടനെ ചേരുക. ഈ സന്ദർഭ ത്തിൽ നിങ്ങളുടെ രക്ഷ ഏതെങ്കിലും സംഗതിയെ ആശ്രയിക്കുന്നെ ങ്കിൽ അത് നിങ്ങളുടെ അക്രമരാഹിത്യത്തെ ആകുന്നു. ഈ സംഗതി ദൃഢമായി മനസ്സിൽ ധരിച്ചുകൊണ്ട് നിങ്ങൾ ഉടനേ മുന്നോട്ടുവന്ന് ഉത്തമ സത്യഗ്രഹികളായി പ്രവർത്തിക്കുവിൻ.

നാനാജാതി മതസ്ഥരായ എന്റെ വായനക്കാരോട് എനിക്ക പറയു വാനുള്ളത് ഇത്രമാത്രമാകുന്നു. 'മനുഷ്യരെ സ്നേഹിക്കുന്നതിനേക്കാൾ വലിയ മതമില്ല. അവനെ ശുശ്രൂഷിക്കുന്നതിനേക്കാൾ വലിയ പുണ്യ കർമ്മമില്ല. ഇന്ത്യയിലെ മുപ്പത്തഞ്ച് കോടി ജനങ്ങളുടെ ശുശ്രൂഷയിൽ ഈശ്വര സാക്ഷാത്കാരത്തിനായി ശ്രമിക്കുക. ഓരോരുത്തരേയും വെറുക്കാതെ എല്ലാവരേയും സ്നേഹിച്ച് സത്യപ്രണയത്തോടുകൂടി ജീവിക്കുവിൻ.'

ഈ സന്ദേശത്തെ ഉപസംഹരിക്കുന്നതിനു താഴെ കാണുന്ന വരികളെ ഉദ്ധരിക്കുന്നതിനേക്കാൾ നല്ലൊരു മാർഗ്ഗം ഞാൻ കാണു ന്നില്ല.

'ആദിമസ്വാതന്ത്ര്യം തൻ ഓമനക്കുഞ്ഞുങ്ങളെ

പാട്ടുവിൻ സഹജരെ നിങ്ങടെ കഴിവുകൾ

ആനന്ദസുധാരസം നുകർന്ന ഭ്രുവിൽതന്നെ

സ്വരാജ്യം ഭരിക്കേണ്ട വിബുധരല്ലോ, നിങ്ങൾ

നിങ്ങളിൽ വിശ്വങ്ങളെ ജയിക്കാൻ മതിയായ

മംഗലമഹാശക്തിയുറങ്ങിക്കിടക്കുന്നു,

അതിനെ തട്ടി നിങ്ങളുണർത്തി വിട്ടീടുകി-

ലതുതാൻ കാമധേനു, നിങ്ങൾക്ക സഹജരെ.

ആസുര ശക്തികളാലല്ലല്ലാ പരിഭ്രതി

ചേരുകില്ലുണ്ടോ നിങ്ങൾ ദേവകൾ തളരുന്ന

തോൽവിതാനോർത്തീടുക, നിങ്ങൾക്ക രത്നങ്ങളേ

ദീധിതി ചിന്താനുള്ള ശാണഘർഷണമല്ലോ.
മറന്നു നിങ്ങളാത്മശക്തികളതിനാലെ
മറഞ്ഞു നിങ്ങളുടെ പെരുമയെപ്പെരുമേ
കേവലപ്പൊരുളിന്റെ മരിക്കാ മക്കളായ
ഭാവുകന്മാരെ, നിങ്ങളെന്തിനെ ക്ലസിടണം.'

വൈക്കം 25-8-99   നിങ്ങളുടെ സഹോദരൻ
                                  ടി.കെ. മാധവൻ